கூந்தப்பனை

சு. வேணுகோபால்

தமிழினி

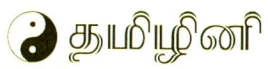

கூந்தப்பனை
சு. வேணுகோபால்

முதல் பதிப்பு: அக்டோபர் 2001
இரண்டாம் பதிப்பு : அக்டோபர் 2021

Kuntappanai
Su. Venugopal

தமிழினி
63, நாச்சியம்மை நகர்,
சேலவாயல், சென்னை-51
email: tamilinibooks@gmail.com
Journal: tamizhini.in

அச்சாக்கம் : மணி அச்சகம், சென்னை
விலை : ரூ. **160**

மழையைவிட எளிமையான என் தோழன்
காட்டுப்புறா என்ற எஸ். அன்பழகனுக்கு...

கண்ணிகள்	7
வேதாளம் ஒளிந்திருக்கும்	19
அபாயச் சங்கு	55
கூந்தப்பனை	100

கண்ணிகள்

செப்புலு கவுண்டன் ஓடைப்பாலம் ஏறியபோது கால்கள் லேசாக நடுங்க ஆரம்பித்தன. ரெங்கராஜன் தலைதூக்கிப் பார்த்தார். தெரு விளக்குகள் எரிந்தாலும் சில கட்டடங்கள் மட்டுமே தெரிந்தன. பாலத்தின் சுவர் தென்கோடியில் இடிந்திருந்தது. கற்கள் ஓடைக்குள் விழுந்து நாளாகிவிட்டன. ஓடை தூரெடுக்காமல் கருவேலமுள் புதராய் இருபுறமும் இருண்டு கிடந்தது. ஓடையின் வடக்கே மணிவாசகம் புலத்தில் வெட்டிப்போட்ட தென்னைமரத் துண்டங்கள் கருத்துருண்டு கிடந்தன. தோப்புகள் அழியத் தொடங்கும் பரிதவிப்பு அங்கு மிதந்து கொண்டிருந்தது. மலட்டு வெள்ளாமையை வைத்து என்ன செய்வது? மரத்தை அழிப்பது சிசுக்கொலை போலத்தான்.

பாலத்தில் உட்கார்ந்தார். கன்னயெலும்புகளின் வீக்கம் குறைய வில்லை. இடது புருவத்தின் மேல் விழுந்த வெட்டுக்காயம் உலர்ந் திருந்தது. உடம்பெல்லாம் நோவு. நேற்றுக்கூட இவ்வளவு வலி தெரிய வில்லை. முகமெல்லாம் பொம்மென ஊதி கண்கள் வீக்கத்திற்குள்ளி லிருந்து எட்டிப் பார்த்தன. திரும்ப ஊருக்கு வர மனமில்லைதான். வேறு எங்கு செல்லவும் வழியில்லை. ரிஜிஸ்டர் ஆபீஸில் பத்திரப்பதிவு முடிந்து ஆபீசின் பின் உள்ள பலாமர நிழலில் பொழுதிறங்கும்வரை சாய்ந்திருந்தார். மசங்க ஆரம்பித்ததும் 'வாச்மேன்' கிளப்பிவிட்டான். கால்கள் தன் போக்கில் ஊருக்கே திரும்பிவிட்டன.

ரோட்டின் நொடி பள்ளத்தில் விழுந்து வரும் சைக்கிளின் 'கிணிங்' சத்தம் கேட்டது. ஊர்க்காரர்கள் விசாரிப்புக்கு வெட்கப்பட்டு பாலம் விட்டிறங்கி ஒண்ணுக்கு இருப்பதுபோல் கட்டுக்காப்பு பக்கம் உட்கார்ந் தார். சைக்கிள் அது பாட்டுக்குக் கடந்துபோனது. ஆள் நடமாட்டமுள்ள பாலம். திரும்ப உட்கார மனமில்லை. மெலிதான காற்று உடம்பில் மோதியது. கன்னவலியைத் தடவி எடுப்பதுபோல் இருந்தது. தோட்டம் கிரயம் முடிந்ததும் பேசாமல் பலாமரத்தடிக்குப் போய்விட்டார். தலை கனமாக இருந்தது. லேசான காற்று தொடர்ந்து வீசினால் வேர்வை அடங் கும். நடையில் பாலம் பின் நகர்ந்தது.

தம்மன் ஆசாரி தோட்டத்திற்குப் போகும் வண்டிப்பாதை கடந்த பின் எட்டு வைக்க மனமில்லை. திரும்ப ரோட்டிலிருந்து கிளைத்துப் போகும் வண்டிப்பாதையில் இறங்கி நடந்தார். பாதையின் நடுவில் ஆட்கள் நடந்து நடந்து புல் முளைக்காமல் தரை வழுவழுவென்று

சு. வேணுகோபால்

போனது. வண்டித்தடம் என்றாலும் கட்டைவண்டிகள் இப்போது போவ தில்லை. இருபுறமும் உள்ள தோட்டக்காரர்கள் தடத்தை நெருக்கி நெருக்கி மொத்தமே ஐந்தடிக்குள் குறுக்கிவிட்டனர். அகண்ட வரப்பு மாதிரி ஆகிவிட்டது.

இருபுறமும் அருகம்புல் தளுத்திருந்தது. புற்களில் பாதம் பட்டவுடன் விறுவிறுவென்றிருந்தது. தோட்டவெளி இருண்டு கிடந்தது. சோளக் கதிர்கள் புடையில் இருந்தன. சிறு பாதரசக் குண்டுகள்போல் மினிக்கி மினிக்கி மறைந்தன மின்மினிகள். புல்லில் அமர்ந்தார். கால் நீட்டிப் படுக்கவேண்டும்போல் இருந்தது. "நிலத்தை மீட்டியே தீரணும்" உதடுகள் முணுமுணுத்தன.

தேனியில் ஜின்னிங் பேக்டரிகளைத் தொடங்கத் தொடங்க விவசாயக் கூலியாள் பிரச்சனை வலுத்துவிட்டது. வெயிலில் கருகும் வேலையைவிட 'ஆபீஸ்வேலை' ஜம்பம் ஏறி ஆணும் பெண்ணுமாய்க் கிளம்பிவிட்டார்கள். மில்காரரர்கள் ஊருக்கே பஸ் அனுப்புவதால் ராஜபோக மரியாதையாக தவ்வாளம் போட்டு ஓடுகின்றனர். இனி கிணற்றை ஆழப்படுத்தி கடன்பட்டு தோட்ட வெள்ளாமை செய்வதை விட உழுதுபோட்டு மானாவாரி வெள்ளாமை வைத்துக் கொள்ளலாம் என்றிருந்தார். தங்கையின் சின்ன மாமனார் சின்னசுருளி வடக்கத்தி மாரியம்மன் கோவில் கும்பிடவந்தவர் ரெங்கராஜனுக்கு ஒரு யோசனை சொன்னார். "பேசாம போர்வெல் போட்டு பூராத்தையும் தென்னங் கன்னு போட்டிட்டு சிவனேன்னு இருங்க மாப்பிள்ள. கூலியாள் பிரச்சினை இல்ல, ஒரம்தரம் போடவேண்டியதில்ல. மூணு வருசத்தில காப்புக்கு வந்திரும். மூணு லட்சம் நாலு லட்சமன்னு குத்தகைக்கு விட்டிட்டு காலாட்டிக்கிட்டு கெடக்கலாமில்ல."

லட்சம் என்றதும் ரெங்கராஜனுக்கு கிரீடமயக்கம் புகுந்து கொண் டது. கிணற்று சர்வீசையே பயன்படுத்தியிருக்கலாம். மாமனார் சின்ன சுருளி "நாளைக்கி மேக்க மழைகிழை வலுத்தா கெணத்துக்குத் தண்ணி வந்திடும். அதனால கிணறுசர்வீஸ் அப்படியே கிடக்கட்டும். புது சர்வீஸ் ஒன்னு வாங்கிட்டா பாச்சலுக்கு பிரச்சனை இல்லாமல் போகும்" என்றார். அப்போது அது ரெங்கராஜனுக்கு நல்ல யோசனையாகவே பட்டது. தோப்பு போடுவதில் மனைவிக்கு இஷ்டமில்லை. பருத்தி, கடலை, கேழ்வரகு, கம்பு பயிரிட்டு வந்த பழக்கம். அவற்றைப் பயிரிட்டுப் பார்க்காமல் போவோமே என்ற வேதனை தொத்திக் கொண்டது. காலங்காலமாக உறவாடி வந்த பயிர்கள் இனி இல்லை என்பதைத் தாங்கிக்கொள்ள முடியவில்லை. "தோப்பெல்லாம் வேண்டாம்" என்றபோது, "ஒஞ் ஜோலியப் பாத்திட்டுப்போ" என்று சொல்லிவிட்டார்.

30 ஆயிரம் கட்டி ஈசான மூலையில் புதுசர்வீஸ் வாங்கினார். கனரா பேங்கிற்கு நடையாக நடந்து போர்வெல் மோட்டார் சகிதத்திற்கு ஒன்றரை லட்சம் கடன் வாங்கினார். இருபத்தஞ்சுக்கு இருபத்தஞ்சடி இடைவெளி விட்டு குழிகள் வெட்டப்பட்டன. மூன்று ட்ராக்டர்கள் குழிகளுக்கு ஆத்துமணல் கொண்டுவந்தன. வேலை ஜரூராக நடந்தது. பெரியகுளம் விதைப்பண்ணையிலிருந்து 950 தென்னங்கன்றுகள் டிராக்டரில் வந்திறங்கின. மூன்று மாதம் குழிகளை ஆறப்போட்டு கன்றுகளை இறக்கினார். அவர் அப்பா காலத்திலிருந்து தொழுஉரம் தின்ற பூமியல்லவா? செவ்வல் தரைக்கும் வெலாசனத்திற்கும் கன்றுகள் மந்திமாலம் போட்டு கிடுகிடுவென வளர்ந்தன. தூரின் அகலம் பார்த்த குடமுருட்டி ஜக்கையன் "ஒரு பிடி பிடிச்சிட்டுத்தான் நிமிரும் மாமோவ்" என்றான்.

எப்படியும் காப்புக்கு வந்தால் பேங்க் கடனை ஒரு ரவுண்டில் கட்டிவிடலாம் என்ற தைரியத்தில் கொடிமுந்திரி வருமானம் முழுவதை யும் மேயும் வட்டிக்கே கொட்டிக்கொண்டிருந்தார்.

கன்னிமூலையில் முதல் மரம் பாளைபோட்டபோது இரவெல் லாம் குழந்தைகள் வளவளவென்று பேசின. சரவணன் "முதல் இளநியை நான்தான் சாப்பிடுவேன்" என்று அச்சாரம் இட்டான். அண்ணன் சாமிநாதன், அக்காள்கள் முருகேஸ்வரி, ரமா "நீ தூங்கின பின்னாடி நாங்க வேட்டை வச்சிடுவோம்" என்றதும் கைகாலை உதறிய வண்ணம் சரவணன் ஒரு திட்டுத் திட்டினான். "பூ விட்டு பிஞ்சு விட்டு குறும்பை முடியிறப்ப தெரியல, வாய மூடுங்கடி" என்று அம்மா ஜெயா அதட்டினார்.

வடக்கத்தி மாரியம்மன் கோவிலில் அபிசேகம் செய்து மரத்திற்கு மஞ்சள்துண்டைக் கட்டினார்கள். தொடர்ந்து குறுக்குமறுக்காக மரங் கள் பாளைபோட்டன. குறும்பை திரளும் முன் நோவு விழுந்து உதிரத் தொடங்கின. பாளையில் தரித்த இளநிகள் புறநார் சுருங்கி சொறி சொறி யாக நிறம் மாற ஆரம்பித்தன. ரெங்கராஜன் தென்னைமர வேரைத் தோண்டி எடுத்து ஏசலாக சீவி மோனாசில் பாட்டிலுக்குள் விட்டு காற்றுபுகா வண்ணம் கட்டி பூமியில் புதைத்தார். கதையாகவில்லை. வேளாண்மை அதிகாரி சொன்னபடியெல்லாம் மருந்து தெளித்துப் பார்த்தார். நோவைக் கட்டுப்படுத்த முடியவில்லை. தோப்பில் எந்த வருமானமும் இல்லை. தண்ணீர் பாய்ச்சும் கூலிகூட இல்லை. நிழலடி யில் எதுவும் வராது. எந்த வெள்ளாமையையும் செய்ய முடியாமல் மூன்றாண்டுகள் காத்திருந்து இந்த இரண்டாண்டுகள் தோப்பில் எந்தப் பயனும் இல்லாமல் ஊட்டியை ஒடித்துவிட்டது. ஒன்றரை வருஷமாக கனரா பேங்காரனுக்கு வட்டி நிலுவை ஏறிக்கொண்டிருந்தது.

சதா மனைவியின் புலம்பல் வேறு. "அன்னைக்கே சொன்னேன் வேணாமன்னு" ஜெயா சொல்லும் போதெல்லாம் வீட்டில் கரச்சல்.

முருகேஸ்வரியின் திருமணத்தை கொஞ்சம் தள்ளிவைத்திருக்க லாம். அல்லது சாமிநாதனை சுயநிதிக் கல்லூரியில் *B.E* சேர்க்காமல் இருந்திருக்கலாம். 60 ஆயிரம் டொனேசன்; செமஸ்டர் பீஸ் எட்டா யிரம்; வருடத்திற்கு பதினாறாயிரம் என இக்கட்டான சமயத்தில் தெரிந் தவர் களிடம் பணம் புரட்ட முடியவில்லை. குடமுருட்டி ஜக்கையன் அவசர வேலைகளுக்குப் பத்தாயிரம் கொடுத்துதவினான். தேவாரத் தானைப் பார்த்துவிட்டு வந்தவர் ஜக்கையனை ஒரு யோசனை கேக் கலாமென கொடிமுந்திரித் தோட்டத்திற்கு அழைத்துப் போனார்.

திராட்சைத் தோட்டத்தில் கவாத்து நடந்துகொண்டிருந்தது. இனி வெட்டுவைத்து எரு போட்டு நீர் விட்டால் குப்பென்று தளுத்துவிடும். ஜெயா செத்தை செதவல்களைத் திரட்டி வெட்டுக்குழியில் அமுக்கிக் கொண்டிருந்தார். குருவி விரட்டும் பையன் பழனிச்சாமி உதவிக் கொண்டிருந்தான்.

பரணுக்குக் கீழ் கிடந்த சாக்கை உதறினார்கள். ஈப்பட்டாளம் கொய்ங்கென்று பறந்து போயிற்று. சாக்கை விரித்து அமர்ந்தார்கள். மீண்டும் ஈக்கள் வரத்தொடங்கின. இத்துப்போன கொடிகள்போல் பந்தலில் இலைகள் படர்ந்திருந்தன.

"என்ன மாமா அர்ஜண்ட் வேலையா?"

"இல்ல மாப்பிள்ள. ஒங்கிட்ட ஒரு யோசன கேட்கலாமன்னு..."

"எங்கிட்ட என்ன மாமா யோசன?"

"இல்ல பையன காலேஜில சேக்கணும், சேக்கும்போதே நல்ல கூரான பாடத்தில சேத்துவிட்டாதானே அவனுக்கு புரோஜனம். இந்தா எங்க அண்ணன்பையன் என்னமோ சொன்னானே..."

"பி.ஏ.ஹிஸ்ட்ரி."

"அதப் படிச்சிட்டு வேலை வெட்டி இல்லாம திரியிறான். அத மாதிரி ஆயிடக்கூடாதில்ல. அதான் பைனான்சில கொஞ்சம் தர்ரேன் னான். செய்யலாமா?"

"எந்த பைனான்ஸ் மாமா?"

"தேவாரத்தான். முத்துராமலிங்கம் பைனான்ஸ்,"

"அவ்வளவு அர்ஜண்டா?"

“ம்ம். எல்லாம் சேந்தாச்சு. வருசம் வீணாய் போகப் போகுதின்னு பையன் மூணு நாளா மொனங்குறான்.”

“வேற கைமாத்து எங்கயும் புரட்டிப் பாருங்களேன்.”

“நானும் பெரண்டு உருண்டு பாத்திட்டேன். ஒண்ணும் ஆகல. ஜோதிராம் அஞ்சுவட்டிக்கு கமுக்கமா தர்ரதா பானா ரூனா சொன்னான். நா கேட்டா நொல்லம்பான்னு ஜெயாவவிட்டு கேட்டேன். இல்லன் னுட்டான்.”

“இல்ல மாமா, இந்த தேவாரத்தான் கொஞ்சம் கடுசான ஆளுன்னாங்க. அதான்...”

“நாமென்ன வருசமெல்லாமா தொக்கவைக்கப் போறோம். புரட் டாசி மாசம் முந்திரி வந்திடும். இடையில நாலு மாசம்தான். கொறச்சு வச்சாலும் லகரத்திக்கு அனுசரிச்சுப் போகும்.”

“எங்க மாமா... ஆந்திராவிலிருந்து ஆஸ்திரிலேயா வெரைட்டி ஆடி கடைசியில வந்திடுது. நமக்கு எறங்கு காலாயிடுது.”

“அஞ்சாம் வருசம் கடைசி வரைக்கும் நல்ல சூடு இருந்ததில்ல.”

“அந்த வருசம் ஆந்திரா முழுக்க செவ்வட்டை விழுந்து வரத்தில்லாம போச்சு மாமா. அதான் சூடு.”

பல சமாதானங்கள், முன் அனுமானங்கள். திராட்சையின் விளைச்சல் நம்பிக்கையை வார்த்தது.

50 ஆயிரத்துக்கு மாதம் ஐந்தாயிரம் வட்டி அதிகம்தான். முதல் மாதம் வட்டியை எடுத்துக்கொண்டு தந்தார்கள்.

முதல் மாதம் முடியும் முன்னே நான்கு பேரோடு வந்தான். தேவாரத்தான் பிடித்த பிடியில் பார்ட்னர்கள் பிரச்சனை என்று பணத்தைக் கட்டச்சொல்லி நெருக்க ஆரம்பித்தான். பணம் மாட்ட வேண்டிய இடங்களில் மாட்டிவிட்டது. இனி சாமிநாதனுக்கு விடுதிக் கட்டணத்திற்குப் புரட்ட வேண்டும்.

சொன்னபடி மறுநாள் விடிகாலையில் வீட்டுத்திண்ணையில் உட்கார்ந்து விட்டார்கள். படியேறி கௌரவத்தைச் சுண்டிப்பார்க்கும் விதமாகப் பேசினதால் பெண்டுபிள்ளைகள் பதற ஆரம்பித்து விட் டார்கள். ஐக்கையனை அழைத்து வர ஜெயா ஓடினார். யார் வந்து என்ன ஆகப்போகிறது? பணத்தைக் கட்டச் சொல்கிறான். மாதாமாதம் சரியாக வட்டி கட்டிவிடுவதாகக் கூறியும் சம்மதிக்க மறுத்தனர். “பெரிய தொகையை மாதவட்டிக்கு நாங்க யாருக்கும் தர்ரதில்ல. வார வட்டிக்குத் தான். பார்ட்னர்கள் சங்கடப்படுறாங்க” என்றான் தேவாரத்தான்.

"மாச வட்டிதான்னு கொடுத்தீங்க. அதில ஒரு மாசம் கொற வச்சாலும் சொல்லுங்க."

"அதெல்லாம் எங்களுக்கு ஒத்துவராது. நீங்க பணத்த கட்டுங்க."

"பிடிச்ச பிடியில கட்டச் சொன்னா எப்பிடியப்பா?"

"யோவ் வாங்கும்போது வழுவழுன்னு இருந்துச்சா?"

உடன் வந்த பாண்டி ரெங்கராஜனைத் தனியாக அழைத்துப் போனான்.

"அண்ணே உங்க நெலம எனக்குப் புரியுது. உடனே யாரன்னாலும் பணத்த ஒன்னு சேக்க முடியாது. ரன்னிங் வட்டியன்னா சம்மதிப்பான்."

"அப்பிடியன்னா?"

"ரன்னிங் வட்டியன்னா வாரவட்டி. பெசல் மாதிரின்னு வச்சுக் காங்க."

"எவ்வளவு வரும்?"

"மாச வட்டி தொகைய வாரவாரம் கொடுக்க வேண்டி வரும். இங்க எல்லாமே ரன்னிங்தாண்ணா."

என்ன பதில் சொல்வதென்று தெரியாமல் திண்ணைக்கு நடந்தார். ரமாவும் சரவணனும் ஜன்னல் வழியாக எட்டிப் பார்த்துக் கொண்டிருந்தனர். முதுகைக் காட்டி பணிவாகப் பேசிக்கொண்டிருந்த ஐக்கையன் ரெங்கராஜனைத் திரும்பிப் பார்த்துவிட்டு "ஒரு நிமிஷம் இருங்க" என்று சொல்லி ரங்கராஜனை வீட்டுக்குள் அழைத்துப் போனான். குழந்தைகள் பரிதாபமாக அப்பா முகத்தைப் பார்த்தன. ஜெயா சுவரில் சரிந்து உட்கார்ந்தார்.

"என்ன செய்யலாம் மாமா?"

"ஒண்ணும் தெரியலையே.."

"ரன்னிங் வட்டின்னு சுத்தி சுத்தி பேசுறானுக. இதுக்கு மட்டும் பார்ட்னர்க ஒத்துகிட்டானுங்களா? நரியன்க. தெரியாது... அன்னைக்கே சொன்னேன். வேற எங்காச்சும் மோதிப் பாருங்கன்னேன்."

"ஒண்ணும் அமையலையே."

"யோசுச்சுப் பாருங்க. இவங்க வட்டிக்குக் கொடுக்கிறதெல்லாம் ஏழைபாளைக்கோ, வசதியானவங்களுக்கோ இல்ல. நம்மள மாதிரி நொடியிற குடும்பத்தப் பாத்து தர்றானுக. மாசவட்டின்னு சொல்லிட்டு

12 கூந்தப்பனை

இப்பிடி நெட்டி வாங்குறானுக. பிள்ளை நகை அக்கா நகைய பேங்கில. வச்சு போடா வெண்ணன்னு தூக்கி எறியாம..."

".... ...."

"அதான் சரி மாமா."

"நகை ஏற்கெனவே பேங்கிலதான் இருக்கு மாப்பிள்ள."

அப்போதைக்கு ரெங்கராஜனால் ஒன்றும் செய்ய முடியவில்லை. வாரவட்டி என்றே ஆகிவிட்டது. அனுமந்தம்பட்டிபோய் முருகேஸ் வரியிடம் ஐந்தாயிரம் ஜெயா வாங்கி வந்தார். வார முதல் வட்டிக்குப் பின் தொடர்ந்து வாரவட்டி. சமாளிக்க முடியாமல் தொகை ஏறிக் கொண்டே இருந்தது.

★

பழுதுபார்த்து மட்டை சந்தில் மிதித்துவிட்டால் மட்டைநோவை கட்டுப்படுத்தலாம் என்பதெல்லாம் எடுபடவில்லை. மனசு கேட்க மறுக்கிறதே! லோயர்கேம் பரவில் முக்கால்பங்கு தென்னை மரங்களைத் தோண்டிப் போட்டுவிட்டார்கள். தரிக்கும் சொறிகாய்களுக்கு விலையும் இல்லை. காலையில் ஊழிக்குச்சி உடைத்து வரப்புவழியாக பல்தேய்த்த வண்ணம் சுற்றி வந்தால் ஒன்றிரண்டு சொறிநெத்துகள் உதிர்ந்திருக்கும். ஆறுமாசமாகப் பொறுக்கிப் பொறுக்கி கவுளிமரத்தின் அடியில் போட்டு சிறு அம்பாரமாகப் பெருகியது. நரசிபுரத்து சீலயன் 1.50 ரூபாய்க்கு அதுவும் ரெண்டுக்கு ஒன்று வீதம் (இரண்டு பெரிய காய், ஒன்று சிறியது) மொத்தமாகக் கேட்டவன் இன்னும் வரவில்லை. மட்டை உரிக்க காய்க்கு 25 பைசா போக 1.25 ரூபாய் அசல். ஆயிரம் காய் தேருமா என்று தெரியவில்லை. ஆறு மாத உழைப்பு 1250 ரூபாய். பிள்ளையை எப்படிக் கடத்துவது? பையனை எப்படிப் படிக்கப் போடுவது? ஈரக்குலை குல்லென்றது. என்றைக்கு விடியும்? பழுதுபார்ப்பவர்களுக்கு இந்த வருமானத்தில் கூலியாவது தேறுமா? கொடுவாளின் பின்பகுதியால் மட்டைசந்துகளைச் செம்மி விடுவதை அண்ணாந்து பார்த்து பக்குவம் சொல்லிக் கொண்டிருந்தார் போன வாரம். மோட்டார்பைக் ஹாரன் சத்தம் கேட்டு வேலிப் பக்கம் திரும்பினால்... தேவாரத்தான். பின்னால் இரண்டுபேர். வேலி நெருங்கி "வாங்க. வாங்க. இளநி சாப்பிடுறீங்களா" என்றார். "எளநி கிடக்கட்டும். கம்மா இந்த இழுத்தடிக்கிற வேலை வேணாம். ஒம்பது வாரம் வட்டி நாற்பத்தைந்தாயிரம் சாயந்திரத்துக்குள்ள வந்து சேரணும். இல்ல நான் செய்றத செஞ்சிடுவேன்." எந்த பதிலுக்கும் காத்திராமல் கட்டன்ரைட்டாக பேசிவிட்டு வண்டியைக் கிளப்பிக்

கொண்டு போனார்கள்.

ஊக்காளியம்மன் கோவில் முன் மாட்டுவோம் என்று அவர் நினைக்கவில்லை. மகளைக் கொடுத்த அனுமந்தம்பட்டியில் ஏஜன்ட் மூலமாக மனுவுக்கு ரூ 350 லிருந்து 400 வரை வெளிநாட்டுக்குத் திராட்சைப் போவதாகக் கேள்விப்பட்டு போனார். அத்தோடு ஒரு நாள் தேவாரத்தானுக்குத் தலை காண்பிக்காமல் மறைய முடியும் என்ற நேக்குத்தான். 'ஏஜண்ட் வியாழன், வெள்ளி வருவார். சென்னைக்குப் போய்விட்டார் என்று கணக்குப்பிள்ளை கூறினான். முகவரி கொடுத்து விட்டு வந்தவர் மகள் வீட்டுக்குப் போகாமல் ஊக்காளியம்மன் கோவில் ஸ்டாப்பில் இறங்கிக்கொண்டார். ஜக்கையன் வீட்டில் இல்லாததால் திரும்ப கோவில் சாவடிக்கு வந்தார்.

முதுகில் திடீரென்று அடி விழுந்தது. திரும்புவதற்குள் இடது புருவத்தில் குத்துப்பட்டு கண்ணுக்குள் பளிச்சென்று ஒளிபரவி இருண்டது விரல் மோதிரம் புருவத்தில் பட்டுக் கிழிந்து ரத்தம் கொட்டியது. தடுக்கத்தடுக்க கன்னங்களில் குத்துகள் விழுந்தன. 'ஏண்டா யார ஏமாத்தப் பாக்கிற" தேவாரத்தான் பின் காலரை முறுக்கி பைனான்ஸ் கடைக்குத் தள்ளினான்.

"ஏய் பெரிய மனுசன்னு பாக்காம இப்பிடி பண்றயே" தெரிந்தவர்கள் சொல்லித் தடுத்துப் பார்த்தார்கள். டீக்கடைக்காரர் ஏதோ சொல்ல நினைத்தவராய் வந்தவர் பேசாமல் பார்த்தார். அவருக்கு சாயந்திர வசூல் நினைவு வந்தது. "பணத்த வாங்கிட்டு அமுக்கப் பாத்தா விடுவயா நீ? போயா ஓஞ் சோலியப் பாத்துட்டு" தேவாரத்தான் கோபத்தோடு கத்தினான். நாலைந்து பேர் திருடனைப் பிடித்துவிட்டது போல் கையைப் பின்னால் முறுக்கித் தள்ளிக்கொண்டு பஜாரில் போனார்கள்.

லேசாகப் பனி இறங்க ஆரம்பித்தது. புற்களில் ஈர மினுமினுப்புத் தோன்றியது. தேய்பிறையின் அருகில் நட்சத்திரம் பிரகாசித்துக் கொண்டிருந்தது. உறக்கம் மெல்லிய போர்வைபோல் உடல்மீது கவியும் சமயம் உள்ளங்காலை வெடுக்கென ஏதோ கடிக்கவும் உலுக்கி விழுந்து எழுந்தார். சோளத்தட்டைகள் சலசலத்து நின்றன. வரப்பில் கொழுத்த பெருச்சாளி எட்டிப்பார்த்து மேலேறியது.

சோர்வு. உடல் தளர்ந்திருந்தது. குழந்தைகள் நினைப்பு வர ரோட்டுக்கு எட்டுவைத்தார். வட்டியும் முதலுமாக சேர்த்து 95 ஆயிரத்திற்குத் தோப்பை ஈடாக எழுதிக் கொடுத்தார். ஒரு மாதத் தவணை! திருப்பவில்லை என்றால் தேவாரத்தான் ஆண்டு அனுபவிக்க வேண்டி

யது என்று முறைப்படி பதிவாகியது. சாப்பாட்டிற்கு அவர்கள் அழைத்த போது 'என் நிலத்தை அமுக்கப்பார்க்கிறாயா? விட மாட்டேன்' என்ற வீறாப்பில் பலாமர நிழலுக்குப் போய்விட்டார்.

பக்கத்துத் தெருவில் நாய்க்குரைப்பு கேட்டது. வாசல் படி யேறியவர் கதவைத் தட்ட மனமில்லாமல் நின்றார். தூங்கும் வீட்டை களேபரப்படுத்த மனமில்லாமல் கொட்டத்திற்குச் சென்றார். கட்டை வண்டியின் போல் மரத்தில் நீட்டிப் படுத்தார். உடம்பில் அசதி.

விடிகாலையில் அனுமனந்தம்பட்டி 'ஏஞ்சல் கிரேப்ஸ் அசோசியேசன்' னிலிருந்து பார்க்க வருவதாகப் போன் வந்ததை அண்ணன் மகன் தெரிவித்தான். அன்று கணக்குப்பிள்ளை முகவரி கேட்டது அணுக்கத்தோடு இல்லாதது மாதிரி இருந்தது. வியாபாரப் பரபரப்பில் முகவரி வாங்கிக் கொண்டவிதம் நம்பிக்கை தருவதாக இல்லை. ஆனால் இதுதான் இவர்களின் பாணி.

கோணிச்சாக்கில் சேர்த்து வைத்த அரைலிட்டர் மருந்து டப்பாக் களைப் பரணடியில் கொட்டினார். டப்பாவுக்குள் பழனிச்சாமி கூழாங் கற்களை நான்கு ஐந்து என்று போட்டு ஒவ்வொன்றையும் ஏழடி இடைவெளி விட்டு கட்டுக்கம்பியால் பிணைத்தான். பந்தலுக்குமேல் நான்குபுறமும் டப்பா தோரணங்களைக் கட்டி பரணுக்குக் குறுக்கு கம்பிகள் வந்து சேர்ந்தன. பரணேறி பழனிச்சாமி கைக்குச்சியால் கம்பில் ஒரு தட்டு தட்டினான். டப்பாக்கள் ஜலஜலவென்று தோட்டத்தைச் சுற்றி ஓசை எழுப்பின. குருவிகளை மூலைக்கு மூலை ஓடி விரட்ட வேண்டியதில்லை. டப்பாக்களின் ஜலஜல ஒலியைக் கேட்டதும் குருவிகள் புருட்டென்று பறந்துவிடும். எந்த இடத்தில் தட்டினாலும் நாலாபுறமும் ஜலஜலக்கும். எங்கும் பரண்கள் மீது சிறுவர்கள்தான் சீசனில் இருப்பார்கள். வலை போடலாம். செலவு அதிகம்.

இலை அடர்ந்து வெயிலின் ஒளிப்புள்ளிகள் பந்தலின்கீழ் பரவலாக விழுந்திருந்தன. பிஞ்சுக் கொத்துகள், பந்தல் முழுவதும் இறங்கிவிட்டன. முன்னால் அரும்பியவை அரைவெட்டுத் தரத்திற்குத் திரண்டிருந்தன. முன்னால் பலனுக்கு வந்த தோட்டங்களில் மனுவுக்கு 125 ரூபாய் போய்க்கொண்டிருந்தது. கவாத்து இருபது நாட்கள் முந்தி எடுத்திருந்தால் இப்போது ஒதைபழத்திற்கு வந்திருக்கும். ஆனால் முந்தும் சீசனில் அழுகல் விழுந்துவிடுகிறது.

அனுமந்தம்பட்டி கிரேப்ஸ் கணக்குப்பிள்ளை இடம் தெரியாமல் லோயர்கேம்ப் பாதை வழியை விட்டுவிட்டு அலைந்து உச்சி மதியம் வந்து சேர்ந்தார். ஏழு வாய்க்கால் முக்கில் திரும்பியிருந்தால் நேரே

வந்திருக்கலாம். ஜீப்பில் ஆறுபேர் அமர்ந்திருந்தார்கள்.

கணக்குப்பிள்ளை அழுகல் விழுகிறதா என்று ஒரு பிஞ்சுக் கொத்தைத் தூக்கிப் பார்த்தான். மீசைப்பூச்சி கிடுகிடுவென காம்பு வழியே பந்தலுக்குள் புகுந்தது. மொத்தமாக காண்ட்ராக்ட் போய்விட்டால் தேவாரத்தான் மூஞ்சியில் விட்டெறிந்து தோப்பைத் திருப்பிவிடலாம். ரங்கராஜன் பாய்ச்சலுக்குப் போகும் வாய்க்கால் தண்ணீரைத் தாண்டி கணக்குப்பிள்ளையின் செய்கையைக் கவனித்தார். தோட்டத்தில் ஆள் இருப்பதால் பழனிச்சாமி தன் காவல் திறமையைக் காட்ட ஹோ ஹோவென்று உச்சஸ்தாயியில் கத்தி கம்பியில் தட்டினான். டப்பாக்கள் முழுசும் அதிர்ந்தன.

“டேய் குருவி விழ இன்னும் பதினஞ்சு தினமாகும்டா. சைசா தட்டு. நீயே குருவிய கொண்டு வந்திடுவபோல” அதட்டினார்.

“போனவாரம் வந்திருந்தா நல்ல ஸ்டேஜ்” கடவாயில் சிக்கிய பிசிரை நாக்கால் துளாவி ஒதுக்கி முன்பற்களில் மென்றவண்ணம் சொன்னார் கணக்குப்பிள்ளை. “வெட்டுக்கே இருபது நாளாகுமே! அதிலயும் மோடம் போட்டா பழுக்க ரெண்டுநாள் தள்ளிப்போகும்.”

“அதில்லண்ணே. பிஞ்சு இறங்கும்போதே ஒண்ணுவிட்டு ஒண்ணு டச்சப் செய்வோம்' பேசிக்கொண்டே கொத்துவிட்டு கொத்தை டக்டக் கென்று கத்தரியால் வெட்டி எறிந்தார். ரெங்கராஜனுக்குத் திக்கென்றது.

“இதென்ன புதுசா இருக்குது. இப்பயே விலை தம்பட்டு போகுது. ஏறுங்காலில் மனு கூடுனாதானே ஏதோ கொஞ்சம் கிடைக்கும். பாதிக்குப்பாதி பிஞ்சிலயே வெட்டி எறிஞ்சா என்ன கிடைக்கும்?”

“எப்பிடி பாத்தாலும் உங்களுக்கு லாபம்தான். மனுவுக்கு 375 க்கு பாண்டு எழுதித் தந்திடுவோம். சத்து வேஸ்டாகாம ஒதுக்கிவிட்டதில் மட்டும் போய் சேருமில்லையா? உங்க கணக்குப்படி கழிச்சத சேத்துப்பாத்தாலும் 175 ரூவா கூடுதலா கிடைக்கும். எல்லாம் ஃபாரின் போற பேக்கேஜ். சரக்குத் தெளிவுக்காகத்தான். ஃபாரின்ல இதுக்கு மவுசு. நாங்க எடுக்கிறதா இருந்தா நீங்க எங்க அசோசியேசன்ல சேரணும். போன வாரமே பரக்க கொத்துகள காலிபண்ணியிருக்கணும். பிஞ்சு தலை நீட்டும்போதே காலிபண்ணிடுவோம். இன்னைக்குச் சாயந்திரம் ஆறு மணி வரைக்கும் ஜெரால்டு அண்ணன் வீட்டில இருப்பாரு. பத்து மணிக்கு மெட்ராசுக்கு பிளேன். ஏழு மணிக்கு மதுரைக்குக் கிளம்பிடுவாரு, இல்லையன்னா அடுத்தவாரம் வியாழன், வெள்ளிதான் பாக்க முடியும்.”

பிஞ்சுகளை இப்படியெல்லாம் வெட்டி ஒதுக்கி குறிப்பிட்ட

கொத்துகளை உருவாக்கும் பழக்கம் இல்லை. வெட்டி ஒதுக்குவது பாவச் செயல்போலத் தாக்கியது. அதைவிட சுத்துபத்தில் இருக்கும் சம்சாரிகள் கேலி பேசுவார்களோ என்ற கூச்சம். 'பரம்பரை சம்சாரியங்கிறான் என்ன காரியம் பண்ணியிருக்கான்.' அவச்சொல் வருமோ என்று பந்தலை வெதுமையோடு பார்த்தார்.

"பணத்த மொத்தமா மொதல்லயே தந்திடுவோம். ஆனா அசோசியேசன்ல சேரணும். அசோசியேசன்ல சேராதவங்களை எடுக்க மாட்டோம். சாயந்திரம் வந்து சொல்லுங்க. சரின்னா ஏறுகால் எறங்குகால் எதப்பத்தியும் கவலப்பட வேண்டியதில்ல. எப்பயும் ஏறுகால்தான். சீசனுக்கு சீசன் நாங்களே மனுப்போட்டு அனுப்பிடுவோம். செடிக்குத் தண்ணி பாக்கிறது மட்டுந்தான் உங்க பொறுப்பு. உறுதி சொன்னா நாளைக்கே வந்து டச்சப் செஞ்சிடுவோம்."

விடைபெற்றுப் போகும் கணக்குப்பிள்ளை ஜீப் ஏறி நகரும்வரை பார்த்தார். பச்சை பிஞ்சுக்கொத்துகள் வீசும் காற்றுக்கு ஊசலாடின. ஆஸ்திரேலியா, சீடுலெஸ் என்று ஏதேதோ வருகின்றன. இந்த கருந்திராட்சைக்கு ஒரு மதிப்புத்தான். பழனிச்சாமி 'ஹோ ஹோ' என்று கத்திக்கொண்டிருந்தான். பணத்தேவை அவரை ஏதோ செய்தது. மோட்டார் தண்ணீரில் கால்நனைத்து முகம் கழுவியதும் அப்பியிருந்த சலனம் கரைந்தது.

வடக்கத்தி மாரியம்மனை மனசில் வேண்டிக்கொண்டு ஐக்கையனை கிளப்பி நான்கு மணிக்கூருக்கு அனுமந்தன்பட்டியில் இறங்கினார். கடையில் இருந்தார் கணக்குப்பிள்ளை. மெயின்ரோட்டிலிருந்து தெற்குமுகமாகப் போகும் குறுக்குச்சந்தில் கணக்குப்பிள்ளை அழைத்துப் போனார். முக்கு முட்டும் இடத்தின் வலப்புறம் பெரியகேட் போட்ட வீடு. உள்ளே இருந்து நாய்க்குரைப்பு வந்தது. கணக்குப்பிள்ளை "மணி சும்மாயிரு" என்று குரல்கொடுத்து கேட்டைத் தள்ளினார். முற்றத்தில் சிறுவர்கள் கிரிக்கெட் விளையாடிக்கொண்டிருந்தனர். கார் செட்டில் அம்பாஸிடர் நின்றிருந்தது. "அண்ணா அண்ணா..."

ஒரு அம்மையார் எட்டிப்பார்த்துவிட்டு "என்னங்க... ஆல்பர்ட் வந்திருக்கு" என்றார்.

சட்டை போடாமல் ஐம்பது மதிக்கத்தக்கவர் வந்தார். முன் வராண்டா சோபாவில் கால்நீட்டி அமர்ந்து விலாப்பக்கம் சொறிந்தார். சுவரோரம் இருந்த மடக்கு நாற்காலியில் அமர்ந்தார்கள். ஏஜண்ட் ஜெரால்டு கழுத்தில் சன்னமான சங்கிலி புரண்டது. அதனடியில் தங்கச் சிலுவை, அவர் அடிக்கடி மார்பைத் தடவிக்கொண்டு கணக்குப்பிள்ளை

சொல்வதைக் கேட்டார். ஆரஞ்சு ஜூஸ் வந்தது.

"நாங்க ஒரு அசோசியேசன் வச்சிருக்கோம். கிறிஸ்டீனா சேர்ந்து வெளிநாட்டுக்கு திராட்சை அனுப்புறோம். லோன் வேணுமன்னாலும் சரி. அட்வான்ஸ் வேணுமன்னாலும் சரி, வாங்கிக்கிடலாம். சீசனுக்கு சீசன் மொத்தமா பணத்த குடுத்திட்டு எடுத்துக்கிடுவோம். கண்ணை லேசாகச் சுசுக்கிவிட்டு "நீங்க கிறிஸ்தவத்துல சேரணும். அத ஒரு ரூல்சா வச்சிருக்கோம்" என்றார்.

முக்கால் பங்கு குடித்திருந்த கிளாசை கையில் பிடித்தவண்ணம் தரையையே பார்த்தார் ரெங்கராஜன். ஒரு மரியாதைக்காக ஜக்கையன் "வீட்டுல கலந்துக்கிடுறோம்" என்றான். ஜெரால்டு அமைதியாகத் தலை யாட்டினார்.

தெருவில் குடிநீர் குழாய்களில் பெண்கள் கூட்டம் சேர்ந்திருந்தது. குடங்களின் உராய்வு ஒலி கிளம்பியது. இருவரும் பஸ்டாண்ட் வரும் வரை ஒன்றும் பேசவில்லை.

"முருகேஸ்வரிய பாத்திட்டுப் போகலாம் மாமா."

"வேண்டாம்பா. ஊருக்குப் போவோம்."

ஜக்கையன் அவர் முகத்தைப் பார்த்தான். இமைகளில் ஈரம் மினுமினுத்தது.

●

வேதாளம் ஒளிந்திருக்கும்

தூக்கம் நழுவும் நேரம்தான். மனைவி கை வைத்ததும் சட்டென முழிப்பு தோன்றிவிட்டது. "விஸ்வநாததம்பி வந்திருக்கு." மெத்தையில் அமர்ந்தவாக்கில் பார்த்தேன். அறைக் கதவைத் தொட்டுக்கொண்டு பலகீனமான சிரிப்பு அவனிடம் கிளம்பியது. தட்டிக்கழிக்க முடியாமல் சரியென்றேன் நேற்று. பருத்தி பஞ்சாரங்களைத் தூக்கிவிட தோட்டத் திற்குப் போனபோது பின்தொடர்ந்து வந்தவன் ராசா வாய்க்காலில் இறங்கி உதவ ஆரம்பித்தான். மசங்கும்வரை ஓடி ஓடித் தூக்கிவிட்டான். பாரவண்டியை அனுப்பிவிட்டு வாரிக்கு வரும்போது "அண்ணா, ஈஸ்வரிய கூப்பிட்டு வரலாமன்னு தோணுது. சத்தியமா நல்லா வச்சுக்கிருவேன். நீங்க வந்தா அனுப்புவாங்க. இனி தப்புத்தண்டான்னு துரும்பு குத்தம் எங்கிட்டிருந்து வந்தா நீங்க செருப்ப கழட்டிக்காங்க" என்றான். சும்மா ஒரு பேச்சுக்கு "பார்ப்போம்" என்றேன். விடியக் காலையில் வந்து நின்றுவிட்டான்.

"உள்ள வா." "இருக்கட்டும்ண்ணா." சேரைக் காட்டி அமரச் சொன்னேன். வெயில் வந்துவிட்டது. குளித்து புதிதாகத் திருநீறு வைத்திருக்கிறான். சட்டையைச் சரியாகத் தேய்க்காததால் தோள்பகுதியில் சுருக்கம் தெரிந்தது. காப்பியை நீட்டினாள். "இப்பத்தான் மதினி, வீட்டில குடிச்சிட்டு வர்றேன்." "சும்மா எடுத்துக்க விசு. எனக்குத் தலைக்கு மேல வேலை" அவள் வாய்ப்பேச்சோடு உள்ளே போய்விட்டாள். செல்லப்ப கவுண்டன் தோட்டத்தில் இன்று சர்வே செய்ய வருகிறார்கள். என் தோட்டத்தில் வரப்பு பிரச்சினை என்று வந்தால் பக்கத்தில் இருக்க வேண்டும். உண்மையில் எனக்கு வேலை இல்லையென்றாலும் இவனுக்கு ஏத்துப்போக சங்கடமாக இருக்கிறது. பேச்சுவாக்கில் சரியென்றது தடுக்குகிறது. 'நா வர்றேன்னு சும்மா சொன்னேம்பா. பழனிச்சாமி மாமாவ கூப்பிட்டுப்போக வேண்டியதுதான'ன்னு எப்படி இப்போது சொல்வது? கிளம்பி வேறு வந்துவிட்டான்! காப்பி டம்ளரை வைத்துவிட்டு எழுந்தேன். "சரி எட்ரைக்கி வா. குளிச்சிட்டு ரெடியா இருக்கேன்." "சரிண்ணா." "வச்சுடப்பா யேய்..." சொல்லச் சொல்ல டம்ளர்களை அடுக்களைக்குத் தூக்கிப் போனான்.

விஸ்வநாதர்களுக்கு இந்த மாதிரி சமயங்களில் பவ்யம் பிச்சு உதறு கிறது. அவிழ்த்துவிட்ட வேட்டியைத் தொடாமல் குனிந்து படியிறங் கினான். இன்னும் ஒரு மாதம் லோலோ வென்றலைந்து நெருக்கடி

வந்தால்தான் புத்திவரும். ஈஸ்வரி கோபித்துக் கொண்டுபோய் மூன்று மாதம்கூட இருக்காது. வீராவேசமாகப் பேசிய அன்றைய வேகத்துக்கு நேர் எதிர்துருவத்தில் வந்து நிற்கிறான். இந்த விசயத்துக்கு என்னை எப்படித் தேர்ந்தெடுத்தான்? இப்படி விசயங்களில் வரவர தலைகொடுக்கக் கூடாதென்ற முடிவு மறுபடி மறுபடி தகர்ந்து விடு கிறது. மரியாதை கொடுத்து அவளைத் திரும்பி அனுப்பினால் ஆச்சு. அனுப்பமுடியாதென்று சொல்லி விட்டால்...? சொல்லக்கூடும்தான். சகஜமான பதிலுக்குள் கௌரவம் தலைநீட்டி நிமிர்வது மற்றவர்க்கும் இருக்குமா? முகதாட்சணைக்கு அனுப்பிவிட்டால் 'என்னால்தான் முடியும்' என்ற மெப்பனையைத் தக்கவைத்துக் கொள்ள மனசு குஷியாகிறது. சச்சரவு மறுபடியும் தோன்றவே தோன்றாது என நினைக்க உத்தரவாதமே இல்லை. சச்சரவே வாழ்க்கை. வந்த பத்து நாட்களில் ஆரம்பமாகிவிடும் ஒன்றிற்காக பின் ஏன் சேர்த்து வைக்கவேண்டும்? சள்ளையாக இருக்கிறது. ஒவ்வொரு முறையும் 'அவர்கள் பேச்சைக்' கேட்கக்கூடிய ஒருவரைத் தயார் செய்து விடுகிறான். இது என் முறை. ஒரே உலுப்பாக வரவில்லை என்று சொல்லிவிடலாமா? பேச்சுக்குச் சொன்னதை இப்படிக் கெட்டியாகப் பிடித்திருக்கிறான். இன்னொரு நாளைக்குப் போவோம் என்று சொல்லியிருக்கலாம். சரியென்று தலையாட்டிவிட்டு அடுத்த வாரம் வந்து நிற்பான். இந்த முகூர்த்தநாள் கூட்டத்தில் இடிபடவும் எரிச்சலாகயிருக்கிறது.

பருத்திச் செடிக்கு உரம் வைத்துக் கொண்டிருந்த ஈஸ்வரியைத் தோட்டத்திலேயே வந்து பார்த்தாள் அவள் அக்கா பொன்னம்மா. வாரியைச் சுற்றி தங்கையோடு சேர்ந்து உரம் வைத்தாள். திண்டுக் கல்லிலிருந்து வந்திருந்தாள். வாழாவெட்டியாக வயசுப் பெண்ணை வைத்துக்கொண்டு தம்பியோடு இருக்கிறாள். உரம் வைத்த கையோடு பூசணிச்செடிக்குள் காய் தேடப் புறப்பட்ட ஈஸ்வரியை நான் ஒன்றும் சொல்லவில்லை. கொடி விறைப்பைப் பார்த்து காய்காணும் நேக்கு இவர்களுக்கு அத்துபடி. பறித்த சர்க்கரைப் பூசணியைத் தலையில் வைத்துக் கொண்டு வரப்பில் கைவீடு அக்காவோடு நடந்துபோனாள்.

பொன்னம்மா போன மறுநாள் ஈஸ்வரியை ஜலதாரியில் தள்ளி விட்டு விஸ்வன் அடித்துக்கொண்டிருந்ததை என் மனைவி ஓடிப்போய் தடுத்திருக்கிறாள். சாயந்திரம் கும்பாரன் சந்தைத் தாண்டும்போது எங்கள் தெருவிலிருந்து சத்தம் கேட்டது. முக்குத் திரும்பியபோது வீட்டுக்கு முன் புதைந்த கல்தூணில் உக்கார்ந்துகொண்டிருந்த விஸ்வநாதன் வாயில் வக்கா வாத்தா வசை குதித்துக்கொண்டிருந்தது. கண் ரெப்பைகளில் தெரிந்தது புல்லாக குடித்து வந்திருக்கிறான் என்று. போய்ப் பார்த்தபோது ஈஸ்வரியின் கன்னம் கந்திப்போய் இருந்தது.

என்னைப் பார்த்ததும் கக்கத்தில் இருந்த பையனை இறக்கிவிட்டு "பாருங்க மாமா, அப்பயிருந்து தேவிடியா தேவிடியான்னு கேக்குறாரு. வாய்க்கொசரம் அத்துவிட்டுப் போகச் சொல்றாரு. நாலு பேரு சேர்ந்து எனக்கொரு முடிவ சொல்லுங்க. தாய் பிள்ளையோட நிம்மதியா போய் சேந்திடுறேன். எத்தன நாளைக்கி இந்த இம்சை" கண்கலங்கி நின்றாள். அடித்த அடியில் தோடு தெறித்து விட்டிருந்தது. இடது காதில் ரத்தம் கசிந்திருந்தது. தோடுகளைக் கழற்றியதால் முகமே மூழிதான்.

"அடியேய்... இங்க நான் படுற கஷ்டம் ஓங்கக்காளுக்கு கொண் டாட்டம். மிக்ஸி எடுத்திருக்காளாம் மிக்ஸி. அத திண்டுக்கல்லிலிருந்து மூட்ட கட்டிக்கொண்டுவந்து இங்கதான் அவுத்துவிடணுமாக்கும். புருசன வேணாமன்னிட்டு ஒங்கண்ணங்கூட சேந்துக்கிட்டா..."

"பாரு மாமா. வாத்தக்கி வாத்த நீங்க இருக்கும் போதே... எங்கண் ணன பத்தி இழுக்கிறத. எங்கண்ணன பத்தி இழுத்த, மருவாத கெட்டுப் போகும். ஒங்கக்காள நீ வச்சிருக்க அதான்..."

உட்கார்ந்திருந்தவன்எழுந்துஓடிவந்துஉதைத்தான். "டேய்காட்டுப் பயலே... விட்றா. டேய் டேய்... நா பாத்துக்கிட்டு சும்மா இருக்க மாட் டேன். டேய் டேய்... நீயென்ன மனுசனா மிருகமா..." சுழட்டிப் பிடித்த முடியை விடுவிப்பதற்குள் கை அசந்துவிட்டது. அவள் முதுகுச் சட்டையையெல்லாம் கிழித்துக் கோரமாக்கி விட்டான்.

குழந்தையைத் தூக்கி அழுதுகொண்டே புறப்பட்டாள். என்னைச் சுற்றியிருந்தவர்கள் "மறியப்பா" என்றார்கள். எனக்கு அவள் போகட் டும் என்றே பட்டது. முன் இரவு கடந்துவிட்டது. சிலமலைக்குப் போனால் பஸ் இருக்காது. மனசு கேக்காமல் முக்கில் தாஜா செய்து என் வீட்டுக்கு இழுத்து வந்தேன். பையனுக்கு மட்டும் சாப்பாட்டைத் திணித்துவிட்டு சாப்பிடாமல் வைத்துவிட்டாள். சங்கரி வீட்டுக்குப் போய்வந்த என் மனைவி வீட்டுக்குள் என்னை இழுத்துப்போனாள். "ஒங்களுக்கு கொஞ்சமாச்சும் புத்தியிருக்கா? நாளைக்கி அவன் பாட்டுக்கு குடிச்சிட்டு வீதியில நின்னு சத்தம் போடுவான்." "போட்டா போடட்டும்" மண்டையில் அடித்துக்கொண்டு "ஒங்கள தப்பா பேசு வான்" என்றாள். எனக்கு திக்கென்றது. "ஊருக்குப் போகட்டுமன்னு நாம் பாட்டுக்கு சும்மா இருந்தேன். நீ வாய வச்சுக்கிட்டு சும்மா இருந் தயா. போ போன்னு மொதல்ல நீதான் விரட்டுன." "அப்ப யோசன வரல. கூப்பிடச் சொன்னேன்." "நா போகச் சொல்லமாட்டேன்." "நா சங்கரி அத்தைய கூட்டிட்டுவர்றேன்" விடுவிடுவென்று பட்டா சாலையைத் தாண்டிப் போனாள்.

துக்கத்தின் துடிப்பற்று குழந்தை மல்லாக்கப் படுத்து சிரித்துக்

கொண்டே கைகொட்டியது. அதாக உன்னிப் புரண்டு படுத்தது.

சிமிண்டில் தலைவைத்து 'ம்ம்ம்'மென்று தனது பாஷையை பூமிக்குள் செலுத்தியது. சுவரில் சாய்ந்திருந்த ஈஸ்வரியின் முகம் சந்திப்போய் இருந்தது. சங்கரி சின்னம்மா வரவும் நான் திண்ணைக்கு வந்துவிட்டேன்.

சிலமலை பஸ்டாண்ட் ஜேஜேவென்றிருந்தது. நிறையப் பெண்கள் பட்டுச்சேலையில் நின்றிருப்பதில் கல்யாணக் களைதான். வரும் பஸ்ஸைக் கண்டு கூட்டம் சுதாரித்தது. படிக்கட்டில் பிதுங்கிக் கொண்டிருந்த மனிதர்களை இங்கே இறக்கிவிடாமல் தூரத்தில்போய் இறக்கிவிட்டது. இரண்டு வாலிபர்கள் ஓடினார்கள். வண்டி அதற்குள் கிளம்பிவிட்டது. "அண்ணா ரெண்டு இட்டிலி சாப்புடுங்கண்ணா" மறுபடியும் விஸ்வநாதன் அழைத்தான். இந்த உபசரிப்பு அதீதமாகப் பட்டது. எனக்கு பக்கத்து ஊர் கடைகளில் சாப்பிடக் கூச்சம். குடும்ப கௌரவக் குறைச்சலாக உருவாகிவிட்ட விசயம். மேலும் என் மனைவி வடிகஞ்சியில் ஒரு கரண்டி சோற்றைக் கலக்கி அவசரத்திற்குக் கொடுத்தாள். பசி இல்லை. மாறி நிற்கலாம் என்று நகர்ந்தோம்.

ஈஸ்வரி கோபித்துப்போன மறுநாள் பசுவுக்குப் பிண்ணாக்கு வாங்கப் போன விஸ்வநாதன் ஒத்தப்புளியமரத்தைத் தாண்டாமல் ஸ்டாண்ட் போட்டுவிட்டான் போலிருக்கிறது. மேகம் திரண்டேறி வரும்போதுதான் மோட்டாரை மூடிவைக்க மறந்துவிட்டது எனக்கு ஞாபகத்திற்கு வந்தது. மழை வராது என்று எப்படி நம்பி இருக்க முடியும். ரெண்டு தூத்தல் விழுந்தால் காயில் அடியாகிப்போகும். விர்ர்ரென்று முக்குத் திரும்பிப் போனேன். மேட்டிலிருந்து சைக்கிளைக் கட்டுக்காப்பிற்கும் நடுரோட்டுக்கும் ஓலட்டிக்கொண்டு விசு இறங்குவது தெரிந்தது. எங்காவது சரிந்து விழக்கூடும் என்று வேகமாக எட்டு வைத்தேன். கேண்டில் பார் மடங்க விஸ்வநாதன் சைக்கிளுக்கு முன்னால் அந்தரமாகத் தெறித்து விழுந்தான். ஓடிப்போய் தூக்கியபோது மெட்டல் கல் நெற்றியைப் பதம் பார்த்துவிட்டது தெரிந்தது. படபடவென்று ஒழுகும் ரத்தத்துக்கிடையே பிராந்தி வாடை. புல்லாக குடித்துவிட்டு கையில் ஒரு 'ஆப்' பாட்டிலையும் கொண்டு வந்திருக்கிறான். பாட்டில் சிதறி நொறுங்கிய இடத்தில் நெஞ்சை வைத்துவிட்டான் போலிருக்கிறது. சட்டையைத் துளைத்து கண்ணாடிச் சில்லுகள் நெஞ்சில் குத்திக்கொண்டு நின்றன. ஒத்தப்புளிய மரத்தில் பாட்டிலுக்கு ஐந்து ரூபாய் அதிகம் வைத்து விற்பது போலீஸுக்குத் தெரியாதது அல்ல. மாமூல் போய்விடுகிறது. அடிவாங்கிய குழந்தை கணக்கா 'ஐயையோ ஐயையோ என்ற அவலக்குரல் சிரிப்பைத்தான்

22 கூந்தப்பனை

வரவழைத்தது. உண்மையில் எனக்கு வருத்தமில்லை. மோட்டாரை மூடிவைக்காமல் சைக்கிளை உருட்டிக் கொண்டு அழைத்து வந்தேன்.

மேகம் கலைந்துவிட்டிருந்தது. டாக்டர் கட்டுப்போட்டு அப்படிக் கடக்கவும் கட்டிலில் படுக்க வைத்துவிட்டு வந்து மாட்டுக்கு கூளம் அள்ளிப்போட்டுக் கொண்டிருந்தேன். என் வீட்டு முக்கில் நின்று, "டேய் தாயோளி... சுந்தரராஜபுரத்துல எந்த கவுண்டனுக்கும் பயப்படமாட்டேன். நா ஒரே ஒரு ஆளுக்குத்தான் மரியாதை கொடுப்பேன். எங்க நந்தகுமாரண்ணனுக்கு மட்டுந்தான் மரியாதை கொடுப்பேன். நந்தக்குமாரண்ணா தங்கம்டா. எங்க அண்ணாடா" நெஞ்சில் அறைந்து சவுண்டுவிட்டான். என் பெயரை இப்படி உச்சரிக்கவும் சிரிப்பை அடக்க முடியாமல் மாட்டு மறைவில் நின்றேன். எதுத்துப்போனால் விட மாட்டான். மறுபடி மறுபடி எனக்கு புகழ்மாலையைச் சூட்டிக்கொண்டு தெருவில் தள்ளாடி நகர்ந்தான். கொட்டத்திலிருந்து மெதுவாக எட்டிப்பார்த்தபோது என் மாமா வீட்டுத் திண்ணையில் அமர்ந்தான். "வக்காளி... இந்த சுந்தரராஜபுரத்தில எந்த கவுண்டனுக்கும் மரியாதை தரமாட்டேன். குமரேச பாவா ஒருத்தருக்குத்தான் என் மரியாதை. பாவா உத்தமருடா டேய்... வெண்ணெ..." என் மாமா பையன் பெயரைக் குளிப்பாட்டிக்கொண்டிருந்தான்.

என்ன நினைப்பானோ, அந்த மத்தியான வெயிலில்கூட போர் வையைப் பொத்திக்கொண்டு சிலமலை பஸ்டாண்ட் வரை வருவான். சட்டென திரும்பி விடுவான். ஒருவாரம் எதுத்துவரும் எவரிடமும் பேசாமல் கிர்ர்ரென்று கிளம்பிப்போவது விநோதமாக இருந்தது. எல்லா கூத்துகளையும் முடித்துக்கொண்டு நேற்று என்னைத் தோட்டத்தில் வைத்து வசியம் பண்ணிவிட்டான்.

தெய்வச்செயலாக நாங்கள் நின்ற இடத்தில் வந்த பஸ் பயணிகளை இறக்கிவிட்டது. பஸ்ஸுக்காக காத்திராதவர்கள் என்று டிரைவர் நினைத்துவிட்டாரோ என்னவோ. பேச்சுவாக்கில் ஊர் கடந்து வந்து விட்டோம். படியில் தொத்திக்கொண்டோம். பின் சீட்டில் அரசியல் வாடை வீசியது. "ஒர்ருவாசில்லற வச்சுக்காங்க. சில்லற இல்லையன்னா எறங்கிடுங்க" கண்டக்டர் முன் வாசலில் எட்டிப் பார்த்து விசிலடித்தான். பின் சீட்டில் சாய்ந்த வெண்ணிறமீசை ஆசாமி "டேய் பஸ்ஸில எவனும் டிக்கட் எடுக்காதிங்க. வடக்கயென்ன நர்ஜிம்ராவா கூர்ஜிம்ராவா! அவன காவு கொடுக்காம... முன்னூறு கோடி உர ஊழல் பண்ணியிருக்கான். அவங்கிட்ட போயி டிக்கட்டுக்கு காசு வாங்கட்டும். எவனும் எடுக்கக்கூடாது. டேய், எங்க தலைவரு ஆட்சியில இருக்கும்போது என்ன துள்ளு துள்ளுனீங்க. மீட்டிங் போடுவாங்களாம். போஸ்டர்

ஒட்டுவாங்களாம்... இப்ப போங்கடா, நொப்பானோலிகளா!" பக்கத்தில் அமர்ந்திருந்தவர்களை இடித்துக்கொண்டு அலம்பினார். முழித்தவுடன் முகத்தைத் 'தண்ணி'யில்தான் கழுவுவார் போலிருக்கிறது. "என்னா தலைவா, இங்க கோமதி எம்.எல்.ஏ நாலுகிலோ வைரத்த பம்பாயில பதுக்கி வச்சிருக்கிறதா நியூஸ் வந்திருக்கே." "பேசாம அவள குனியவச்சு சூட்டுக்கோல சொருகிவிட்டிரணும்." கல்லூரி மாணவர்கள் ஏத்தி விட்டுக்கொண்டு வேடிக்கை பார்த்தனர். "ஒரே மனிக்க அப்பிருந்து மப்பா பேசிட்டுவர்ற. பொம்பளப்பிள்ளகெ இருக்கிறது தெரியலையா? வெண்ண... பெரியமனசன்னுகூட பாக்கமாட்டேன். ஒரே எத்து எத்தி வெளிய தள்ளிவிட்டிருவேன் பாத்துக்க" கூட்டத்துக்குள் நின்றவர் முனகினார். ஒரு நிமிடம் திகதப்பிப்போன மீசை சுதாரித்து "சொகுசா போகணுமன்னா டாக்ஸியில போடா நொட்டி" என்றபடி எழுந்தார். வாலிபர்கள் "ஓம் பாட்டுக்குத் திரும்பி நில்லய்யா" என்று முறுகியவரைப் பார்த்து சொன்னதும் மீசைக்கு இழந்த கௌரவம் வந்துவிட்டது. "தம்பி நா ஒன்னு சொல்றேன். ஒரு கொசு உசுரு எவ்வளவிருக்கும்? யான உசுரு எவ்வளவு இருக்கும்?" தத்துவக் கேள்வியை, வண்டிக்குள் முறுக்கியவரை நோட்டம் விட்ட வண்ணம் வேறுதடத்தில் ஓடவிட்டார். "ஐயா கொசு உசுரு ஒருமில்லிகிராம் இருக்கும். யானைக்கு அஞ்சு கிலோ இருக்கும்." "எத்தனாவது படிக்கிற?" "பிக்காம் செக்கண்டியர்" "சபாஷ்ரா தம்பி. ஒன்ன எவனாவது பெயில் போட்டான்னா நேரா எங்கிட்ட வந்து சொல்லு. நொப்பானோலிய ஒரு கை பாத்துப் புடுவோம்." "சரிங்கய்யா." குப்பென்று சிரிப்பலை எழுந்தது. சண்டைக்கு வந்தவர் தன் மனைவியை அழைத்து வராதிருந்தால் கூட்டத்தோடு சிரித்திருப்பார். "தம்பி *V.K.* தேவி தெரியுமா?" மாணவர்கள் சற்று யோசித்து "இந்த அம்மா கேரக்டர்ல நடிக்கிறாங்களே அவங்களா" என்றனர். "அவங்கதான். இருபத்தஞ்சு வருசத்துக்கு முன்னால... நீங்கள்லாம் அப்ப பெறந்திருக்க மாட்டீங்க... தம்பி நீ எந்த ஊரு....". "சங்கராபுரம்" "சங்கராபுரமா அட்ராசக்க, பாலுச்சாமி சேர்வ தெரியுமா?" "எங்களுக்கு தூரத்து உறவுங்கய்யா." "ஹ்ம். அந்த பாலுச்சாமியும் நானும் ஒரு நா தேனி பொம்மையா லாட்ஜ்ல... இப்ப லாட்ஜ் இடிச்சு நெட்டா கமிசன் கடை வச்சிட்டாங்க. அதுல வச்சு *V.K.* தேவிய மடக்குனோம். ரெண்டு வருசம் யாரையும் அண்டவிடாம வச்சிருந்தோம். பெரிய சுள்ளி. செம சூட்டா ஒட்டுவா. ப.நீலகண்டன்னு ஒருத்தர் இருந்தாரே வைகை டேம்மில மொத மொத படமெடுக்க வந்தவர், பொம்மையா லாட்ஜிலதான் தங்கியிருந்தார். நம்மாள எப்படியோ ஜாடையா பாத்திட்டாரு. அப்புறம் என்ன. ஓகோன்னு பதினஞ்சு வருசம் சினிமா ஒலகத்தில கொடிகட்டி பறந்திட்டா. இதெல்லாம் ஒலகத்துக்குத் தெரியுமா?" மீசையைத் தடவி

விட்டுக் கொண்டே கெக்கலித்துச் சிரித்தார்.

"மரப்பேட்ட ஸ்டாப் எறக்கமிருக்கா" என்றதும் மீசை "நிப்பாட்டப்போய்" என கணீரென்று குரல் கொடுத்தார். அவர் இறங்கும் தோரணையை வாலிபர்கள் ஆவலாகப் பார்த்தார்கள். போடி பஸ்டாண்டிற்குள் நுழையவும் சுற்றும் வண்டிக்குப் பின்னால் திமுதிமுவென்று ஓடிவந்தது கூட்டம். "எறங்குறதுக்குப் பாதைய விடுங்க" கண்டக்டர் கத்துவதை ஏறும் பயணிகள் கேட்பதாக இல்லை. இடித்துக்கொண்டு வெளியே வருவதற்குள் பெரும்பாடாகிவிட்டது. "அண்ணா தேனி போயி திண்டுக்கல் போவோமா. இங்கிருந்தே போயிடுவோமா" "தேனிக்கா? இங்கயே எள்ளு போட முடியல. அங்க போயி ஏறவா. இங்கிருந்தே போயிருவோம். அங்க போயி முண்டி ஏற முடியாது." "அண்ணா ஆளுக்கு ரெண்டு இட்டிலி சாப்பிட்டு வர சரியா இருக்கும்." காலையிலிருந்து என்னவோ உபசரிப்பதிலேயே இருக்கிறான். அவள் சாப்பிட்டிருக்க முடியாது. பங்கஜபவனுக்குள் நுழைந்ததும் இதமான காற்று கோதியது.

விஸ்வநாதனின் அக்காவோ மூத்த அண்ணனோ இவனைப்பற்றி பொருட்படுத்திப் பார்ப்பதே இல்லை. யாரோ எவரோபோல் விலகிப் போகிறார்கள். பேசித்தீர்க்க ஆர்வம் காட்டாது அவர்கள் மூலைக்கொன்றாய் திரிவதைப் பார்க்க விநோதமாக இருக்கிறது. ஈஸ்வரி கோபித்துப்போன புதிதில் அவன் அம்மா "அவள அப்படியே விட்டுடுடா" என்றவள் பத்து நாள் கடந்ததும் "இப்படியே இருந்தா எப்படிப்பா?" என்று மட்டும் கேட்கிறாள். விஸ்வநாதனின் அண்ணன் தாமோதரனிடம் "நீயெல்லாம் கோளாறு சொல்லக்கூடாதாடா" என்று களத்தில் வைத்துக் கேட்டேன். "எலேய் நீயொன்னு... எதுக்கெடுத்தாலும் அவ பொசுக்குன்னு கோவிச்சிட்டுப்போறா. இவனென்னடான்னா பொண்டாட்டி போன மூணாவது நாளே வாலு பிடிக்க கிளம்பிடுறான். இது உருப்படுமா? இவன் மூஞ்சிக்கே ரெண்டு நா தனியாப் படுக்க முடியாது. பின்னென்ன நொட்டிக்கி வாயாத்தம் பண்ணணும். ஒரு வாட்டியாவது பட்டழிந்து அவளா திரும்பி வரணும்டா. விட்டுபிடிக்க தெரிஞ்சாதான் ஒறைக்கும். நாளைக்கி வந்ததும் மறுநா ஓடிப்போயிருவா. இதுக்கெதுக்கு நாம?" என்றான். குடும்பச்சண்டையை யாரும் பெரிதாக எடுத்துக்கொள்ள வில்லை என்பது தெரிந்தது.

சாப்பிட்டுவிட்டு வெளியில் வந்து நின்ற சிறிது நேரத்தில் திண்டுக் கல் வண்டி வந்தது. கூட்டம் பஸ் படிக்கட்டுகளுக்கு ஓடியது. ஜன்னல் வழியாக பைகளையும் கர்சீப்களையும் போட்டு முன்பதிவு செய்தனர். விஸ்வதாதன் வலப்பக்கம் ஓடிப்போய் இருக்கைமேல் துண்டைப்

போட்டுவிட்டு படிக்கு வந்தான். முண்டியடித்து துண்டைக் கண்டு அமர்ந்துகொண்டே இடப்பக்கம் பார்த்தேன் காலடியில் வாந்தியெடுத்த பருக்கைக் குவியலில் ஈக்கள் மொய்த்துக்கொண்டிருந்தன. நல்ல வேளை துண்டை இந்தப் பக்கம் போட்டது. கருப்பு பைக்காரன் பாடு பாவம்தான். எகிறும் கூட்டத்தில் இருக்கைகள் நிரம்பி ஆட்கள் நெருக்கியடித்து நின்றதில் வாந்திக் குவியல் மறைந்தது. முன் சீட்டில் இடம் காத்து நின்ற பையை பின் இருக்கையில் எடுத்து வைத்துவிட்டு ஒரு பெண் துணிச்சலாகப் போய் அமர்ந்தாள். பிறகு வந்த பெண் பையைக் காணாது பின் சீட்டில் அதைக் கண்டு, அமர்ந்தவளை ஏசினாள். பஸ்ஸிற்குள் இருவரின் வாய்வீச்சும் பலமாக எழுந்தது. கம்பியைப் பிடித்து நின்றிருந்த கோடுபோட்ட சட்டைக்காரர் “பேச்ச விடுங்கமா” என்ற பின்தான் வசையின்ஆக்ரோசம் கூடும் தருணத்தை அடைந்தது.

வண்டி நகர்ந்தபோதுதான் ஈஸ்வரி குடும்பத்தாரிடம் என்ன பேசுவது என்று தோன்றியது. நினைப்பின் முன் வெற்றிடம். என்னை நம்பி அனுப்பி வைத்து மறுபடி கோக்குமாக்கு செய்துவிட்டால்? வீதியில் நின்று பெருசுகள் ‘இவனையெல்லாம் நம்பி அனுப்பி வைக்கிறதா?’ என்பார்கள். ஒருவேளை எல்லாவற்றையும் மறந்து அவர்கள் அமைதியாக குடும்பம் நடத்தினால் தெருவில் சற்று நிமிர்ந்து நடக்கலாம். என் மனைவி ‘எம் புருஷன் ஏறெடுத்துப்போனா யாரும் தடுக்கமாட்டாங்க’ என்று கூட்டாளிகளிடம் பீத்திக் கொள்ளலாம். எனக்கு வண்டியில் அமர்ந்தபின்தான் பெரிய சிக்கலில் மாட்டிக்கொண்டது போலிருக்கிறது. “இந்தா பார்றா. பஸ்ட் அண்ட் லாஸ்ட்டா வச்சுக்க. இனிமே எதாவது தகராறுன்னு வந்திச்சு, என்ன பார்க்க வந்திடாத. சொல்லிட்டேன்.”

“எதாவதன்னா நேரா ஒங்ககிட்ட வந்து சொல்றேன்.”

“எலேய் இது யாருகிட்டயும் சொல்ற விசயமில்லடா. நீயா எடங்கால் பாத்து நெளிவுகழிவா போற விசயம். அவங்க அக்காகிட்ட ஆயிரம் விசயம் இருக்கும். பொம்பளைக எதாவது பேசிட்டுப் போறாக. நீ எதுக்குடா அங்க போயி மூக்க நுழைக்கிற. ஆயிரந் தடவ தேவிடியான்னு கேக்கிற ஒங்கம்மா, அக்காள சொன்னா ஒனக்கு சுர்ர்ரன்னு வருதில்ல...” “அண்ணா நீங்க ரெண்டு மாசம் பாத்தீங்கள்ல. நா என்னைக்காவது குடிச்சிட்டு வந்தேனா. இவ அக்கா வந்து போறன்னக்கி பூராம் சண்ட வந்திடுது. அவ வராம இருந்தா சண்டையே வராதுண்ணா.”

“அவங்க தங்கச்சிய பாக்க அவங்கள வரவேணாமன்னு சொல்ல நாம யாரு? இதெல்லாம் சகஜம். ஒன்ன ஒங்க சொந்தபந்தத்துக்குள்ள

அங்க போகாத இங்கப்போகாதன்னு சொன்னா நீ கேப்பியா?"

"இல்லண்ணா... சீர்வரிசைன்னு இதுவரைக்கும் எதாவது கொடுத்தாங்களான்னு கேளுங்க. கல்யாணத்தில அஞ்சு நையாபைசா தல்ல. பின்னாடி செய்றோமன்னாங்க. வருசம் ரெண்டாச்சு. பையன் பெறந்ததுக்கு இவ அக்கா கையகல சட்டைய கொண்டுவந்து போட்டுட்டுப் போச்சு, இவ அண்ணன் நூறு ஒவாய நீட்டுனவன்தான், இந்த பக்கமே தல காட்டல. வைகாசி மாசத்தில ஒரு வாரம் வேலையில்ல. ஒரு ஐநூறு ரூவா வாங்கிட்டு வான்னு அனுப்புனேன். போனவ நாளு நா இருந்துட்டு கையவீசிட்டு வர்றா. எனக்கு ஐநூறு கொடுக்க முடியாதங்கிறவன் வீட்டில் மிக்ஸி வாங்கி வைக்க மட்டும் பணம் எங்கிருந்து வந்துச்சு? அத அவனுக்குத்தான் வாங்குறானான்னா இல்ல இவ அக்கா அங்கபோயி ஒக்காந்துகிட்டு தம்பிகிட்ட பாவலா பண்ணி ஒன்னொன்னா சொரண்டுறா. அண்ணே, இவ அக்கா இருக்காளே அது ஒரு கூதற. உசிலம்பட்டி மெயின்ல கடை வச்சதில நல்ல ஓட்டம். பக்கத்துத் தெருவில மீனான்னு ஒருத்தி வீட்டுக்கு வரவும் போகவுமா இருந்தா. விதவ அவ. விசேச நாளெல்லாம் நல்ல கறிசோற பக்குவம் பண்ணி கொடுத்திருக்கா. இவ அக்கா திங்கிற சொகத்தில இருந்திருக்கா. இவ புருஷனோடே எப்படியோ ஜாய்ண்டாயிடுச்சு. ஆறு மாசத்தில வீட்டிலயே வந்து தங்கிட்டாளாம். சரி ஒரு பொண்டாட்டியங்கிறவ அரசல்புரசலா கேள்விப்பட்ட ஒடனே புருஷன கண்டிசன் பண்ணி தட்டி வச்சாதானே! எதயும் கண்டுக்கல. ருசிருசியா சமைச்சு கொண்டுவந்தத தின்ன நாக்கு. பிரச்சனையில்லாம மூணு பேரும் சேந்திருப்போமன்னு இவ அக்காதான் சொல்லி இருக்கா. வென எங்க முளைக்கிதன்னு பாருங்கண்ணே. அவ சமச்சுப்போட நாம பாட்டுக்குத் தின்னுக்கிட்டே சொகுசா இருக்கலாம்ன்னு நெனச்சா. எண்ணி மூணு மாசமாகல்லண்ணே. ஒண்ட வந்த பிடாரி ஊர்பிடாரிய வெரட்டுன கதைதான். ஒன்னும் பண்ணமுடியல. புருஷன பறிகொடுத்திட்டு தம்பிகிட்ட வந்திட்டா. தம்பி சம்பாதிக்கிறத இங்க ஒக்காந்தே திங்கிறா. தம் பிள்ளைய ரெண்டு வருசம் வச்சிருந்து கட்டிக்கொடுக்கலாமன்னு பாக்குறா. இப்படி புருசன பொண்டாட்டியே வேத்தாளோட சேத்து வச்சிட்டு திருதிருன்னு முழிக்கிறத வேறெங்கயும் பாக்க முடியுமா?"

"டேய் அவங்க மிக்ஸி எடுக்குறாங்க. டி.வி. எடுக்குறாங்க ஒனக்கென்னாடா. நீ சம்பாரிச்சு எடு. யாரு வேணாமங்கிறா. சரி நா ஒன்னு கேக்கிறேன். ஒங்க அண்ணங்கிட்ட அக்காகிட்ட மிக்ஸி கேளு பாப்போம்."

"என்னாங்கண்ணே இப்பிடி பேசுறீங்க. சம்பந்தகார்கிட்ட

கேக்கிறத போயி...”

“தோசைய பெறட்டிப்போட்டா எல்லா ஒன்னுதான்டா. கொஞ்ச நாளைக்கி சிஸ்டத்த மாத்தியமச்சாதான் அந்த கஷ்டம் எல்லாருக்கும் தெரியும். சண்டை போடுறதும் சமாதானமா போறதும் நம்ம கையிலதான்டா இருக்கு. எனக்கு என்னா தோணுதன்னா அவங்க அக்கா அங்க தம்பி சம்பாத்தியத்தில திங்கக்கூடாது. இல்லன்னா அவன் சம்பாதிக்கிறதில பாதிய ஒங்கிட்ட தந்திடணும் அதான! என்னடா சிரிக்கிற...”

“அண்ணேய் ஒரு வாத்த கேளுங்கண்ணே. பகலெல்லாம் காளவாசல்ல வேல செஞ்சிட்டு வர்றேன்னல்லண்ணே. கொஞ்சம் வெண்ணி வச்சுக் குடுன்னா குதுகுதுன்னு வருதுன்னு திண்ணையில படுத்துக்கிடுவா. சரி அத விடுங்க. சாப்பிடுற நேரத்துக்கு வந்தா டி.வி பாக்க பக்கத்து வீட்டுக்குப் போயிடுறா. சத்தங்கொடுத்தா வருவாங்கிறீங்களா? இந்தா அந்தான்னு சீனு முடிஞ்ச பின்னாடிதான் எந்திருக்கிறா. சொல்லுங்கண்ணே பின்ன கோவம் வராதா. ஆனாண்ணே, சினிமாவுக்கு போவோமன்னுட்டா போதும். எங்கில்லாத சந்தோசமெல்லாம் வந்திடுது. திங்க ஆலாப் பறக்குறா. ஓடம்பெல்லாம் அலுப்பா இருக்கேன்னு கொஞ்சம் போல குடிச்சிட்டு வந்தா தாட்டுபூட்டன்னு சண்ட.”

“டேய் இதெயெல்லாம் ஒரு கொறையா பாத்தா எப்படி? ஒன்னு சொல்றேன் கேட்டுக்க. குடிச்சா தெருவுல நின்னு அலும்புனாத்தான் ஒனக்கு அலுப்பு தீருமோ! நானும் குடிக்கிறேன். குடிச்சா நோத்தா நொம்மான்னு வந்திடுமா. குடி, வேணாங்கல. ஒரு பாட்டில வாங்கி வந்து வீட்டுல வச்சு குடி. அப்படியே கொஞ்சமாஓம் பொண்டாட்டிக்கும் கொடு. அவ ராப்பகலா உழைக்கிறால்ல. உண்மைய சொல்றேன். மாசத்துக்கு ஒரு வாட்டி நீ குடிக்கிறயன்னா, ஓம் பொண்டாட்டிக்கும் தாராளமா கொடு. அப்புறம் பாரு சந்தோசத்த. எலேய், அவங்களுக்கும் அதுல என்னதா இருக்கன்னு துளாவும்டா. தூக்கிற போதைய அவளும் உணர்ந்திட்டா இவ்வளவுதானாக்கும்பா. பின்ன நீ குடிச்சிட்டு வந்தா என்ன சொல்லுவா தெரியுமா? அளவா வச்சுக்காங்கம்பா. பாசங்கிறது மனசுக்குள்ளகாச்சு தொங்குறதுன்னு நினைக்கிறதெல்லாம் பொய்யிடா. சில சமயம் பொய்யாக்கூட கொஞ்சணும். நம்ம நடந்துக்கிறதிலதான் பாசம் தங்குது. அத மெயின்டன் பண்ணத் தெரியணும். அதுதான் வாழ்க்கை ஒளிச்சு வச்சிருக்கிற ரகசியம். நீ சாப்பிட வர்ற நேரம் டி.வி. பாத்துக்கிட்டிருக்காங்கிறயில்ல. வரவிட்டு சாந்தமா என்ன ஈஸ்வரி எவ்வளவு நேரமா காத்துக்கிட்டிருக்கேன்னு சொல்லு பாப்போம். நாளமேலு ஓங் கொரல கேட்டதும் குடுகுடுன்னு ஓடி வருவா.”

“சும்மா இருங்கண்ணே. நா இந்தப் பிடி பிடிக்கிறப்பயே மதிக்க மாட்டெங்கிறா. இடங் கொடுத்தா தலையில மொளகாய அரைச்சிடுவா.”

பொம்மைய கவுண்டன்பட்டி நெருங்கும் போதெல்லாம் எழிலரசன் ஞாபகம் வந்துவிடுகிறது. பி.யூ.சியில் ஒன்றாகச் சேர்ந்தவன். மறு ஆண்டு பி.யூ.சியை நீக்கிவிட்டு +2வுக்கு கொண்டு வந்துவிட்டார்கள். ரோட்டோரத்தில் இரும்புக்கடை வைத்திருக்கிறான். எடுத்தேறிவந்து பேசிவிட்டுப் போவது துப்புரவாக நின்றுவிட்டது. பி.ஏ.படித்து முடித்துவிட்டு விவசாய வேலையில் இறங்கிய பின் தேனி கமிசன் கடைக்கு வந்தால் பார்த்துவிட்டுச் செல்வேன். அவனும் அத்தி பூத்தாற்போல் ஊருக்கு வந்து பேசிவிட்டுப் போவான். இருவரின் திருமணத்திற்குப் பின் பழக்கம் தின்றுவிட்டது. கடையைக் கடக்கும் போதெல்லாம் கையாட்டக் கரம் நீளும், அவன் ஏதோ கவனத்தில் இருப்பான். தொடர்பு அறாமல் இன்னும் நெருக்கமாக இருக்க வேண்டும் என்று தோன்றிய துடிப்பு சிறுகச்சிறுக நின்றுவிட்டது. திருமணத்திற்குப் பின் ஜாதிக்குள் குறுகிய அளவில் அறியாத கிளைகள் முன் படர்கின்றன. ரத்தபந்தமற்று கல்லூரியில் கோர்த்திருந்த கரங்கள் இன்று இல்லை. எல்லாவேலைகளையும் மூட்டை கட்டி வைத்துவிட்டு எல்லோரையும் போய்ப் பார்க்கவேண்டும் என்று எப்போதாவது தோன்றுவது உண்டுதான். அந்த நினைப்பு நிறைவேறாமல் நீளுகிறது.

கடையைக் கவனமாகப் பார்த்துக்கொண்டே வந்தேன். கடைமுன் யாரோ முதுகைக் காட்டிக்கொண்டு கடைக்கு வெளியில் நிற்பது தெரிந்தது. வண்டி கடந்துவிட்டது.

வேகமில்லாமல் வண்டி போகும்போது எண்ணங்களுக்கும் வேகமற்ற தன்மை படிந்துவிடுகிறது. அதுமட்டுமல்ல; விறுவிறுப்பான பாடலின் பின்னின்றெழும் மியூசிக் திடுதிடுவென்று அதிர்ந்து பஸ்ஸூக்குள் ஒலிக்கும்போது டிரைவர் அவரை அறியாமலே அழுத்துவதை எத்தனையோ முறை கவனித்திருக்கிறேன். சட்டென சோகப்பாடல் ஒலித்தால் பஸ்ஸின் வேகம் குறைந்துவிடுகிறது. கம்பி பிடித்து நின்றிருந்த மீசையற்ற மொலுக்கர் “என்னா இப்படி உருட்டுறான்” என்றார். அவர் முகம் பார்த்து நின்ற கோடுபோட்ட சட்டைக்காரர் ‘“பனிக்கட்டிக்குப் பெறந்த பயலா இருப்பான் போலிருக்கு” என்றதும் இருக்கையில் இருந்தவர்களின் முகங்கள் மலர்ந்தன. பின்னால் ட்ராக்டர்காரன் தொர்ர்ர்ரியிட்டு தன் முழு வேகத்தையும் காட்டிக்கொண்டு வந்தான். அப்பாஜி முடி வெட்டு வெட்டியிருந்த வாலிபன் “ட்ரைவர்ண்ணே, பின்னாடி ட்ராக்டர் சைடு கேட்குது. மறிக்காம கொஞ்சம் ஓரமா ஒதுக்கிவிடுங்க. அவனாவது

போகட்டும்” என்று சொன்னதும் வண்டியே சிரிப்பில் ஆழ்ந்தது. திரும்ப கண்டக்டர் டிக்கெட் கேட்டு வரவும் அப்பாஜி வெட்டுக்காரன் “பாக்கி” என்றான். “எவ்வளவு?” “கால்ரூவா.” கால்ரூவாய மெனக்கட்டு கேக்கிறயாக்கும் என்பதுபோல் பார்த்து “சில்ற இல்ல” என்று பையை குலுக்கிச் சொன்னான். “இந்த வண்டியில ஏறினதுக்கு டிக்கட்டும் கொடுத்து போனஸா ஒன்னாருவா தரணும் சார். நம்ம கிட்ட பத்து பைசா கம்மியன்னா விய்யன்னு அடிச்சு எறக்குறானுல்ல. பின்ன எதுக்கு விடனும். கண்டக்டர் அவன் கையில் காசை வைத்துவிட்டு முறைத்தவாக்கில் போனான்.

சிறு டிக்கட் விசயத்தில் நினைவில் விரியும் விதவிதமான மனிதர்கள் எத்தனை? போடியிலிருந்து பஸ்ட் சோ பார்த்துவிட்டு வண்டியில் படியில் தொத்தினோம். சிலமலைவரைக்கும் ரூட் பஸ்ஸில் 1.30 தான் டிக்கெட். போடியிலிருந்து ரெங்கநாதபுரம் நடந்துவிடும் தூரம்தான். என்றாலும் இரவு என்பதால் பஸ் ஏறியிருக்கணும் அந்த அம்மா, நாங்கள் டிக்கெட் எடுக்கவில்லை. ரெங்கநாதபுரத்தில் தன் பெண்ணோடு இறங்கியதும் படிவிட்டு இறங்கி நின்ற ராமு “டிக்கெட் எங்கம்மா” என்றான் உதவி கண்டக்டர் தோரணையில். அந்தப் பெண் தன் நாணயத்தைக் காட்ட டிக்கெட்டை கொடுத்துவிட்டு நகர்ந்தார். மேல சொக்கநாதபுரம் விலக்கு வரவும் “படியில டிக்கெட் எடுங்க” என்று கம்பியில் சாய்ந்து கேட்ட கண்டக்டருக்கு பணம் கொடுக்க ஜேப்பில் கைவிட்டேன். “நந்தகுமாரு, டிக்கெட் எடுக்க வேணாம். ரெண்டு எடுத்திட்டேன்” என்றான் ராமு.

செக்கர் வந்தால் முந்தின ஸ்டாப்பில் ஏறியதாகவோ இறங்க வேண்டிய ஸ்டாப்பைத் தாண்டி நீட்டாக அடுத்த ஸ்டாப்பில் இறங்கி காலரை தூக்கிவிட்டு நடப்பதையோ பார்க்கும்போது தில்லு தனம் வித்தியாசமாக இருக்கும்தான். விழுந்துவிழுந்து சிரிக்கும்படியாக ஆகியிருக்கிறது. சந்தை நாளாக இல்லையென்பதால் பஸ்ஸில் பரவலாக நிற்கும் அளவு கூட்டம்தான் அன்று. போடி பஸ்டாண்டில் இறங்கியதும் செக்கர் படியை ஒட்டி நின்று டிக்கெட் கேட்டார். நான் கொடுத்துவிட்டு வேட்டியை மடித்துக்கட்டிக்கொண்டிருந்தேன். பின்னால் வந்த சி.பி.ஏ கல்லூரி மாணவன் டிக்கட்டை எடுப்பதுபோல் பாவலா காட்டி திடுதிடுவென்று ஓட ஆரம்பித்தான். செக்கர் பின்னாலே விரட்டிப் பிடிக்க கத்திக்கொண்டே ஓட்டினார். கூட்டமே கல்லூரி மாணவனைத் துரத்தும் பக்கம் திரும்பியது. நுழைவாயிலில் நின்றிருந்த டைம்கீப்பர் மடக்கிப் பிடித்துவிட்டார். காலரை சுருட்டிப்பிடித்து செக்கரிடம் நிப்பாட்டியதும் ஜேப்பிலிருந்து சரியான டிக்கெட்டை எடுத்துக் கொடுத்ததைப் பார்க்கணும். செக்கர் விக்கித்துப் போய்விட்டார்

“எதுக்கப்பா ஓடுன?” “ஏன் ஓடக்கூடாதா?” இந்த அதிர்ச்சிச் சிரிப்பை கொடுக்கத்தான் அவன் நினைத்தானா? புத்தகத்தை ஆள்காட்டி விரல் நுனியில் சுழலவிட்டு நடக்கும் அவனையேதான் கூட்டம் பார்த்தது. ஏதாவது செய்யவேண்டும் என்ற துறுதுறுப்பு வாலிபத்தில் ததும்புமோ? இன்னதென்று வகைப்படுத்த முடியாமல் ஸ்பான்டேனியஸ்ஸாக கொப்புளிக்கும் ஊற்று ஏன் நரைதோன்றும் காலங்களில் வறள ஆரம்பிக்கிறது? பலமறியாது அலைவுற்ற வாழ்க்கைதான் நினைவுக்கிடங்கில் மடிந்து உந்துசக்தியைச் சதா கொடுத்துக்கொண்டே இருக்கிறதோ! வாழ்வின் காயகல்பம் இளமையின் துறுதுறுப்பு. லட்சுமிபுரம் வந்ததும் ரோட்டில் மறிக்கும் கைகளுக்கு வண்டி நின்றது. “ரூட் பஸ்ஸா? டவுண் பஸ்ஸா? இங்க மூச்சுவிட முடியல்ல. புளிமூட்ட கணக்கா திணிக்கிற. ஏய் விடப்பா புண்ணியத்துக்கு” எச்சரிக்கைகள் கிளம்பின. “நீட்டுறது யாரு? நீங்க சேலைய சுத்திக்கிட்டு வந்து நீட்டுனா நிப்பாட்டுவாரு” ஒல்லியான உருவத்திற்கு கோடுபோட்ட சட்டை உயரமானவராகக் காட்டியது.

ஒங்களமாதிரி எத்தன பேர தினம் தினம் பாத்திருக்கேன் என்பது போல் லாகவமாக கியரைத் தட்டிவிட்டு டிரைவர் கிளப்பினார். முன் சீட்டுப் பெண்ணின் குரல் தணிந்ததுபோல் இருந்தது சரசரவென்று மேலேறியது.

“ஏண்டி, எடம் போட்டிருக்கிறது ஒன் நொள்ளகண்ணுக்குத் தெரியல. என்னா தெனாவெட்டா வச்ச பைய தூக்கி வீசுவ. கைய அப்படியே முறிச்சா என்ன” முன் சீட்டைப் பார்த்து வைதாள் ஊதா நிற சேலைக்காரி. “ஏண்டி கொண்டி ஒங்கப்பன் வீட்டு வண்டியாடி. அப்பிருந்து தாளிக்கிற பொசகட்ட நாயி” பின்சீட்டை திரும்பித் தாக்கியது.

“ஏண்டி பலவட்ர! நானா பொசகட்ட நாயி. துண்டு போட்ட எடத்தில திமிரா ஒக்காந்துக்கிட்டு குண்டிய தேக்கிறயே நீதாண்டி பொசகெட்ட நாயி.”

வரிசையாக எல்லா ஜாதிப்பெயர்களும் கிளம்பின. ‘அவன விடணும் இவன விடணும் சமாச்சாரங்கள். இருவரும் மாறிமாறி தீட்டுக்களைக் குடிக்கச் சொல்லி சண்டையிட்டார்கள். “ஏம்மா ஒரு மணி நேரமாகப் போகுது. இன்னுமா ஓங்க வாயி ஓயல. வண்டிய நிப்பாட்டுங்கய்யா எறங்கி ரெண்டும் பிரச்சனைய முடிச்சுக்கிட்டு சாவகாசமா வரட்டும்” என்றார் ஒல்லியான கோடுபோட்ட சட்டைக் காரர். “சார் நா அப்பயே சொன்னேன். குடுமிய பிடிச்சு சண்ட கட்டிக் கிடட்டும். ஆளுக்கு ரெண்டடி அடிச்சுக்கிட்டா கோவம் தணிஞ்சு

போகுமன்னேன். கேக்காம வெலக்கி விட்டீங்க. பொருமல நீட்டி விட்டிட்டீங்க" மடக்கினார் அவருடைய தோஸ்த்து.

"அடுத்த ஸ்டாப்பு வந்தா எறங்கப்போறாங்க. இதுக்குப் போயி இப்பிடியா வளவளன்னு சண்ட கட்டுவாங்க. இந்த மனுச வெக்கையில ஜன்னல் வழியா குதுச்சுடலாமன்னு இருக்கு. இதுக பாட்டுக்கு விளாசுதுகளே."

"பஸ் சீட்டுக்கே இப்படியன்னா சட்டசப நாற்காலிக்கு எப்படி யிருக்குமன்னு நெனச்சுப்பாரு. தான் தோத்திட்டத பஸ் கூட்டமெல் லாம் பாத்திருச்சேன்னு ஆதங்கத்தில இந்தம்மா கத்துது. அது கௌர வத்த விடக்கூடாதன்னு கத்துது."

உரையாடல் மெலிதாகக் காதில் விழுந்தது. இனிப்பு வாசம் வர ஜன்னல் வழி பார்த்தேன். எந்த இடத்திலும் இப்படிக் கரும்புத் தோட் டத்தைப் பார்க்கும் போதெல்லாம் மனம் அதிசயத்தில் கணநேரம் மலர்ந்து விடுகிறது. பெரியகுளத்திற்கு நான் அப்படியொன்றும் அடிக் கடி வரும்படியாக வாய்ப்புகள் இருந்ததில்லை. அய்யம்பாளையத் தில் என் தம்பி கொழுந்தியா திருமணத்திற்கு முன்னிரவே கிளம்பும் படி ஆகிவிட்டது. பெரியகுளம் நெருங்கும்போது இரவு ஒன்பது மணி. லட்சுமிபுரம் கடக்கும்போது லேசாக கண் அசத்தலிருந்து விழித்து ஜன்னல் பக்கம் பார்த்தேன். கடல் ததும்பி வெண்ணிறமாய் நுரைத்துக் கிடக்கிறது. பெரியகுளத்தில் எப்படி திடீரென்று கடல் பிறந்தது என்ற சிலிர்ப்பு மனமெங்கும் வியாபித்தது. கண்களை அகல விரித்துப் பார்த்தேன், வெளிப்பரப்பெங்கும் அசையும் வெண்மை போர்த்தியிருந்தது. நடுக்கடலில் தென்னை மரம் எப்படி நிற்க முடியும்? தர்க்கம் ஊடசைய உற்றுப்பார்த்தேன். அசையும் கரும்பின் வெண்குஞ்சங்கள். நொடிப்பொழுது கடலாக நின்ற பரப்பு கரும்புத் தோட்டமாகிறது. 'பார்வைச் செவிப்பறையில் பருவம் முரசறையும்.' மின்னலாய் விழுந்ததே வரி! அதுமாதிரி உள்ளக்குளுமை. இந்த பள்ளம்மேடான விரிந்த கரும்பு வயல் குஞ்சங்கள் காற்றசைவில் கடலலையாய் புரண்ட கணம் கரும்புத்தோட்டம் காணுந்தோறும் மனசை இளக்கிவிடுகிறது.

ரோட்டில் சோளக்கருதுகள் மெத்தை மெத்தையாக பரப்பி யிருந்தன. பின்னெழும் காற்று ஜன்னலுக்குள் சொங்கை கொட்டியது. வண்டி வருவதைப் பார்த்ததும் களவாயில் புரட்டிக் கொண்டிருந்தவர் ஓரத்தில் ஒதுங்கி நின்றார். தோலில் நவநவக்க வைக்கும் சொங்கைக் கிளப்பி விடும் விவசாயிகளைப் பயணிகள் திட்டத் தொடங்கினர். ஒரு வழியாக பெரியகுளம் வரவும் சண்டையிட்ட பெண்மணிகளில்

முன்னால் அமர்ந்திருந்த ஊதாநிறச் சேலைக்காரி வைதுகொண்டே இறங்கினாள்.

"அடுத்து வத்தலகுண்டுதான் நிக்கும். தேவதானப்பட்டி, கொடை ரோடு ஏறாதிங்க. ஏறிக்கிட்டு கழுத்தறுக்காதிங்க. சொல்லிட் டேன். பொறும்மா மொதல்ல ஆளு எறங்கட்டும்... ஏப்பா சொல்றது கேக் கலையா... மொதல்ல நீ படியவிட்டு எறங்கு..." பின்னால் தலைநீட்டி கண்டக்டர் சத்தம் கொடுத்தார். காம்பண்ட் சுவர்களில் சினிமா போஸ் டர்களின் அணிவகுப்பு. அநியாயத்தைத் தட்டிக்கேட்கும் போலீஸ் அதிகாரியில் ஆக்ரோசமாக நிற்கிறார் சத்தியராஜ். அருகில் சூடுபரப்பும் படுக்கையறைக் காட்சி. மார்புக்கு கருப்பு மை தடவிய அடுத்த போஸ்டர். பாடி போடாதிருந்தால் கருப்புமை தடவாமல் இருந்திருப் பான் போஸ்டர் ஒட்டுபவன்.

முக்குத் திரும்பவும் திடிதிடியென்று எஞ்சின் இயங்கத் தொடங் கியது. "பாக்குறதுக்குத்தாண்ணே அப்புராணி. ஊமக்குசும்பு எவ்வளவு பண்ணுவா தெரியுமா? என்னத்தான் எல்லோரும் குத்தம் சொல்றாங்க. எத்தன விசயத்த வெளிய சொல்லாம அடக்கிக்கிட்டிருக்கேன். இப்படித் தாண்ணே தீவாளி சமயம் சந்தைக்குப் போயிட்டு வந்தோம். கூட்ட மன்னா அத்தளவில்லாம படிய அடைக்கிது. முன்னாடி வந்து ஏறுன்னு சொன்னேன். செவுடுகணக்கா பின்னாடியே ஏறுறா. நா பைய தூக்கிக்கிட்டு பின்னாடி வந்து ஏறுனேன். வேணுமன்னே பின்னால நின்னவன் ஒட்டுறான். பின்னாடி தள்ளிவா வெலாசனமா இருக்கன்னு கூப்பிட்டேண்ணே. என்ன பண்ணுனா தெரியுமா வேணுமன்னே அவன இவ ஒரசிக்கிட்டு நிக்கிறாண்ணே. எனக்கு எப்பிடியிருக்கும்? இப்பிடித்தாண்ணே ஒவ்வொரு வாட்டியும் கடுப்பேத்துறா."

"கடுப்பேத்துறது தெரியுதில்ல. நீ கண்டுக்காம இருக்க வேண்டிய தானடா. எதுக்கெடுத்தாலும் நொய்யி நொய்யின்னுக்கிட்டிருந்தா ஓம் மேல எரிச்சல்தான்டா வரும்."

"சரிண்ணே இத விடுங்க. நடுவீதியில சரவணங் கூட அப்படி யென்ன பேச்சு. மடியில கடை சாமான வாங்கி வச்சுக்கிட்டு அரை மணிக்க பேசுறா. எம் மனசவிட்டு ஒங்ககிட்டதான் மொதமொத சொல் றேண்ணே. காளவாசலுக்கு தீ மூட்டிட்டு வர்றேன். அடுக்களையில் உக்காந்து அவங்கூட சிரிச்சு சிரிச்சு பேசிக்கிட்டிருக்கா. நடுவீட்டு வரைக்கும் அவனுக்கு என்ன ஜோலி?"

"விஸ்வா, சந்தேகப்பட்டாலே குடும்பம் உருப்படாதுடா. சரவணங் கூட ஈஸ்வரி நின்னு பேசுறாள்ல. நீ சாதாரணமா அந்த பேச்சூட கலந்துக்க. இல்லையன்னா கண்டுக்காம இருந்து பாரு.

ஒம்மேல மதிப்புத்தாண்டா கூடும். எப்படா இவ சிக்குவான்னு நீ கண்ணி வச்சுக்கிட்டிருக்கிறத ஈஸ்வரி கண்டுக்கிட்டா பின்ன அவ்வளவு தான். கங்காணிக்கிறத தெருஞ்சுக்கிட்டா வீம்புக்கு செய்யணுமன்னு தோணும். நீ நடக்கிற முறையிலதாண்டா இருக்கு. ஒண்ணு சொல்றேன் கேட்டுக்க. ஒரு பெண்டாட்டியங்கிறவ புருஷனவிட்டு வேத்தாளோட தொடுப்பு வச்சிக்கிட்டாளோ, இல்ல அந்த எல்ல வரைக்கும் போறான் னாளோ புருசன் அப்பயும் அவள உசத்தியா பேசுறான்னு வச்சுக்க, அந்த எல்லைக்குப் போறவகூட சுதாரிச்சுக்கிடுவா. ச்சீ நம்மள எவ்வளவு தூரம் அப்படியே நம்புறாரு. நல்லவேள அந்த சகதியில மிதிக்கத் தெரிஞ்சேனேன்னு தாண்டிருவா. அப்புறம் அந்த எண்ணத்த துச்சமா ஒதுக்கிடுவா. செக்சுங்கிறது கம்பிமேல நடக்குறது மாதிரி. லேசா ஆட்டுனாக்கூட தலைகீழா விழுந்திடணும்."

கண்டக்டர் நுழைந்து போய்க்கொண்டிருந்தார். மேல் கம்பியைப் பிடிக்காமல்இருக்கைக்கம்பியைப்பிடித்தாள்புதிதாகஏறியபெண்மணி. இருக்கையடியில்பிளாஸ்டிக்கூடையைவைத்திருந்தாள். முப்பத்தைந்து மதிக்கத்தக்க பெண்மணி. தலைமுழுகிய கூந்தலின் மினுமினுப்பு, அந்த பெண்ணின் முதுகையே பார்த்துக்கொண்டிருந்த பின்னால் நின்றவன் பின்புறத்தை உரசி நின்றான். போய்க்கொண்டிருக்கும் வண்டி பிரேக்கை அணைக்க, பெண்மீது ஒட்டி எழுந்தான். பெண்ணிற்கு முன் நின்ற பெரியவருக்கு நெருக்கம் தாங்க முடியாமல் படும் அவஸ்தை உதட்டில் வெளிப்பட்டது. எதிர்துருவத்தில் ஒரு வண்டி கடந்து போனது. நெளிந்த பெண் பின்பக்கம் லேசாக திரும்பிப் பார்த்து மேல்கம்பியைப் பிடித்து நிமிர்ந்தாள். அவன் பார்வை பெண்ணின் மார்பு புடைப்பைப் பார்ப்பதைக் கண்டு திரும்ப இருக்கை கைப்பிடியைப் பிடித்தாள். தேவதானப்பட்டி நெருங்க கூடைய எடுத்து நசுங்கி முன்னேறினாள். "தேவதானப்பட்டி ஏறாதிங்கன்னு சொன்னேனில்ல அவுட்டர்ல நிப்பாட்டுங்க... போமா முன்னால" எரிச்சலில் கண்டக்டர் கத்தினார். பிரேக் பிடிக்கும்போது அலமலந்துவிடாமல் இருக்க கண்டக்டர் நடுக்கம்பியில் சாய்ந்து மடமடவென்று டிக்கெட் போட்டார். 'பெரிசு எங்க போகணும்?" "வத்தலக்குண்டு" "ரெண்டம்பது சில்லறை யெடுங்க" பெரியவர் ஜிப்பாவுக்குள் கையை விட்டுத் துளாவினார். டவுசர் ஜேப்பைத் தடவிப் பார்த்தார். ஜிப்பா பையை மீண்டும் துளாவினார். பிளேடு கிழித்த வாய்பகுதியில் விரல்கள் வெளிவந்தன. படக்கன்னு எடு பெரிசு. ஒவ்வொரு ஆளா எழுப்பி வாங்க நேரமில்ல. பெரியவர் மறுபடி பிதுக்கிக்கொண்டே "யாரோ பிக்பாக்கட் அடிச்சிட் டான். எழுபத்தஞ்சு ரூவா வச்சிருந்தேன்." கைகள் நடுங்கின. "எத்தன பேரு இப்பிடி கிளம்பியிருக்கீங்க, எங்கிட்டாவது வாங்கிக் கொடுங்க. இல்லன்னா ஏறக்கிக்கீங்க" பக்பக்பென்று முழித்தார். "இந்தக்

கூட்டத்தில் யாரு மொகம் தெரியுது. அசலூர் வண்டியில் உள்ளூர். காரங்க...". "ஒங்ககூட வாயித்தம் பண்ண முடியாது. எறங்கிய்யா" நான் ஜேப்பைத் தொட்டுப்பார்த்தேன். கண்டக்டர் சத்தம் போட்டுவிட்டு போனால் போகட்டுமென்று விட்டுவிடுவாரோ என்ற எல்லைக்கு இழுத்தது என் மனம். விசில் ஊதியது.

"கண்டக்டர் சார், நாந் தர்றேன்" பின்னால் குரல் வந்தது. திரும்பிப் பார்த்தேன். பள்ளிக்கூடம் போகும் பையன் எழுந்து கைநீட்டினான். +2 போகலாம். மெல்லிதான அரும்புமீசை. விசில் மீண்டும் விசில் ஓசை. பெரியவர் அந்தப் பையனை ஆழ்ந்து பார்த்தார். புன்னகைத்துக் கொண்டு அமர்ந்தான். எனக்கு ஏன் சட்டென உதவ மனம் தோன்ற வில்லை. வயது ஏற ஏற இந்த மனப்பான்மை ஏன் சுருங்குகிறது? ஒரு வேளை அந்தப் பையன் வயதில் இருந்திருந்தால் அந்த கணத்தில் யோசிக்காமல் தந்திருப்பேனா? நாள்பட நாள்பட ஈரம் உலர்கிறது. எதிர்பாராத தருணங்களில் இந்த வாலிபத்தினுள் இயைந்துகிடக்கும் கைமாறற்ற கருணை, முதிர்ந்த அனுபவசாலிகளைச் சர்வசாதாரணமாக இடறிவிடுகிறது. எனக்கு அந்தப் பையனின் கையைப் பிடித்து குலுக்கவேண்டும்போல் இருந்தது. முன்பு என் பெரியம்மா மகளைப் பார்க்க சிவகங்கைக்கு கிளம்பினேன். சரஸ்வதி நாராயணன் கல்லூரியில் முதலாண்டு படித்த சமயம். அண்ணா பஸ்நிலையத்தில் சிவகங்கை போகும் பஸ் நிறுத்த பிளாட்பாரத்தில் ஏறி நடந்தேன். ஒரு முதியவர் வழிமறித்துக் கும்பிட்டார். "தம்பி சேலம் போகணும். குமுளியிலிருந்து வந்தேன். விடியக்காலை அசதியா இருக்கேன்னு பைக்கட்டை தலைக்கு வச்சு தூங்கினேன். எவனோ அடிச்சிட்டுப் போயிட்டான். கையில காசு இல்லை. பஸ் டிக்கெட்டு மட்டும் எடுத்துக் கொடுங்க. நேத்து சாப்பிட்டது..." அவர் உடல் அதிர்ந்தது. பேசப்பேச நா குழறியது. குழிவிழுந்த கண்களும் கருத்து மெலிந்த உருவமும் பரிதாபத்தைத் தூண்டியது. "சேலம் பஸ்ஸுக்கு எவ்வளவு?" என்றேன். 'முப்புத் தோரு ரூவா" என்றார். நான் பணத்தைத் தந்துவிட்டு நகர்ந்ததும் "தம்பி ஒங்க அட்ரசு கொடுங்க, போயி அனுப்பி வைக்கிறேன்" என்றார். நான் "பரவாயில்லை" என்று சொல்லியும் வலுக்கட்டாயமாக முகவரியை வாங்கிக்கொண்டார். செய்த உதவியைப் பெரிதாக நினைத்து முகவரி வாங்கி அந்தக் கடனைத் தந்துவிட நினைக்கும் அந்தப் பெரியவர் வித்தி யாசமாகத் தெரிந்தார். பஸ்ஸில் போகும்போது அந்த பெரியவர் கும்பிட்டு நின்ற தோற்றம் கூடவே வந்தது.

இரண்டு வாரம் கழித்து அக்கா வீட்டுக்குப் போக அண்ணா பஸ்டாண்ட் வந்தேன். எனக்கு சட்டென அந்தத் தோற்றம் தென்பட்டது. டிப்டாப்பான ஆளிடம் உடலதிர கைகூப்பி நின்றுகொண்டிருந்தார்.

“சார் திண்டிவனம் போகணும். பாளையங்கோட்டையிலிருந்து நடந்தே வர்றேன். எரநூறு ரூவாய அடிச்சிட்டான் சார். மத்தாளுகிட்ட கேக்கவே வெக்கமா இருக்கு. போயி ஒங்க அட்ரசுக்கு திரும்ப அனுப்பி வைக்கிறேன் சார்.”

கேட்டவர் என்ன நினைத்தாரோ பையைத் திறந்தார். எனக்கு இந்த ஏமாற்றுதலைச் சகிக்க முடியவில்லை. பேச்சிலே கன்னங்கள் அதிர நம்பவைத்து என்னை ஏமாளியாக்கியது கோபமூட்டியது. ரூபாயைத் தராமல் திண்டிவனத்துக்கே டிக்கெட் எடுத்து பஸ்ஸுக்குள் தள்ளி விட்டால் என்ன நடக்கும் என்ற ஒரு யோசனை தோன்ற எட்டு வைத்தேன். என்னை எப்படிப் பார்த்தாரோ தெரியவில்லை. பணத்தை எடுக்க கை நுழையும் முன்னே ஓட்டத்தில் இரண்டாம் பிளாட்பாரத்தைத் தாண்டினார். விரட்டிப்பிடிப்பது ரொம்ப ஈஸிதான். அந்த தளர்ந்த ஓட்டம் வேடிக்கையாய் இருந்தது. உதவ முன்வந்தவர் நெருங்கிய என்னை வியப்பாகப் பார்த்தார். நான் விசயத்தைச் சொன்னதும் “ஒரு நொடியில ஏமாளியாக்கப் பாத்திட்டானே” என்றார்.

பக்கவாட்டு இருக்கையில் தடித்த ஆள் சாய்ந்துகொண்டே வந்து லவக்கென்று நிமிர்வது தொடர்ந்து கொண்டே இருந்தது. இடையில் அமர்ந்திருந்தவன் தூங்கி விழுபவரை கவனமாகப் பார்த்துக்கொண்டே வந்தான். வலப்பக்கம் சாயத் தொடங்கும்போது நடுவில் இருந்தவன் முன் சாய முதுகுச் சந்தில் விழுந்து எழுந்தார். விஸ்வநாதன் சாய்ந்து கண்ணை மூடிக்கிடந்தான். அவனின் பருத்த உதடுகள் பிளந்திருந்தன. தொடர்ந்து பேசிக்கொண்டு வரும்போது சட்டென காரணமில்லாமல் மௌனம் கவ்விக்கொள்கிறது. பேசி முடித்துவிட்ட மௌனமாக இல்லை. அவனுக்கு வாய் வலித்திருக்கும். முன்னால் நின்ற பெரியவர் இன்னமும் பையைப் பிதுக்கிப் பிதுக்கிப் பார்த்துக்கொண்டிருந்தார். வண்டி கடபுடவென்று குலுங்கவும் தலையைச் சாய்த்த வண்ணம் விஸ்வநாதன் பார்த்தான். “தூக்கமில்லண்ணே. சும்மா கண்ணை மூடினேன்” சுழற்றி வைத்திருந்த செருப்புகள் முன் சீட்டுக்கடியில் திரும்பி நின்றன. காலை நீட்டிக் கவ்வினேன். பயணத்தில் கால்களை சுமையில்லாமல் வைத்திருப்பதில் ஒரு சுகம்தான். வண்டி டக்கென்று வேகம் குறைந்ததும் ஜன்னல் வழியாகப் பார்த்தேன். தனியார் வண்டி ஒன்று ரோட்டோரப் பள்ளத்தில் கவிழ்ந்து கிடந்தது.

சற்றுத் தள்ளியே பயணிகளை இறக்கிவிட்டு வத்தலக்குண்டு பஸ்டாண்டிற்குள் வண்டி நுழைந்தது. நின்றிருந்த பயணிகளுக்கு இடம் கிடைத்தது. சுற்றி மையத்திற்கு வரும்முன் முறுக்குத்தட்டுக்காரர் களின் கூவல் ஜன்னலோரங்களில் எழுந்தது. பீடி குடிக்க விஸ்வன் இறங்கினான். ஒரு பெண் ஒவ்வொரு இருக்கைகளிலும் ஒரு

புளுகலர் அட்டையை வைத்துவிட்டுப் போனாள். என் அருகில் வைத்த அட்டையை எடுத்துப் பார்த்தேன். “நான் பிறவி ஊமை. மத்தியபிரதேசத்தில் பிறந்தவள். எனக்கு மூன்று குழந்தைகள் உண்டு. கணவனால் கைவிடப்பட்டவள். மூன்று குழந்தைகளை வளர்க்கும் பொறுப்பில் கஷ்டப்படுகிறேன். தயவுகூர்ந்து தங்களால் ஆன உதவிகள் செய்ய வேண்டுகிறேன். அவள் பெயர் பிரேமா. கடைசி இருக்கைவரைக்கும் வைத்த அட்டைகளை முன்னமிருந்து எடுத்துக்கொண்டே வசூலில் ஈடுபட்டாள். விஸ்வன் களைப்பை போக்கிவிட்டு வந்தமர்ந்தான். நான் இருபத்தைந்து பைசா தந்தேன். “எதுக்குண்ணே தந்தீங்க?” “ஏண்டா..” “இல்ல. சாயந்திரமானா லாட்ஜில சவக்குசவக்கன்னு வெத்திலைய போட்டுக்கிட்டு பேச்சஅள்ளி வீசிக்கிட்டிருப்பா.” “எலேய் பிறவி ஊமையன்னு போட்டிருந்திச்சே.” “அது பகலில மட்டும்” “என்ன சிரிக்கிற... அடசொல்றா...” விசு மழுப்பிவிட்டான்.

அருகில் நின்ற வண்டிக்குள் “அம்மம்மா தம்பியென்று நம்பி” பாட்டு முறுக்கிய சுருதியில் கிளம்பிக்கொண்டிருந்தது. மெதுவாக வண்டி நகர்ந்ததும் விஸ்வன் என்னைப் பார்த்து புன்னகை செய்தான். மணி பத்தை நெருங்கிக்கொண்டிருந்தது. போகும் விசயம் தலை யெடுத்தது. “விஸ்வா, அந்த கோவத்தில எதாவது சத்தம் போட்டா பேசாம இரு. அந்த இடத்துல நா உன்னை வைறது மாதிரி வைஞ்சா கண்டுக்காத. நீ மூச்சு விட்டுறாத... ஏடாகூடமா பேசி காரியத்த கெடுத்துடாத.”

திண்டுக்கல்லில் இறங்கி கருத்தராவுத்தர் தெருவுக்கு வந்தோம். என்னை உற்றுப்பார்த்தான். “என்னா?” “நெஞ்சு திடுத்திடுக்கங் குண்ணே” ஒழுக்கமா இருந்தா எதுக்கு திடுத்திடுக்குங்கிது.” ராஜாஜி பூங்கா இடது ஓரம் நீர் தொட்டி வந்ததும் “மஞ்சக் கட்டிடம் ஒட்டித்தாண்ணே” என்றான். காலியிடத்தில் கொளுஞ்சிச் செடிகள் காய்த்து நின்றன. ஊடே நடைபாதை அழுத்தமாக விழுந்திருந்தது. காம்பவுண்ட் வீட்டு கேட் பக்கம் போனதும் முன்னால் போக கண்ணசைத்துக் காட்டினான் கேட்டில் கைவைத்து என்னைத் திரும்பிப் பார்த்தான், நேர் அறையில் தையல் மிஷின் முன் அமர்ந்திருந்த பெண்மணி எழுந்து வந்தாள். “யார பாக்கணும்டி” “ஈஸ்வரி...” தையல்பெண் “ஈஸ்வரி...” என்று குரல் கொடுத்துக்கொண்டே படியேறினாள்.

காசா போட்ட கையோடு ஈஸ்வரி எட்டிப்பாத்ததும் நான் சிரித்தேன். தலையை உள்ளே இழுத்துக்கொண்டாள். பெண்களுக்குள்

தாஜா நடப்பது தெரிந்தது. இரண்டொரு நிமிடத்தில் ஈஸ்வரி வரும் போது கண்கள் கலங்கியிருந்தன. "மாமா உள்ள வாங்க." வீட்டைத் திறந்துவிட்டு உள்ளே போனாள். பட்டாசாலையில் படுத்திருந்த பொன்னம்மா எழுந்து கலைந்த கூந்தலைத் தட்டிக் கொண்டை போட்டுக்கொண்டே உட்காரச் சொன்னாள். நீண்டநேரம் யாரும் பேசவில்லை. ஈஸ்வரி அடுக்களைக்குள் நுழைந்தவள் எட்டிப் பார்க்க வில்லை. மௌனத்தை உடைக்க "தம்பி எப்ப வரும்?" என்றேன். "செல்வம் ஒன்னரைக்கு வரும். இன்னும் முக்காமணி நேரம் இருக்கு. என்ன நினைத்தாளோ "மில்லு, பக்கம்தான்" என்றாள்.

"வட்டா வட்டம் கூப்பிட வந்ததும் அனுப்பிடுறாங்கங்கிற சோவுக்குத்தான கண்ணுமண்ணு தெரியாம அடிச்சு வெரட்டிருக்கான். உள்ளது ஆகட்டும். கூழோ கஞ்சியோ குடிச்சிட்டு அதுபாட்டுக்கு இங்க இருக்கட்டும். இவனெல்லாம்... பெத்த பிள்ளைக்கி ஒரு குண்டித்துணி எடுத்தப்போட வக்கில்ல. பின்னெதுக்கு பொண்டாட்டி... என்னாது ஒனக்கு மரியாதை... மானங்கெட்டு மகிளி பூத்துடும்டா ராஸ்கோலு... பொண்ணு கேட்டு வந்தப்பயே எங்ககிட்ட ஐவசு இல்லன்னு சொல்லித் தான கொடுத்தோம். இவங்களுக்குள்ள சண்டையன்னா என்னைய எதுக்கு இழுத்து இழுத்து இவன் பேசணும்? கேக்க ஆளில்லங்கிற தெனாவெட்டில அடிச்சுப்போட்டிட்டா எத்தன நாளைக்கிப் பொறுமையாப் போறது..."

பேச்சில் ஆக்ரோசம் இருந்தாலும் என்னைப் பெயர் சொல்லி அழைப்பதா உறவு சொல்லி விளித்து ஒப்பிப்பதா என்ற தயக்கம் பேச்சில் இருந்தது. பொன்னம்மாவுக்கு என் வயது இருக்கலாம். "நீங்களே சொல்லுங்க. டவுனுல இருந்துக்கிட்டு மாவரைக்கிறதுக்கும் சட்டை தேக்கிறதுக்கும் தினமும் பக்கத்து வீட்டுல போயி ஓசி கேட்க முடியுமா? மாசம் அம்பது ரூவா கட்டி கடைசியில விழுந்திச்சு. அதுக்கு இந்த மிக்ஸி எடுத்தோம். பிள்ள பதினொன்னாவது படிக்கிது. எதோ பிளஸ் டூ முடிச்சா போதும், சாயந்திரம் வந்தா டி.வி. பாக்க கூட்டுக்காரி வீட்டுக்கு ஓடுறா. தம்பிகூட வேலை செய்றவரு பாதி விலைக்கித் தந்தாரு இந்த டி.வி.ய. அவள கட்டுப்படுத்த முடியல. சரின்னு சிரமத்தோட சிரமமா, இந்த டி.வி.ய அவளுக்காக எடுத்தோம். இந்த கையகல வீட்டுக்கு மாச வாடகை ஐநூறு ரூவாங்க. டவுனுல இருந்துக்கிட்டு அலுக்குபலுக்கில்லாம காலத்த ஓட்ட முடியலங்க. ஒங்கக்கா மிக்ஸி எடுக்கிறா, டி.வி. எடுக்கிறா போயி வாங்கிட்டுவான்னு சும்மா அடிச்சா எப்படிங்க. மாவரைக்க தினமும் ஒரு வாசப்படி ஏறுனா எங்கள என்னான்னு நினைப்பாங்க. சொல்லுங்க"

அவரவர்களின் நிலையில் நிற்கும்போது வாழ்க்கை வைத்திருக்

கும் சிக்கல்கள் உண்மையாக இருக்கின்றன. அந்த சிக்கல்களில் பயமும் சுயகௌரவங்களும் உள்ளுக்குள் கண் விழித்திருக்கின்றன. நான் பதில் பேசாது அமர்ந்திருக்கவேண்டிய இறுக்கம் நிலவியது.

“பசுமாட்டு லோனு போடுறாங்க. கட்சிக்காரனுக்கு ஐநூறு கொடுத்தா போதும், எட்டாயிரம் கிடைக்குமன்னு கேட்டாப்பில. நா எந்தம்பிக்குத் தெரியாம சொளையா ஐநூறு கொடுத்துவிட்டேன். இதுவரைக்கும் யாருக்கும் தெரியாது. வாங்கலைன்னு சொல்லச் சொல்லுங்க. மாடும் வாங்கல ஆடும் வாங்கல. பூராத்தையும் குடிச்சே அழிச்சிருக்காப்பில. எங்க கையாலானதை செஞ்சுக்கிட்டுத்தான் வந்திருக்கோம். பையன் பெறந்த உடனே கால் கொலுசு இவ கேட்டா. எம் பொண்ணு கொலுசு பத்தாம பழசு கிடந்திச்சு. கடையில மேப்பணம் கொடுத்து புதுசு வாங்கிப் போட்டோம். ஒரு மனுசமக்க வந்தா காப்பி வாங்கிக் கொடுக்கணும். ஆடி, தீபாவளின்னு இருக்கு. பள்ளிக்கூடம் போற பிள்ளய அழுக்குத் துணியோட அனுப்ப முடியுங்களா? தம்பி சம்பாத்தியத்தில ஒக்காந்து திங்கிறான்னு சண்ட பிடிச்சா எப்பிடி? இவங்களையெல்லாம் கரை சேத்தது யாரு? பதிமூணு வயசில கொத்தை எடுத்தேங்க. ஒரும்புலயும் அரும்பாடுபட்டேன். தம்பிய எஸ்.எஸ்.எல்.சி வரைக்கும் படிக்க போட்டேன். என் பத்து வயசில எங்கம்மா பரதேசிப் பய காட்டு நாய்க்கனோட ஓடிப்போயிட்டா. குடிகார அப்பங்கூட இருந்து இந்த ரெண்டையும் உசுரு கொடுத்து வளத்தேனுங்க. எந் தம்பிய விட்டா எனக்கு யார் இருக்கா? அவன் காச ஒன்றும் நா பதுக்கலைங்க, அரிசி வாங்கிப்போடுறான். சமச்சு வச்சிட்டு இந்த திண்ணையில படுக்கிறேன்.”

டெய்லரிங் மிஷினில் இருந்த பெண் காப்பி கொண்டுவந்து வைத்துவிட்டுப் போனாள். விஸ்வநாதனைப் பார்க்க வெறுப்பாக இருந்தது. பொன்னம்மா பேசுவதற்குப் பதில் கொடுப்பதைவிட காது கொடுத்து கேட்பது ஆறுதலாக இருக்கும் என்று பட்டது. தையல் வேலை பார்க்கும் மற்றொரு பெண் தூக்கச்சடவோடு இருந்த குழந்தையை வராண்டாவில் இறக்கிவிட்டவாக்கில் “ஈஸ்வரியின் புருசன் இவர்தானா” என நோட்டம் விட்டுப் போனாள். விஸ்வன் பையனைத் தூக்கவும் குழந்தை விசும்பி இறங்க சாய்ந்தது. இறக்கிவிடவும் நடந்தது.

“தங்கச்சிய இதுவரைக்கும் நா கைநீட்டி அடிச்சதில்லைங்க. எதுக் கெடுத்தாலும் கை முந்துனா கேக்க ஆளில்லன்னுதான அர்த்தம். தம்பி பொறுமையா இருக்கானுங்க. பொண்ண கொடுத்திட்டோம். இத்தோட தீர்ரதில்லன்று ஒவ்வொரு வாட்டியும் பல்லக் கடிச்சுக்கிட்டிருக்கிறது. எல்லோருக்கும் குளிர்விட்டுப் போச்சு. சரி இன்னைக்குக் தீரும் நாளைக்கித் தீரும்ன்னு பாத்து பாத்து சலிச்சுப்போச்சு. இவன் குடும்பத்த

காப்பாத்த மாட்டானுங்க. போற வர்ர எடத்திலயெல்லாம், புருஷன நா கூட இருந்தே சேத்து வச்சிட்டு ஓடி வந்ததா சொல்றாப்பிலயாம். அந்தக் கொடுமைய ஏங் கேக்கிறீங்க! அவள சேத்துக்கிறதுக்காக ராத்திரியில் என்னை பண்ணுன இம்ச தெரியுங்களா? திடீரென்று மண்ணெண்ணைய தூக்கி ஊத்தப் போவாரு. விட்டத்தில கயத்தப் போட்டு ஸ்டூல் மேல ஏறி நிப்பாரு. ஒவ்வொரு திருக்கோசா பண்ணுனாப்பில கடையில கணக்கு வல்லையன்னா என்ன பிடிச்சு அடிப்பாரு. நா தப்பு பண்ணுலேன்னு சொன்ன நாக்கு அழுகிப்போயிருங்க. ஆமா நாக்கு அழுகிப்போயிரும். மேல போறவன் பாத்துக்கிட்டுத்தான் இருக்கான். தொலஞ்சு போடான்னு விட்டது எந்தப்பு. காப்பி ஆறப்போகுது. குடிங்க"

டெய்லரிங் பண்ணும் சில பெண்கள் ஜன்னல்வழியாக எட்டிப் பார்த்தனர். நிழல் பார்த்து திரும்பியதும் தலைகள் மறைந்தன. இந்தப் பிள்ளைக அன்னியோன்யமா பழகுதுக. சும்மா இருந்தா காச யாரு கட்டுவா"

எனக்கு இவன் பக்கமாக சாய்ந்து பேச வலு இல்லை. "நம்ம தெருவில் அன்னியோன்யமா திரிஞ்ச பொண்ணு. இப்பிடி கோவிச்சிட்டு வந்தத விசாரிக்காம இருந்தா எப்படியன்னு தோணிச்சு. இவனும் செஞ்ச தப்பெல்லாம் ஒத்துக்கிட்டான். ஒரு வாரமா குன்னிகுன்னி பாத்திட்டு நேத்து வந்து சொன்னான். பொதுப்படையாகப் பேசினேன்.

பொன்னம்மா அமைதியாக இருந்தாள்.

ஈஸ்வரியின் அண்ணன் செல்வன் வரும்போது மணி ஒன்னே முக்காலுக்கு நெருங்கிக்கொண்டிருந்தது. மில் வேலையைப் பற்றி கேட்டேன். இரவு சிப்ட் வேலை பளுவைப் பற்றி அலுப்போடு சொன்னான். அவன் விஸ்வநாதனை ஏறெடுத்துப் பார்க்க சங்கடப் பட்டுக்கொண்டே என்னைப் பார்த்துப் பேசினான் "அந்தப் பிள்ள என்னா தப்பு பண்ணிச்சு மாமா, எதென்னாலும் எங்கிட்ட நேரா கேக்க வேண்டியதுதான முடிஞ்சா செய்றேன். இல்லையன்னா என்னால முடியாதன்னு சொல்றேன். அதுக்குப் போயி காட்டான் மாதிரி நடந்துக்கிட்டா எப்படி? எனக்கு அனுப்பவே இஷ்டமில்லைங்க. அக்கா வாழ்க்கைதான் இப்படியாச்சு. இவளாவது நிம்மதியா இருக்கட்டுமன்னு மறுபடியும் அனுப்பி வச்சேன். திருந்திறமாதிரி நம்பிக்கையில்லை. அதுபாட்டுக்கு இங்க இந்திட்டுப் போகட்டுமன்று நொந்துபோய் சொன்னான். என் மனைவி, விவசாயம் பற்றி பேச்சு திரும்பியது. சாமான்களை அடுக்களையில் வைத்துவிட்டு "இருங்க வந்திருறேன்" என்று வெளியில் கிளம்பினான். இவர்களுடைய பரிதவிப்பு எனக்கு விஸ்வநாதன் மேல் கோபமாகத் திரும்பியது.

பேச்சிடையே அவள் பதில் சொல்லாமல் பரபரக்க சுவரிலிருந்த போட்டோக்களைப் பார்த்துக்கொண்டிருந்தான்.

செல்வம் திரும்பி வரும்போது ஒரு சீப்பு வாழைப்பழம் கையில் இருந்தது. பொன்னம்மாவிடம் கொடுத்துவிட்டு உக்கார்ந்தான். விஸ்வநாதன் பையன் ஒரு வாழைப்பழத்தைக் கையில் வைத்துக் கொண்டு செல்வத்தை நோக்கி வந்தான். மடியில் அமர தொடையில் பிஞ்சுக்கரங்களால் தட்டுவதைக் கண்டு தூக்கி வைத்தான். "நீங்க வந்திருக்கீங்கன்னுதான் பாக்குறேன். எனக்கு உங்கள தட்டத் தோணல. வேறு யாரு வந்தாலும் நெசமா அனுப்பமாட்டேன். கை கழுவிட்டு வாங்க சாப்பிடுவோம்."

பேச்சின் பின்னால் இந்தக் காரியம் நடந்துவிட்டிருந்தது வாழைப் பழம் சீப்பைப் பார்த்தபின்தான் தெரிந்தது. சாப்பிடும்போது பொங்கல் போனசு இன்னும் தராமல் இழுத்தடிப்பதைப் பற்றி சொன்னான். ஈஸ்வரியை இவன் ஏன் நல்லபடியாக வைத்திருக்கக் கூடாது என்று தோன்றியது. எளிதாக தவிர்க்கக்கூடிய ஒன்றை காரணமாக்கி மல்லுக்கட்டுவது அசிங்கமாக இல்லையா இவனுக்கு? இல்லை இந்த மட்டத்தில் நின்றுகொண்டு அதற்குள் சச்சரவுகளும் சமாதானங்களும்தான் இவனுக்கு சாத்தியமா? கொடூரமாக மாறலாம். அல்லது அதிசயத்தக்க விதத்தில் அதனை சாதாரணமாக ஏற்றுக்கொண்டு விடுவாளா? இந்த நம்பிக்கையை எப்படி இவனிடம் எதிர்பார்க்க முடியும்?

இருந்துவிட்டு நாளைக்குப் போக வற்புறுத்தினார்கள். விவசாய ஜோலிகளைப் பற்றிச் சொன்னேன். வெளியில் போய் வந்த செல்வம் பொன்னம்மாவிடம் நூறு ரூபாயைக் கொடுத்தான். "டெய்லர் வேலை செய்யிற உமாகிட்ட கைமாத்து வாங்கினேன். கோவிச்சிட்டு வந்தா கூடுனா ஒரு வாரம்தான். இந்த வாட்டி மூணு மாசத்துக்கு மேலாயிடுச்சு. அதனால சேலை எடுத்துக்கொடுக்கணுமன்னு சொல்லிச்சு அக்கா, அரைமணிநேரம் இருங்க. இங்கதான், நேதாஜி தெரு வரைக்கும் போயிட்டு வந்திடுறோம்..." மூவரும் கேட்டைத் தாண்டிப் போனார்கள்.

"அப்பராணி வீட்டில ஏண்டா இந்த திருக்கோசு பண்ற?" "அண்ணே உங்கள் பாத்ததும் வழுவழுன்னு பேசுறாங்க. நீங்க இல்லன்னா என்னென்ன பேசுவாளுக தெரியுமா?" ஒன்ன பேசாம கொஞ்சணு மாக்கும். சிரிக்காத. சிரிச்சிரிச்சுதான் இந்த அப்பராணிக ஓங்கிட்ட சிக்கிகிட்டு முழிக்குதுக. சூழ்நிலைய புரிஞ்சு அனுசரிச்சுப் போடா."

“யண்ணேய் சந்தோஷமா வச்சிக்கிருக்கனுமன்னு நான் நெனைக்கிறேன். எப்படியாச்சும் சண்ட வந்திருது. மதிக்க மாட்டெங் கிறாண்ணே.”

“என்னா பொல்லா மதிப்புடா பொண்டாட்டிகிட்ட வேண்டிக் கிடக்கு. நீதாந்துபோனா எல்லாம் சரியாயிடும். பேசுறத மூக்க வெடைக்காம பொறுமையா பொறுப்பா சொல்லத் தெரியணும்டா. சொல்றத ஏஞ் சிரிச்சுக்கிட்டே சொல்லக்கூடாது. பொண்டாட்டியன்னா கோபத்த தீத்துக்கிற அடிதாங்கின்னு ஏண்டா நெனைக்கிற?”

தலையைத் தலையை ஆட்டினான். “ஈஸ்வரி வந்தப்பிருந்து திரும்பிக் கூட பாக்கமாட்டெங்கிறா. வீராப்பு ஜாஸ்திதான்” அவனாக சொல்லிக்கொண்டு புன்னகை செய்தான்.

விடைபெற்று திண்டுக்கல் பஸ்டாண்ட் வரும்போது வெயில் முகத்தில் அடித்தது. முன்னால் நிறுத்த விலக்கிய தனியார் வண்டிக் காரனை ராணிமங்கம்மாள் டிரைவர் சத்தம் போட்டான். “ஒனக்கு இன்னும் நாலு நிமிசம் இருக்கில்ல. பின்னால் எடு. மொதல்ல டேப்ப ஆப் பண்ணு. வெளக்கெண்ண மொகரன். பாட்டுப் போடுறானாம் பாட்டு” தனியார் வண்டி பின் நகர்ந்தது. “அண்ணே டீ சாப்புடுறீங்களா” “வேணாம்பா வெயில்ல வேர்த்துக் கொட்டும்.” பிளாட்பாரத்தில் தொங்கும் தலைப்புச் செய்திகளை வாசிக்கத் திரும்பினேன். தனியார் வண்டிக்காக பிளாட்பாரத்தில் கும்பலாக நின்றார்கள். விஸ்வன் பிஸ்கட் பாக்கட்டை மகனுக்கு நீட்டினான்.

கார்ப்பரேசன் வண்டி கிளம்பவும் தனியார் வண்டிக்குள் முண்டி யடித்து ஏறினார்கள். இடப்புறம் இரண்டு சீட்டுக்களில் இடம்பிடித்து நின்றான். ஈஸ்வரி, விஸ்வன் அமர்ந்த இருக்கையில் உட்காராமல் இடம்போட்ட இருக்கையில் அமர்ந்தாள். மகனை மடியில் வைத்துக் கொண்டே கூடையை காலுக்கிடையில் அல்லாடாமல் வைத்தாள். “மாமா எங்கூட ஒக்காந்துக்குங்க” அழைத்தாள். பார்த்த பொழுதிலிருந்து ஈஸ்வரி விஸ்வனிடம் பேசவில்லை. இருக்கையில் ஒன்றாக அமர்ந்தால் போகப்போக பேச ஏதுவாகும். ஈஸ்வரி அதைத் தவிர்ப்பதற்குத்தான் மாறி அமர்ந்துகொண்டாள் என்பது தெரிந்தது. எனக்கு சங்கடமாக இருந்தது. விஸ்வன் “நீங்க உக்காருங்கண்ணா. அப்பயாச்சும் கோவம் அடங்கட்டும்” என்றான். “வாங்க மாமா.” இருக்கைக்கிப் போனேன். “கொனையில ஏ மாமா ஒக்காருறீங்க. நல்லா ஒட்டி ஒக்காருங்க மாமா” நன்றாக சாய்ந்துகொண்டேன்.

“மூணு புத்தகம் ஒர்ரூவா சார். பஸ்ஸில போகும்போதே

படிக்கலாம். நாவல் டைம் ஓர்ரூவா சார். நாலு ரூவா புஸ்தகம் சார். மூணு ஓர்ரூவா சார்" கையில் கத்தை புத்தகங்களைத் தாங்கி இருபுறமும் காட்டிக் கூவிக்கொண்டே பின்னால் இறங்கினான் ஒருவன்.

இருக்கைகள் ஓரளவு நிரம்பிவிட்டிருந்தன. லேசாக கூன்விழுந்த கிழவர் வண்டியில் ஏறி இடம் பார்த்தார். இடப்புற முன் இருக்கையில் ஒரு கிழவி மட்டும் உட்கார்ந்திருந்தாள். முதியவர் தயங்கி பார்த்துவிட்டு அதில் உட்கார்ந்துதான் மாயம். சட்டைபோடாத கிழவி எழுந்து நின்று மாராப்பை இழுத்துவிட்டுக்கொண்டது. "எந்திரிய்யா. நீயெல்லாம் ஒரு பெரிய மனுசன்னு" படுபயங்கரமாக கிழவி கத்தியது. ஆடும் தண்டட்டிகள் தவடையில் மோதின. விசுக்கென்று எழுந்தவர் பரபரக்கப் பார்த்தார். "பெரிசு, முன்னால அந்த பைய தள்ளிவச்சிட்டு டைவருக்கு கண்ணாடிய மறைக்காம உக்காருங்க. கெழவன் வேசத்தில் வந்திருக்கேன்னு சிவனே சொன்னாலும் செத்தான் போ" சிரித்துக்கொண்டே சொன்னார் கண்டக்டர். இந்தக் கிழவிக்கு என்ன வந்துவிட்டது என்று தோன்றிய அடுத்த நொடியில் அந்த ரகசியம் விரிந்தது. பார்ப்பவர்களுக்கு கிழட்டுத் தம்பதிகளாக தோன்றிவிடுமோ என்ற கவனம் கிழவிக்கு வந்திருக்கிறதே!

பஸ் ஆயிஷா தியேட்டரைக் கடக்கும்போது குப்பென்று தோல் பதனிடும் தொழிற்சாலை நெடி வீசியது. "பருத்தி நல்லா காய் பிடிச்சிருக்கா மாமா?"

"பரவாயில்ல ஈஸ்வரி, தெக்குவாலம் கொஞ்சம் அரக்கு விழுந்து செடி பண்ணலா போச்சு."

"அக்காவ கூட கூட்டிட்டு வந்தா மலைக்கோட்டையெல்லாம் பாத்திருக்கலாம் மாமா. "பொண்ண ஸ்கூலுக்கு அனுப்பணும். தோட்டத் தில ரெண்டு நாளா பருத்தியெடுப்பு. போட்டத போட்டவாக்கில விட்டிட்டு வந்தேன். அவளையும் கூட்டிட்டு வந்தா காரியம் ஆகுமா. சுஇருக்கும்போது வரலாம். "அடுத்து கோவிச்சிட்டு வராமயா இருக்கப் சாவகாசமாபோறீங்கசொல்லநினைத்தகிண்டலைதொண்டைக்குள்ளே சுருட்டிக் கொண்டேன். சிரிக்கவைக்கும் வாசகமாகத் தோன்றினாலும் ஈஸ்வரியின் முகத்தைப் பார்த்ததும் சொல்ல மனசு வரவில்லை.

"எனக்கு வர இஷ்டமே இல்ல மாமா. ஆனா அங்கயும் இருக்க முடியல. அக்காவும் அண்ணனும் பேச்சுக்குத்தான் இருந்திட்டுப் போகட்டுமன்னு சொல்றாங்களே தவிர உண்மையிலேயே என்ன பாரமாத்தான் நெனைக்கிறாங்க. கண்டமனூர் ராணின்னு நெனைச்சுக் கிட்டு எதுக்கெடுத்தாலும் கோவிச்சுக்கிட்டு வந்திரு. நீ வாய வச்சிக் கிட்டு சும்மா இருந்தா சண்ட எதுக்கு வருதுங்கிறாள். சின்ன சின்ன

விசயத்துக்கெல்லாம் அண்ணன் கோபிக்கிறான். என்ன கொல்லந்தான்டி இப்படி வந்து ஒக்காந்திருக்கங்கிறான். வாங்கிற சம்பளம் தட்டுந் தடவலா இருக்கிறப்போ எனக்கு ஒரு வாயின்னு நீட்டுனா முடியாதுதான் ஆளா நா எங்க போயி ஒண்டி நிக்க முடியும்? எப்பப் பாத்தாலும் இவ போக மாட்டாளான்னுதான் அக்கா நினைக்கிது. கடைசி வரைக்கும் நானும் இந்த பையனும் பாரமாயிடுவோமோன்னு நெனைக்கிறாங்க. பல்லக் கடிச்சுக்கிட்டு இருந்திடணுமன்னுதான் தோணுது. ஆனா அங்க ஒரு வாரத்துக்கு மேல சண்ட பொசம்ப ஆரம்பிச்சிடும்." தொடையில் சரிந்த பையனை நன்றாகத் தூக்கி உட்கார வைத்தாள். மதுரைக்குப் பிரியும் பாதையில் நிறுத்தாமல் போ என்பதற்கு இரண்டு முறை விசிலடித்து உணர்த்தினார் கண்டக்டர். பஸ்டாண்டில் பாடிய டேப் மௌனமாகியது.

"வேலைக்கிப் போன முக்காவாசிய கடையிலயே தின்னுட்டா குடும்பம் நடக்கிறது எப்படி மாமா? காளவாசலுக்கு போனா அம்பது ரூவா சம்பளம். எங் கையில தர்றது பத்துரூவா. அதில வக்கணையா கூட்டு வேணுமாம். வெண்ணி வைக்கச் சொல்லிட்டு இந்தாளு கடை மேய போயிடுது. நா எறக்கி வச்சு ரெண்டுமணி நேரமா சூட்ட பிடிச்சு வைக்க முடியுமா? வந்து தொட்டா ஆறித்தான போயிருக்கும். ஜில்லுன்னு இருக்கு காச்சுக் கொடுன்னு திட்டுவாப்பில."

"இங்க காது கேக்குது. ஆளில்லாதது மாதிரி அளந்து விடாத. என்னைக்கோ ஒரு நா தாமஸம் பண்ணுனா தினமும்ங்கிற"

"அந்த சாக்கில நீ பேச்ச இங்க விட வேணாம். ரோசமா இரு." நான் திரும்பிப் பார்த்தேன்.

"இல்லண்ணே."

"நீ ஒன்னும் சொல்ல வேணாம்" அடக்கிவிட்டுத் திரும்பினேன்.

"சுந்தரராஜபுரமன்னு எனக்கு முன்னப்பின்ன ஊர் பேராவது தெரியுமா மாமா? யாரோ கிருஷ்ணசாமின்னு கந்துவட்டிக்கி விடு வாரில்ல. அந்தாளுகிட்ட போயி என்ன ஆயிரம் ரூவா கேக்கச் சொல்லி தொந்தரவு கொடுத்தாரு. இந்தாள நம்பித் தர முடியாதன்னவும் என்னை சுவார்சுக்கு அனுப்பி கேக்கச் சொன்னாரு. நான் போகவே மாட்டேன்னு ரெண்டு நா இழுத்தடிச்சேன். 'நெஞ்சு இந்தெடத்தில சுருக்சுருக்கங்கிது. டாக்டர்கிட்ட காட்டணு'மன்னு தொன்னுபடுத்தி வெரட்டுனாப்பில. அந்தாளு முன்னாடி எப்படி கேக்குறதின்னே தெரியல மாமா. எனக்கு யாரன்னு தெரியும். அவன் முன்னாடி பல்லிளிச்சு வாங்கிக் கொடுத்தேன். பூராத்தையும் தானப்பணமா குடிச்சு கும்மாளம் போட்டு

அழிச்சாரு. ஊருக்குள்ள எவனாச்சும் ஒருத்தன் நம்புறானா? பொறுக்கிப் பய நாணயமா இருந்தாவல்ல இவனுக்கு மரியாதை கெடைக்கும்" மூக்கை சிந்தினாள்.

"ஈஸ்வரி மரியாதையா பேசு" எக்கிச் சொன்னான்.

"மரியாதையாவா. வெங்குவேகாலம் காட்டுன. முதன்முதல் விஸ்வநாதனைத் திரும்பி முறைத்துப் பார்த்தாள். "ஒரு பொம்பள பிள்ளையப் போயி தெரியாதவங்கிட்ட கந்துவட்டிக்கி வாங்கிக் கொடுன்னு எப்பிடிறா அனுப்பி வைப்ப?"

"இல்லண்ணே..." மலுப்பலாக நெளிந்தான்.

பிள்ளைய வெயில்ல போட்டுக்கிட்டு பகலெல்லாம் கிணத்து மண் சொமந்தா ஒரு வாயி கஞ்சி மதிய நேரத்தில இவங்கம்மா கொண்டு வந்து தராது மாமா. அரும்பாடுபட்டு காலு அரை சேத்து வச்சத இந்த மனுசன் சீட்டில் தோத்திட்டு வந்து நிக்கிது. இந்த பிள்ள இருக்கேன்னு பாக்குறேன். ரெண்டு அரளிக்கொட்டைய முழுங்கி பேசாம கண்ண மூடிட்டி எக்கேடு கெட்டுப்போன்னு விட்டுருவேன். கொரங்கு கையில இத கொடுக்கணுமான்னு தோணும். பேசாம இதுக்கும் கொஞ்ச வெசத்த கொடுத்து முடிச்சுக்கிடத்தான் வருது. நா இல்லையன்னா எந்த பரதேசி இப்பிடி விட்டுட்டாளோன்னு கேக்குமில்லையா?" ஈஸ்வரியின் கண்கள் கலங்கின. முந்தானையால் கண்களைத் துடைத்தாள். பையன் பயந்து போய் அழ ஆரம்பித்தான். "இல்லடா. சும்மாடா மார்பில் அணைத்துக் கொண்டு முதுகைத் தட்டினாள். ஈஸ்வரியின் விடைத்து சுருங்கும் மூக்கு சிவந்துபோயிருந்தது.

"பெறந்தா இருக்கிற வீட்டுல பெறக்கணும் மாமா. இல்லன்னா பெறக்கக்கூடாது. இந்தாளு கேட்டு வர்றப்போ வீட்டில ஒரும்பு. ரெண்டு வருசம் கழிச்சு கட்டிக்கொடுங்கன்னு அழுதேன். சீர்வரிசை எதுவும் வேண்டாமன்று இவரு சொன்னதா எங்கிட்டச் சொல்லி ஒன்னு மில்லாம தள்ளிவிட்டுட்டாங்க. ஒன்னுமில்லன்னு தெரிஞ்சுதான கட்டுனாரு. வாத்தைக்கு வாத்த மொல்லமாரி குடும்பத்தில் பெறந்தவள கொண்டு வந்து வச்சா உருப்படுமா? ஆம புகுந்த வீடாயிருச்சு; ஆம புகுந்த வீடாயிருச்சுன்னு நூறுவாட்டி கத்துனா குடும்பம் எப்படி இருக்கும். ஏன்தா பொம்பளையா பெறந்தோமன்னு இருக்கு."

திடீரென்று டேப் இயங்கத் தொடங்கியது. முன்னால் செல்லும் வண்டியை விலக்க ஹாரன் அடித்து டிரைவர் சைடு கேட்டார். முன் வண்டி நடு ரோட்டில் நிதானமான வேகத்துடன் போய்க் கொண்டிருந்தது. கியரை மாற்றிவிட்டு திரும்ப ஹாரன் அடித்தார். சைடு

சு. வேணுகோபால் 45

கொடுக்கவில்லை. மலையுச்சியில் சூரிய மகுடம். தணிந்த வெயில் பரவியிருந்தது. மூன்று கிலோமீட்டர் தூரம் எதற்கும் அசையாமல் முன்வண்டி நடுரோட்டிலேயே போனது. கியரை மாற்றி மாற்றி எரிச்சல்பட்ட டிரைவர் "ராமசாமி ஆர்.எம்.டி.சி.காரன பஸ்டாண்டில கவனிக்கலையா" என்றார். கண்டக்டர் கம்பியைப் பிடித்து முன் நகர்ந்து டிரைவரிடம் போனார். "காலையில தேவாரத்தில வச்சு மேக்கப் பண்ணுனனே." "பின்ன என்ன எழவுக்கு இப்பிடி நடுரோட்டில் சண்டித் தனம் பண்றான்" "எவ்வளவு கொடுத்த?" "இருபத்தஞ்சு," "இன்னொரு இருபத்தஞ்சு கொடு. இல்லன்னா வத்தலக்குண்டு வரைக்கும் இப்படித் தான் உருட்டுவான். டிக்கெட்ட அள்ளிபோட்டிட்டு போறவரைக்கும் இப்படித்தான் உருட்டுவேன்னு காட்றான். ரெண்டு எலும்புத்துண்ட போடு." மறுபடி இயரை மாற்றினார் கண்டக்டர், இருபது ரூபாய் முழுத்தாளை எடுத்துக் கொடுத்தார். டிரைவர் வாங்கி விரலிடுக்கில் சொருகி ஜன்னல் பக்கம் நீட்டினார், ஹாரன் அடித்துக்காட்டி கை யசைத்தார். முன் வண்டியின் கண்ணடியில் சூட்சுமங்கள் விழுமோ என்னவோ. கார்ப்பரேசன் வண்டி செம்பட்டி நெருங்கும்போது இரண்டு தம்பதிகள் இருக்கையை விட்டு முன் வாசலுக்கு நகர்ந்தார்கள். இளசுகள் மேல் கம்பியை மாற்றி மாற்றி பிடித்து பின்படிக்கு நகர்ந்தார்கள். விசிலை ஊதிவிட்டு "சின்ன வீடு எறங்கு" என்றார். பின்னிலிருந்து வரும் கண்டக்டர் குரலுக்காக திரும்பினேன். இடப்புறம் மகேஸ்வரி தியேட்டர் முன் கூட்டம் இருந்தது. "போகலாம் ரைட்." பரபரப்புக்கிடையிலும் கண்டக்டரின் நகைச்சுவை இயல்பாக முளைத்து பயணிகளைக் கிளுகிளுக்க செய்தது. சில கண்டக்டர்கள் சில்லறையை வைத்துக்கொண்டே பயணிகளிடம் 'சில்லறை கொடு' என்று வம்பு பண்ணுவதும் மூஞ்சியை சிடிசிடிவென்று வைத்துக் கொண்டு கத்துவதும் வெறுப்பளிக்கக்கூடிய விசயம். அதிலும் சிறுவர் களுக்கு டிக்கெட் எடுக்க வயதில்லை என்று பயணிகளும் கண்டக்டர் எடுக்க வேண்டும் என்று கத்துவதும் எரிச்சலூட்டும். "சிம்புசினுக்கா அடச்சுக்கிட்டா எப்படிங்க. கொடிகளைக் கொஞ்சம் ஒதுக்கிவிடுங்க" பெண்மை கலந்த குரலில் அவர் பாதை கேட்டதும். "போங்கண்ணே" என்று வழிவிட்டனர். இது இந்த கண்டக்டரின் ஹாபி போலும். இதமான பயணம்தான்.

"பகலெல்லாம் வேலை செய்ற இடத்தில இவன கொண்டுபோயி சமாளிச்சு வர்றதே இம்சை. சமைச்சுக்கிட்டிருந்தா வீலுவீலுன்னு கத்துவான். சமையல் முடியிற வரைக்கும் தூக்கி வைக்கமாட்டாரு. பிஸ்கோத்த வாங்கி கொடுத்திட்டு நழுவிட்டா எல்லாம் முடிஞ்சிருமா? குழந்தையன்னா நானேதான் தூக்கணுமா? ஒரு ஒத்தாசைக்கு ஆளில்ல மாமா. சரவணன் இல்லையன்னா என்னையெல்லாம் மண் சொமக்க

வர வேண்டாமன்னுடுவாங்க, பிள்ளத்தாச்சிய யாரும் கூப்பிடுறதில்ல. சரவணன் சொல்லித்தான் சரியன்னாங்க. அவன பாக்குறப்போ வேலை செய்யிற இடத்தில பாதுகாப்பா இருக்கு, கூசுல்லாம வீட்டுக்கு வருவான் போவான். அக்காங்கிறது தவிர்த்து ஒரு வார்த்த முன்னபிள்ள பேசமாட்டான். சகஜமா பழகுற பையன இந்தாளு என்னென்ன பேசுனாரு தெரியுமா? ஏ மாமா ஒரு ஆளுகூட சிரிச்சுப்பேசுனா அவங்கூட படுத்ததா அர்த்தமா? எங்கிட்ட பேசுறவன் மனசில என்னா இருக்கன்னு தெரியாது. மனசாட்சியா சொல்தேன். தப்புத்தண்டாவா ஏம் மனசுல பிசுறு ஒட்டுனதில்ல மாமா. பாசமலர் படத்துக்குக் கூட்டிட்டுப் போகச் சொன்னேன். போகும்போதே சண்ட. உருப்படியா படம் பாக்கலை. பாதியிலேயே தியேட்டரில விட்டுட்டு வந்திட்டாப்பில இந்த மனுசன் போடியிலிருந்து கைக்கொழந்தைய தூக்கிட்டு நடந்தே வந்து சேர்ந்தேன். என்னை தவிக்க வைக்கிறதில புருஷனுக்கு இப்படியொரு ஆசையா? அப்படியென்ன தப்பு செஞ்சேன்? இதக்கூட விடுங்க மாமா, கந்துவட்டிக்கி வாங்கிக் கொடுத்தேனில்ல. ஒழுக்கமொறையா திருப்பி கட்டனுமல்ல? ஆளு வந்தா ஒளிஞ்சுக்கிறது. எத்தன நாளைக்கி அவன் பார்ப்பான்? தலைவாசல்ல ஏறி 'ஏண்டி எண்ணி வாங்குறப்போ குளுகுளுன்னு இருந்திச்சில்ல. கொடுக்க முடியலயன்னா எவங்கூடவாவது போயி கொடுடீன்னு கேட்டான் மாமா அந்த வெளங்காம போறவன். நா பட்ட கஷ்டம் ஒன்னா ரெண்டா? இத பாக்கத்தானா எனக்கு கல்யாணம்? சொல்லுங்க மாமா..."

குமுறும் துக்கத்தைக் கேள்வியால் முன்வைப்பாள் என்று நான் நினைக்கவில்லை. சுமுகமாக வாழக்கூடிய வழி இருந்தும் அதையேன் தொட முடியாமல் போய்விடுகிறது? இந்தப் பெண்ணின் மெல்லிய உணர்வு உலகத்திற்குள் இவனால் பிரவேசிக்கவே முடியாதா? நூற்றாண்டு கால தடிமனோடு நீளும் கண்ணியின் தொடர்ச்சியா இவன்? இறுகிய தடிமன் இது என்று அறியாமலே மனிதனாக நிற்கும் ஜந்து.

வெளியில் சொல்ல முடியாது சட்டென எனக்குள் ஊள்ளிறங்கும் முள்ளை நிறுத்த முடியவில்லை. அப்படியொன்றும் முறுக்கலான சம்பவம் இல்லை அது. என் மனைவியின் தம்பிக்கு பெண் பார்க்க என்னை அழைக்கவில்லை. ஏதோ ஒரு வகையில் உதாசினம் செய்வதாக இருந்தது. என் மனைவிக்கு மிகுந்த வருத்தம்தான். நிச்சயதார்த்தத்துக்கு சிபாரிசு செய்து அழைத்தார்கள். போகவில்லை. ஏனெனில் என் மனைவி அம்மா வீட்டில் இதைச் சொல்லி சண்டை இட்டிருக்கிறாள் என்பது தெரியும். என் மனைவி வீம்பு பிடித்து என்னை அழைக்கவும் கோபம் பொத்துக் கொண்டு வந்தது. அவளைப் பிடனியில் அடித்து

படியில் தள்ளிவிட்டேன். ஒரு வாரம் இருவரும் பேசவில்லை. ஏன் அடிக்க என் கை முந்தியது? அவளுக்கு இதில் எந்தவித பங்கும் இல்லையே. என் மனைவி வம்பாக அழைக்காமல் இருந்தாலும் கோபம் வந்திருக்குமென்றே தோணுகிறது. எனக்குள் கிடக்கும் ஆதிக்கத்தையும் ஈஸ்வரி நினைவூட்டுவது போலிருந்தது. ஆதிக்கத் தின் மேல் நின்றுதான் நம்மால் அன்பை செலுத்த முடியுமா? விடாப் படியான கௌரவ மாயை அது. அது இல்லையென்றால் ஆணும் இல்லை என்ற பின்னல்கொடி எங்கும் வியாபித்துக்கிடக்கிறது. அந்த பின்னலின் வேரைக் கண்டுதான் கேள்வி கேட்கிறாளா ஈஸ்வரி? சிந்தனையுடன் சொல்லும் ஈஸ்வரி அல்லதான். அனுபவம் சாதாரணமாக வார்த்தைகளை தட்டிவிட்டு விடுகிறது. ஈஸ்வரியின் கையகலக் கனவுகளை விஸ்வநாதன் நிறைவேற்றியிருப்பானா? ஒரு முறையேனும் சாவகாசமாக அமர்ந்து உன் துயரங்களைச் சொல் என்று கேட்டிருப்பாளா? இமிங்கிப் போன கனவுகள்.

“என்ன மாமா ஒரே யோசனையா இருக்கீங்க. இப்படியே நரைச்சுபுளிச்சுப் போகவேண்டியதுதான். உண்மையா சொல்றேன் மாமா கல்யாணமே பண்ணியிருக்க வேணாமன்னு தோணுது; எவளா வது எங்கிட்ட கேட்டா வேணாமன்னுதான் சொல்லுவேன்.” எனக்கு நெஞ்சு திடுத்திடுக்கென்றது.

பெரியகுளத்தை நெருங்காமலே வண்டி நின்றது. ரோட்டோரங்களில் முன்வண்டிப் பயணிகள் ஒண்ணுக்கு இருந்து கொண்டிருந்தார்கள். டிரைவர் கதவைத் திறந்து குதித்தார். விஸ்வநாதனும் நானும் பயணிகளோடு இறங்கினோம். வரிசையாக வண்டிகள் நின்றன. என்ன ஏது என்று விசாரிக்க முன்னால் போனோம். முப்பத்தெட்டு நாற்பது வண்டிகளுக்கு முன் நின்ற பஸ் எரிந்து கருத்து நின்றது. பெயிண்ட் தேமல் தேமலாக சுருண்டிருந்தது. சக்கரங்களிலிருந்து ரப்பர் உருகிய வாசம் வீசியது. வண்டிக்கு முன் நடுரோட்டில் திண்டுக்கற்கள் குறுக்குமறுக்காக கிடந்தன. நேற்று சிவகாசியில் நடந்த ஜாதிக்கலவரத்தை பத்திரிக்கைகள் போட்டோ வுடன் பிரசுரித்திருந்தன.

தீக்கிரையான பஸ்சுக்கு பின்னே நின்ற பஸ்ஸின் கண்ணாடிகள் நொறுங்கி ரோட்டில் சிதறிக்கிடந்தன. சக்கரத்தைக் கடப்பாரையால் குத்திப் பிளந்த இடத்தைக் காட்டினார். காற்றில்லாமல் வண்டி தொசுக்கென்று உட்கார்ந்திருந்தது. ரோட்டோரத்தில் பயணிகள் அமைதியாக நின்றிருந்தனர். ஒரு கர்ப்பிணிப்பெண் பதறிக்கொண்டு போலீஸிடம் ஏதோ சொன்னாள். அவள் நாக்கு தொடர்ச்சியாகச் சொல்ல முடியாமல் குழறியது. ஆர்.டி.ஓ. தாசில்தார் கைகட்டிக்

கேட்டுக் கொண்டிருந்தார்கள். அப்பெண் சொல்லும்போது ஏனோ கண்களில் நீர் ததும்பியது. நெற்றியில் உறைந்த ரத்தத்தோடு நின்றவரை போலீஸ் அணுகிக் கேட்டது. "பழக்கூடைய எறக்குறதுக்குள்ள பெட்ரோல ஊத்தி தீ வச்சுட்டாங்கய்யா. நூறுரூவா மாம்பழமய்யா. தீயில வெடிச்சு நீரா போச்சு. வண்டியவிட்டு தவ்வுறதுக்குள்ள திமுதிமுன்னு கல்லெறி விழுந்திச்சய்யா..." ஒரு குழந்தை அப்பாவின் கழுத்தை இறுகப் பிடித்துக்கொண்டு கூட்டத்தை வெருண்டு பார்த்தது. "ரோட்டில் பெரிய கும்பல் மறிச்சதும் டைவர் கம்மன்னு நிறுத்தினார். ஜாதி பேர சொல்லி திட்டிக்கிட்டே இந்த வண்டி கண்ணாடிய தடியால நொறுக்கிட்டாங்க. நாங்க என்னய்யா பண்ணுனோம். பாருங்க எங்க கண்ணு முன்னாலயே இந்த வண்டி எரிஞ்சு போச்சு. அது இவங்கள என்ன பண்ணிச்சு" நடுக்கட்டு வயதுக்காரர் சொன்னார். "எங்களுக்கு எதுவும் தெரியாதுங்கைய்யா!" என்றார் ஒரு பெண்மணி.

"ஜாதிபேர சொல்லி அரசியல் நடத்துற கட்சியாயிருச்சு. கட்சிக்கு ஓட்டு முக்கியம். வண்டி முக்கியமில்ல. இதைவிட கொடுமை இங்க மருதுபாண்டியர் வண்டி எரிஞ்சா அங்க அம்பேத்கார் வண்டி எரியுது. ஒன்ன வெட்டாட்டியும் ஓம் பிய்ய வெட்டுவேங்கிற கததான். வண்டிக்கு பேரு வைக்கிற, சாதிய உருவாக்கிற ஒரே மாநிலம் இதுதான். சிலை வைக்கிற கட்டவுட் வைக்கிற கலாச்சாரம் என்னைக்கி வந்துச்சோ அன்னக்கே ஆரம்பிச்சிடுச்சு. மதுரைக்கு மதுரைன்னு இருந்தா என்ன, அதபோயி ஒரு புண்ணியவான் பேர வச்சு... அவன் என்ன ஜாதின்னு கண்டுபிடிச்சு...ஓட்டு வாங்குற கணக்க கட்சி சரியா செய்யுது. எல்லாம் நடந்த பின்னாடி கட்சிக்காரன் கரகரக்கிற குரலில பேசிட்டுப் போறான். நாங்க என்னம்மா பண்ண முடியும். பேரு வச்சு என்னத்த சாதிச்சாங்கன்னு தெரியல" தாசில்தார் பொதுப்படையாகப் பேசினார்.

வண்டிகளை வைகை டேம் பாதை வழியாகத் திருப்பிவிட்டார்கள். வண்டிக்குள் எல்லோரும் கலவரத்தைப் பற்றியே பேசிக் கொள்வது கேட்டது. "பேரு வச்சாதான் மத்தவனுக்குத் துறுதுறுங்கிறது தெரியுதில்ல, பின்ன எதுக்கு வைக்கணும். வச்ச பேருக்கு ஒரு கலவரம். வச்ச பேர மாத்தி வச்சு ஒரு கலவரம் பண்ணிக்கடான்னு போற அரசியல் கோமாளித்தனம் கொஞ்சநஞ்சமா. தினமும் இந்த ரோதனையா. ஐப்பான பாரு ஐப்பான பாருன்னா போதுமா? இவன் பஸ்ஸுக்கு தீ வக்கிற திலையே திருப்திப்பட்டுப் போறான். சே... கழுதை..." கண்டக்டர் நடுவில் நின்று சொன்னார்.

தேனி வருவதற்குள் பெரும்பாடாகிவிட்டது. பஸ்டாண்டில் சோடியம் விளக்குகள் மஞ்சள் ஒளியை விசிறியடித்தன. ஜன்னல் வழியாகதுண்டுகைக்குட்டை, பைகளைப்போட்டு இடம்பிடித்தார்கள்.

எங்களுக்கு ஒரு வகையில் த்ரு வண்டியில் ஏறியது நல்லதாய்ப் போய் விட்டது. வண்டி நகரும்போது பாடியை திடும்திடுமென்று யாரோ தட்டினார்கள். நகர்ந்த வண்டி உறுமிக்கொண்டு நின்றது.

கால்களுக்கிடையில் "ஒதுங்குங்க" என்ற குரல் வந்தது. இடுப்புக்குக் கீழ் சூம்பித் தொங்கும் கால்களை இழுத்துக்கொண்டு கைகளால் அவர் நடந்து வந்தார். கையமைப்பிற்கு செருப்பு மாட்டியிருந் தது. பிடனியில் புரளும் முடி. கால்மொளி தரையில் உராய்ந்து உராய்ந்து காய்த்துப் போயிருந்தது. அடர்ந்த புருவமயிர். சற்றுப் பெரிதான கண்கள். எங்கள் முன் சீட்டில் உக்கார்ந்தவர்களைப் பார்த்து எழச் சொன்னார். அவர்கள் ஒரு மாதிரியாக பார்த்து ஜன்னல் பக்கம் திரும்பினார்கள். "ஏய் ஒன்னத்தான் காது கேக்கலையா? எடத்த விட்டு எந்திரி" "எதுக்குப்பா சுத்துற. முண்டி மோதி எடம் போடுவோம். நீ சாவகாசமா வந்து எந்திரிக்க சொல்லுவ ஆளும் அவனும்" "ஆளுக்கு என்னடா. எந்திர்ரா வெண்ணெ. எங்களுக்காக ஒதுக்கின எடத்தில ஒக்காந்துக்கிட்டு மொனையா பேசுற." பன்னிரெண்டு வயதுப்பையன் தன் அப்பாவின் சண்டை ஜெயிக்க வேண்டுமென்று நினைத்தானோ? ஊனமுற்றோர் இருக்கையைவிட்டு எழுபவரைப் பரிதாபமாகப் பார்த்தான். "மொண்டிக்கி முன்னூறு மொணங்கிறது சரியா போச்சு பாத்தியாஉரிமையைக்கேட்டுஎழச்சொன்னதின்கோபம். "மொண்டிக்கி என்னடா வந்திச்சு. ஓம் வீட்டில் பொண்ணு கேட்டேனா" "திமிரா பேசாத பாத்துக்க..." நின்றிருந்தவர்கள் பேச்சைக் குறைக்க சொன் னார்கள்.

ஒதுங்கச் சொல்லி கண்டக்டர் கம்பியில் சாய்ந்துகொண்டார். கிருதாவரை மீசையை நீட்டாமல் கன்னத்தில் முறுகல் கொத்தாக வைத்தவர் "ரெண்டு புல்லு ரெண்டு ஆப்பு" என்றார். "ரெண்டு புல்லு; ரெண்டு ஆஃப்பு, சார் இந்தப் பொண்ணு யாரு?" "எம் பொண்ணுதான்" எங்கள் இருக்கைக்குள் உக்கார வைத்திருந்தோம் அப்பெண்ணை. "கம்பிய தட்டுதான்னு பாருங்க." "இன்னும் குவாட்டரையே தாண் டலைங்க." "மூன்றரை வயசானாலே டிக்கெட் எடுக்கணும். ம்... விடுங்க" நகர்ந்தார். கண்டக்டர் - பயணியின் சம்பாசணையை விநோத மாகப் பார்த்தார்கள். அவர் மனைவி வெளியைப் பார்த்துக்கொண்டு புன்முறுவல் செய்வது தெரிந்தது.

பழனிசெட்டிபட்டியில் நின்றதும் டிக்கட் எடுக்காத ஒருவர் ஜன்னல் வழியாக 1.50 கொடுத்துவிட்டு நகர்ந்தார். "இந்தாப்பா ஒன் டிக்கேட்டு. 1.50த அமிக்கிட்டான்னு பஸ்ஸுக்குள்ள நெனச்சிருவாங்க" ஜன்னல் வழியாக டிக்கெட்டை காற்றில் விட்டார். "பின்னாடி ஏறும்மா" படியில் நின்றவர்கள் சொல்லச் சொல்ல குழந்தையோடு ஒருத்தி முண்டி

ஏறினாள். வண்டி நகரத் தொடங்கியது. எங்கோ கோயிலுக்கு மொட்டை எடுத்திருக்கிறார்கள். குழந்தையின் தலையில் சந்தனம் விரல் தடத்தோடு பதிந்திருந்தது. காதில் கடுக்கன். கம்பியைப் பிடிக்க முடியாமல் சாய்ந் தாள். இடம் தரலாமென்று நினைத்தேன். இரண்டு இருக்கைகளைத் தாண்டி வரவேண்டும். எழும்புவோமா வேண்டாமா என்ற தயக்கம் ஓடியது. முன் இருக்கைக்கு முன் இருக்கையில் உக்கார்ந்திருந்த கால் சூம்பிய மனிதர் "உக்காரும்மா" என்று இருக்கையைவிட்டு தொங்கி இறங்கினார். அந்தப் பெண் அப்பொழுதுதான் கவனித்திருக் கிறாள் என்பது முகக்குறிப்பிலிருந்து தெரிந்தது. "இல்லண்ணே நீங்க உக்காருங்க" "இல்லம்மா கோடாங்கிபட்டியில இறங்கணும். சும்மா உக்காரு." அந்தப் பெண் அந்த இருக்கையில் அமர்ந்து கீழே கம்பியைப் பிடித்து அமர்ந்திருக்கும் போலியோ தாக்குதலுற்ற அந்த மனிதரைப் பார்த்தாள். கோடாங்கிபட்டிக்கு நான்கு கிலோமீட்டர். இருக்கையில் இருக்கவே எனக்கு அவமானமாக இருந்தது. முன் இருக்கையில் இருந்தவர்கள் பேந்தப் பேந்த பார்த்தார்கள்.

கோடாங்கிபட்டியில் இறங்கிக்கொண்டாலும் அவர் என் மனதில் உட்கார்ந்திருந்தார். எவ்வளவோ பஸ் பயணம் செய்திருக்கிறேன். பசையில்லாமல் இருக்கும் மனசை இப்படி கேலி செய்துவிட்டு இறங்கிச் செல்லும் சம்பவம் இதுவரை எனக்கு வாய்க்கவில்லை. எளிய மனிதனின், கருணை என்னை வெகுவாகப் பாதித்தது. ஈஸ்வரியிடம் இது பற்றி எதாவது சொல்ல முடியுமா என்று யோசித்தேன். சட்டென என் பக்கம் திரும்பி "அந்த மொண்டிக்கிருக்கிற ஈவிரக்கம்கூட கட்டுன புருஷனுக்கு இல்ல மாமா" என்றாள். ஈஸ்வரியின் குரலும் முகமும் ஏதோ ஒரு இடிபாட்டில் சிக்கி காப்பாற்ற ஆளில்லா பிரதேசத்தில் யாரையோ உதவிக்கு கூவி அழைப்பதுபோல் இருந்தது.

"பையன் கொலுசு அடிக்கடி அவுந்து விழுந்திடுதேன்னு சுழட்டி பெட்டியில் வச்சிருந்தேன். ஒரு நா சேலைய் எடுத்து சரியா அடுக்க லாமன்னு பாத்தப்போ இல்ல. அது எப்ப காணாமாச்சன்னே தெரியல. நீங்கதான் எடுத்திருப்பீங்கன்னு சொல்லி பலமா சண்டை போட்டேன், இல்லவே இல்லன்னுட்டாரு. அப்ப என்னய திருடன்னு சொல்றயான்னு அடிச்சுப்போட்டு அர்த்தராத்திரியில் எந்திருச்சிட்டுப் போயிட்டாரு. நாள் ஒரு பீடியீடி குடிச்சிட்டு வந்திருவாரன்னு படுத்திருந்தேன். கொள்ள நேரமா ஆளுவல்ல. எனக்குத் தூக்கமில்ல. பயமா இருந்திச்சு பேட்டரிய எடுத்துக்கிட்டு சின்னச்சாமி கடைவரைக்கும் வந்தேன். தெருவில அலுக்கு பலுக்கில்ல. எனக்கு அழுகையா வருது. செத்துக் கித்து போயிட்டா எந்தலை உருளுமேன்னு உடம்பெல்லாம் பதறுது. இடுகாடுவரைக்கும் போனேன். தட்டுப்படல. மறுபடி வீட்டுக்கு

வந்தேன். பையன் மட்டும் தூங்கிட்டிருந்தான். பெருமாள்சாமி பெரியப்பா தோட்டத்து வழியா போய் மாரிமுத்து தோட்டசரளி கரைக்கி கிளம்பினேன். முள்ளுக்குள்ள இந்தாளு ஒளிஞ்சு உக்காந் திருக்கு. கருவேல மர நிழலில தினம் சீட்டாடுவாங்க. எழுந்து வந்து மட்டுமட்டுன்னு அடிச்சாரு. இந்தாளு பண்ணுன பாசாங்கு ஒன்னா ரெண்டா. இவருதான் திருடுனாருன்னு எனக்குத் தெரியும் மாமா. புதுசா கள்ளனா வரப்போறான்? கொலுச ஒன்னுக்கு முக்காலா வித்து குடிச்சே தீத்திட்டாரு."

என்னால் திரும்பாமல் இருக்க முடியவில்லை. பல்லை நெறு நெறுத்துக்கொண்டு கண்களைத் திரட்டி ஈஸ்வரியின் பிடனியையே பார்த்தான். அவன் பாட்டுக்கு பஸ்ஸில் கை முந்திவிடுவானோவென்று சங்கடமாக இருந்தது. "இதெயெல்லாம் வீட்டில் பேசிக்கலாம் ஈஸ்வரி." "சளசளன்னு பேசட்டும். எல்லார்கிட்டயும் வேடிக்கை காட்டணுமன்னுதான திட்டம் போட்டிருக்கா. வாழ்றவ இம்புட்டு பேச்சு பேசுனா உருப்படுமா. இது லாயக்குப்படாதுண்ணா." "சர்றா நீ அந்தளவில நிப்பாட்டு. விடும்மா ஈஸ்வரி."

"எங்க பேசி என்னாகப் போகுது மாமா. வாழ்றதுக்கான ஆசையை அத்துப்போச்சு. உப்புக்கும் புளிக்கும் கேட்டா முறுகி நிக்கிற மனுசன் ஏன் இப்படி அலக்கொலப்பு பண்ணணும். இம்புட்டுத் திருக்கோசு நா பண்ணுனா சும்மா இருப்பாரா? நா மட்டுந்தான் தாந்துபோறேன் மாமா ஊருக்குள் நுழையும்போது அரவம் இல்லை. வீட்டுக்குள் போன போது என் மகள் என் மனைவி மீது காலைப்போட்டு தூங்கிக்கொண் டிருந்தாள். அந்தப் பக்கம் என் பையன் மல்லாக்கப் படுத்திருந்தான். அவன் கழுத்து, பிடனி வேர்த்து ஒழுகியது. எப்போதும் ஒன்பதரை வரை காத்திருந்துவிட்டுத்தான் தூங்குவார்கள். என் மனைவி சற்றுமுன் தூங்கிவிட்டிருப்பதுபோல் இருந்தது. எழுப்பி சோறுபோட கைகளைத் தொட்டேன். ஆழ்ந்து மூச்சிழுப்பது தெரிந்தது. ஈஸ்வரி 'என்ன மாமா' என்று சிரிப்பதுபோல் இருந்தது. அடுக்களையில் எடுத்து வைத்த சாப்பாட்டைத் தட்டில் கொட்டிக் கொண்டு உக்கார்ந்தேன். தண்ணீர் வைக்க மறந்து குடத்தட்டை சரட்டென்று இழுத்து தம்ளரில் நீர் மோந்து வைத்தேன். தட்டின் உராய்வு ஒலி அமைதியைக் கெடுத்தது. நானாக சோறுபோட்டு சாப்பிடுவது மனைவி இருக்கும் நாளில் இது முதல் தடவை.

சாப்பிட்டுவிட்டுத் தட்டைக் கழுவாமல் கட்டில் வரை வந்தேன். திரும்பப்போய் அலசிக் கொட்டிவிட்டு வரும்போது விழித்து "எப்ப வந்தீங்க" என்றவள் இரு கைகளாலும் கூந்தலைப் பின்கோதி முடிந்தாள். "ஜும்மன்னு இப்பத்தான் கண்ண மூடினேன். ஒரு அசத்து அசத்திட்டது.

சாப்பாடு போடட்டுமா?" "சாப்பிட்டேன்." "எங்க கடையிலயா?" "இல்ல, கிண்ணியில வச்சிருந்தயல்ல அததான்." குறுகுறுவென்று உற்றுப் பார்த்தாள். அடுக்களைக்குள்போய் "தட்டகாணோம்" என்றாள். "கழுவி சிந்திட்டேன்." வேகமாக வந்தவள் "என்ன புதுசா இருக்கு. ஊதிக் காட்டுங்க.'" ஒட்டி நின்றாள். நான் ஊதிக்காட்டினேன். பிராந்தி வாசம் எப்படி வரும்? கல்யாணத்திற்கு முன் குடியில் ஒரு வலம் வந்திருக்கிறேன். இந்த எட்டு வருசத்தில் தெரியாமல் கெடா வெட்டு அது இது என்று வரும்போது பிரியத்தோடு வாங்கிக் கொடுப்பதை மட்டும் சுவைக்கிறேன். அதுபற்றி இவள் என்னிடம் கேட்டதில்லை. இவளுக்கு பயந்து நான் விசேச இடங்களில் ஒளிந்து திரிந்து இதைச் செய்வதாக நம்புகிறாள். அந்த நம்பிக்கைக்குப் பின் உள்ள பிணைப்பை நான் அறிவேன். 'எட்டு மணி வரைக்கும் வீம்பு பிடிச்சு அழுதான். மைசூர்ப்பா மைசூர்ப்பான்னு ஒரே கத்தல். முதுகில ரெண்டு போடு போட்டேன். எவ்வளவு நேரமா சொல்றது. காலையில் எந்திருச்சும் முரண்டுபிடிப்பான். நீங்க ஏதும் வாங்கிட்டு வரலையா?" "எங்க... தேனி வரும்போதே இருட்டிருச்சு. த்ரூ பஸ்ஸில ஏறினோம். போடி வரவும் எறங்கி எதாவது வாங்கலாமன்னு நெனச்சேன். ஒரு மாதிரி இருந்தது..." "ஈஸ்வரி கூடவே வந்திட்டாளா?" பக்கத்து அறையில் படுக்கையை உதறிவிட்டு பேசிக்கொண்டே வந்தாள். "ம்ம்" என் மகனின் முதுகில் விரல் பதிந்த தடம் தெரிந்தது. லேசாகத் தடவி விட்டேன். திரும்பிப் பார்த்து புன்னகைத்தேன். என் மனைவியின் உருவமே உள்ளுக்குள் பூரிப்பாய் நின்றதால் புன்னகைத்துக்கொண்டே இருக்கவேண்டும் போல் இருந்தது. "ம்ம். ரொம்ப அழகா இருக்கு" அவள் சிலுப்பிக்கொண்டு டேபிள்பேனை நகட்டி வைத்தாள். அதுகூட அழகுதான்.

தொடர்ந்து இரண்டுநாள் விஸ்வநாதன் வீட்டுப்பக்கமே எட்டிப் பார்க்கவில்லை. அதுபாட்டுக்குத் தன்னாலே சகஜப்படும் என்ற நம்பிக்கைதான். மாலை நான்கு மணிக்கு முக்குத் திரும்பும்போது என் மனைவியோடு ஈஸ்வரி அமர்ந்திருப்பது பளிச்சென்று தெரிந்தது. நெருங்கவும் எழுந்து நின்றாள். "என்ன ஈஸ்வரி?" அவள் விரல் வாசல் படியில் குறுக்குமறுக்காகக் கோடு கிழித்தது. ரெண்டு நாளா சாப்பிட வரல. சமச்ச சோறு வீணாப் போகுது. அவரு இன்னும் கோபமா திரியிறாரு மாமா. இதுவரைக்கும் பேசல. " திண்ணையில் விரல்களைத் தடவிக்கொண்டு தலைகுனிந்து பேசியவள் சட்டென நிறுத்தினாள். எண்ணெய் காணாது முன் நெற்றியில் தொங்கிய வரண்ட கூந்தலை ஒதுக்கியபடி பார்த்தாள். நீர் தேங்கிய இமைகளில் பரிதவிக்கிற சோகம் அலைவுறும் கண்களில் தெரிந்தது.

“எனக்கு பயமா இருக்கு மாமா. தலையாட்டி பொம்மையாகூட இருக்கேன். பேசச் சொல்லுங்க. தெனமும் மல்லுக்கட்டி அடிச்சப்பக் கூட நோவு தெரியல. சின்ன மனைக்குள்ள பேசாம இருக்கிறது எவ்வளவு இம்சை தெரியுமா? செத்துச் செத்துப் பொழைக்கிற மாதிரி. அடுத்த நிமிஷம் என்ன நடக்குமுன்னு தெரியல. எங்க எட்டு வைக் கிறதுன்னு புரியல. புலியும் பாயாம ஆளும் நகரமுடியாம நிக்கிற நடுக்காட்டுக் கதையா இருக்கு. ஒத்த வார்த்தை போதும் மாமா, நெலமைய மாத்துறதுக்கு! உங்களை விட்டா எனக்கு ஆரு இருக்கா? நான் என்ன குத்தம் செஞ்சேன்.” மூக்கு விடைத்து சிவந்தது. கன்னங் களில் நீருருள, நெஞ்சு விரிய பெருமூச்சு கிளம்பியது. பற்றுக்கோடற்று அலையும் கொடியின் மூச்சு!

நெஞ்சு திடுத்திடுக்கென்றது. “வீட்டுக்குப் போ ஈஸ்வரி. இந்தா வந்திடுறேன்.” குழந்தைபோல புறங்கையால் கண்களைத் துடைத்துக் கொண்டு போனாள்.

உலகமறியாத இந்த வெகுளியின் அபாரமான அனுபவ வார்த் தைகள் திரும்பத் திரும்ப சுழன்றன. தேசத்திற்கு தேசம் பனிப்போர்... தெருவுக்குத் தெருவு சண்டை. மனம்விட்டுப் பேசினால்? எத்தனை வரலாறுகள் மாறியிருக்கும்? சரித்திரங்களைத் தன் இஷ்டத்திற்குத் திருப்புவதுதான் இந்த அறாமைத்தனமோ? பேசாதிருப்பதுதான் இருப்பதில்லையே பயங்கரமான செயல். உள்ளெரிந்துபோய் முடிவில் வெடிக்கும் இந்த அறாமை சிக்கல்களின் மைய பூகம்பம்? இந்த செங்காட்டு ஈஸ்வரிக்கு இறைவி பெயரை அவள் அப்பச்சி தெரிந்தா வைத்திருப்பார்?

‘ஒத்தை வார்த்தை போதும் மாமா நெலமைய மாத்துறதுக்கு.’ இந்த வேதனையிலும் எவ்வளவு பெரிய நம்பிக்கை. பிடனியில் கைகோர்த்து சோபாவில் இருந்த வண்ணம் ‘ஒரு வார்த்தை போதும் சூழலையே மாற்றியமைக்க’ என் உதடுகள் அனிச்சையாக ஹுமுணுத்தன.

•

அபாயச் சங்கு

1

ஓராண்டு காலமாகவே அவனுக்குள் மிருகத்தனமான வியாதி குடைய ஆரம்பித்தது. அவனை விட்டு வெளியேறாமல் பேய்த்தனமாய் ஆட்டுவித்தது. பொங்குவதை நீர் தெளித்து மட்டுப்படுத்த முடிந்ததே தவிர பொங்காமல் இருப்பதற்கான வழி தெரியவில்லை. அல்லது இல்லாமல் அழித்துவிடுவதற்கு, நசுக்குவதற்குத் தெரியவில்லை. பதுங்கு குழி எங்கிருக்கிறது? உடலுக்குள் பதுங்கு குழியா? உடலே பதுங்கு குழியா? பிரித்தறிய முடியவில்லை.

மெலிதாகக் கைகளில் படிந்திருக்கும் ரோமங்களிலும் தோலிலும் எலும்பிலும் திசுவிலும் திசுவுக்குள் அணுவிலும் நகங்களிலும் உடலை முழுதும் சுற்றி வரும் ரத்தத்திலும் இன்னஇடமென்று இல்லாமல் அவனுக்குள் அந்த வியாதி பதுங்கியிருக்கிறது. அவள் மீதான மோகம் - மோகம் என்று சொல்வதைவிட அவமானத்தின் பிரதிபிம்பம் என்று சொல்லலாம் - நாளாக நாளாக அவளைத் தனக்குள் சுருட்ட முயலும் ஆக்ரோஷம் மிகுந்ததாக வளர்ந்தது. அவள் உடலை ஆக்கிரமித்து முறுக்கிப் பிழிந்தெடுக்க மனம் ஆலாய்ப் பறந்தது.

வாய்க்கால் நீரில் மிதித்து வரப்பில் அமர்ந்து கொண்டான் சுரேந்திரன். வளைந்த குழாய் தள்ளும் நீரின் உருளையான வடிவம் நீரில் முங்கியிருக்கும் கல்லோடு மோதி உருளை சிதைந்து வாய்க்கால் நீராக உருக்கொண்டு போகிறது.

மோட்டார் குழாய் நீர் தொபதொபவென்று விழும் இடத்தில் சதுரித்த கருங்கல் நீரில் முங்கித் தளும்புகிறது. கல்லில் நின்றால் அதற்கு மேல் பாதங்கள் முங்கும் இரண்டு அங்குல நீர். பள்ளம் பறிக்காமல் இருக்கக் கல். தண்ணீர் கல்லில் விழ, வெல்டிங் வைக்கும்போது சிதறும் ஒளிச்சீற்றம் போல வெள்ளையான நீரம்புகள் சுற்றித் தெறிக்கின்றன.

வாய்க்காலில் நின்ற நீர் வற்றிவிட்டது. ஈர வாய்க்காலில் அப்பா போய்விட்டதற்கான தடயமாக சுவடுகள் சொதக் சொதக்கென்று விழுந்து வரப்பில் முடிந்திருக்கின்றன.

வரப்பை விட்டு எழுந்து தோணிக்கல்லில் அமர்ந்தான் சுரேந்திரன். இவ்வளவு தனிமையை இதுவரை ஏற்படுத்திக்கொண்டதில்லை.

சு. வேணுகோபால் 55

இன்னும் அரைமணி போனால் இருட்டக்கூட ஆரம்பித்துவிடும். இப்போது நன்றாக மசங்க ஏழு மணி ஆகிவிடுகிறது. இந்த மாதம் அப்படி.

விதவிதமான தனிமைகள் வாழ்வில் நிகழ்ந்து கொண்டுதான் வந்திருக்கின்றன. சில தனிமைகள் பிறத்தியாருடன் பகிர்ந்து சமநிலையைத் தேடிக்கொண்டதும் ஆசுவாசப்பட்டிருக்கின்றன. சில தனிமைகள் சொல்ல முடியாமல் தத்தளிக்கச் செய்கின்றன. நிகழமுடியாத விசயங்கள் மனத்தைப் புரட்டி அலைக்கழித்து தனக்குள்ளே வெறிகொண்டு நீள, முடிவில் சிதறிப்போய்விடுகின்றன. சிதறியதில் மிச்சம் மீதியை நினைவின் துருத்தி ஊதி ஊதி அவஸ்தையை நீண்ட நாள் உயிரோடு வைத்திருக்கிறது. அப்படியும் நிகழ்ந்து விடுகிறபோது, ஓர் அமைதி மட்டும். சொல்லமுடியாத அமைதி.

தற்கொலை செய்து கொள்ளலாமா? சுரேந்திரனுக்கு அப்படி ஒரு எண்ணம் முழுதாக இல்லை. கிணற்றில் இரண்டாள் மட்ட நீர் இன்னமும் இருக்கிறது. கண் காணாத இடத்திற்குப் போய்விடலாமா? போனால் திரும்பக்கூடாது என்பதே சரியாகப்படுகிறது. அப்படியிருக்க முடியுமா என்பதுதான் சந்தேகம். தூக்கத்தைப் பிடுங்கிக்கொண்ட இரண்டு துருவங்களின் சுழிப்பில் தத்தளிப்பு.

மற்றொன்று ஏமாற்றிக்கொண்டு ஓடும் கானல் வாழ்க்கை. இந்த இரண்டாவது பாதை நெடுக துருக்களே நிஜமாக பாவனை செய்வதைச் சுட்டிக்காட்டும் மாய முகமூடிக் கிழவன். நிஜங்கள் ஆவியாகி பொய்களே நிஜங்களாக பயமுறுத்தும் பாதையில் சிக்கி, தப்ப வழி காணாது ஓடும் விலங்கு நான். பாதையின் முடிவு எது? உண்மை இனி நிலைக்காதா? முகமூடிக் கிழவன்தான் என் விடிவின் திறவுகோலா? பொய்கள் சூழ்ந்த உலகைத் திரையிட்டுக்கொண்டு ஏன் என்னைச் சாகடிக்க வேண்டும்?

என் வாழ்வே நித்தியகண்டம்.

★

அவளை விடுவித்துக்கொண்டு சேலையோடு கலந்திருந்த கைலியைப் பிரித்து எடுத்துத் திரும்பியபோது எவ்வளவு பெரிய உருவம் குப்பரக்கப் படுத்திருந்தது. கவிழ்ந்த மண்சட்டியின் நடுவில் சிலும்பரை இல்லாமல் கோடுபோட்டதுபோல் பிளவு.

பெயர் விளித்து சொல்லி 'இனி வரமாட்டேன்' என்று சொன்னபோது எந்தவித பதிலும் இல்லை. திட்டமிடாமல் அவளைப் பெயர் சொல்லி அழைக்கும் விதமாக மனத்தில் எப்போது உருக்கொண்டது?

தொடக்க நாளன்றேவா? அதற்கும் முந்தியா? போன சனிக்கிழமைக்கு எவ்வளவு ஆக்ரோஷம். கைலியை நழுவவிட்டு மீண்டும் ஒரு தாவல். அவனின் கலைந்த முடியைக் கோதிவிட்டு சாஸ்வதமாக கன்னத்தை எச்சில் செய்து உதட்டிற்கு நகர்ந்தாள். ஆர்வத்தோடு ஈன்ற கன்றை பசு நக்குவது போல மாறியது. யாரையும் அண்டவிடாத அவள் கோபம் அடிவயிற்றின் செருமலில் வெளிப்பட்டது. பாம்புப் பிணையல். வயது வித்தியாசம் அழிந்து ஒத்த நாய்க்குட்டிகளின் செல் லாட்டம். அடக்கு முறை மறைந்து என்னை ஆண்டுகொள் என்ற விட்டுக் கொடுத்தல் சட்டென்று அந்தப் புள்ளியில் மையம் கொண்டது இருவருக்கும். மனிதர்கள் அழிந்து விலங்குகள் அழிந்து, புழு பூச்சிகள் அழிந்து, எங்கும் மல்லிகை மொட்டுகள் மெத்தென்று உதிர்ந்திருக்கும் பெரு வெளியில் யோசிப்பற்ற இரண்டு குழந்தைகள் உருவிப் போட்டது போல் விளையாடுகின்றன.

புறவெளி இருட்டிக்கொண்டு வருகிறது. அகத்திமர இலைகள் குவிந்து தூங்க ஆரம்பித்துவிட்டன. அப்பா சொல்வார் 'திருடுறவன் கூட தூங்குற அகத்திக்கொலையப் பிடுங்கமாட்டான். அது வெளங்காது. கீரைக்கன்னாலும் ஆட்டுக்கன்னாலும் ஆறு மணிக்கு மொதல்ல முழிச் சிருக்கும்போது பிடுங்கணும். சுகமான விசயமே தூக்கந்தானே! எழுப்பக்கூடாது" என்பார். ஆனால் களவு போவது என்னமோ ராத்திரியில்தான். எதை சொல்லிவைக்கிறோமோ அதற்கு எதிரான துருவம் இயங்கிக்கொண்டுதான் இருக்கிறது. இருந்தாலும் சொல்லி வைப்பதையே பிரதானப்படுத்துகிறார்கள்.

மீறலில் விளைந்த நிறமாலை.

★

2

இப்போதுகூட ஞாபகத்திற்கு வருகிறது - வண்டிக்காரர் பார் சட்ட வளையங்களில், இறுக்கிக் கட்டிய கயிற்றை அவிழ்த்து மல்லாக்கப் படுத்திருந்த கயிற்றுக் கட்டிலை இறக்கிவிட்டது. உயரமாக பாரத்தில் அவர் நின்று காற்றில் தூக்கும் முடியை இடது கையால் அமுக்கிவிட்டுக் கொண்ட காட்சிகூட வருகிறது. மேற்கு நோக்கிய தலைவாசல். வீட்டுக்குள் அப்பாதான் கட்டிலைப் பக்கவாட்டில் நிறுத்தியவாறு கொண்டுபோனார். சாக்கு மூட்டையைத் தூக்கித் திண்ணையில் வைத்துவிட்டுத் திரும்பியபோது எதிர்த்த வீட்டில் கரிசனையோடு நான்கு பேர் பார்த்துக்கொண்டு நின்றிருந்தார்கள்.

படியில் இறங்கி டவுசரோடு நிற்கும் பதிமூன்று வயது ஆனந்த்.

தலைவாசலில் கைலியோடு பனியன் போட்ட உடம்பில் லேசான தொந்தியுடன் அவன் அப்பா. இளம் வயதில் மாநிறமாக இருந்திருப்பார் என்பதற்கு அவரின் கைமுஷ்டி அடையாளம். கன்னஎலும்பு பக்கத்தில் கருப்புத்திட்டு படர்ந்திருந்தது. நாற்பது வயது மதிக்கத்தக்க பொன்னையா. அவர் பக்கத்தில் மனைவி ரத்னமணி. அவர்களின் பின்னால் மஞ்சள் தாவணியில் கோகிலா. போட்டோவிற்கு நிற்பது போல நின்றிருந்தார்கள்.

அப்பா பெரிய உழைப்பாளி. சுரேந்திரன் பிறந்தபோது குடும்பக் கஷ்டம். ராத்திரியில் ரோட்டுப் புளிய மரங்களில் ஏறி ஆளரவமில்லாமல் பழம் பறிப்பார். சினிமாவுக்குப் போவோர் வருவோர் இருந்தாலும் ஒரு பழம் கீழே விழாமல் மடித்துக் கட்டிய வேட்டியை அரைஞாண்கயிற்றில் உருட்டிவிட்டுக்கொள்வார். தொடைப் பக்கம் பழம் போட, மடித்த வேட்டியிலேயே வாய் செய்யப்பட்ட சூட்சுமம்.

இரண்டு கிலோ பழம் பின்தொடையில் நடக்கும்போது அடிக்கும். கடைக்காரரை எழுப்பி புளியைப் போட்டு ஒரு படி அரிசி வாங்கி, கஞ்சியாக வைத்து அச்சு வெல்லத்தைக் கடித்துக்கொண்டு சாப்பிட்டிருக்கிறார்கள். இந்த சுருளியப்பன் ஒன்றும் திருடர் அல்ல; தான் வாழ்ந்த வாழ்க்கையை அவர் சொல்லும்போது பூவை முகர்வது போல் இருக்கும்.

சுருளியப்பன் காற்று. முள்ளில் கீறும், நதியில் ஏறும், வீசாமல் கும்மென்றிருக்கும் மரங்களுக்குத் தலை துவட்டும். அப்படியொரு இயல்பு. என்ன, தோற்றத்தில்தான் வசீகரமில்லை. கட்டை சைஸ் ஆள். முன்வழுக்கை.காய்ப்பேறிய உள்ளங்கை. ஒடுங்கிய கன்னம். நடையின் இயைபோடு மாடு தலையசைப்பது போல இருபுறமும் ஆட்டிக் கொள்ளும் சாயல்.

சுருளியப்பனோடு பிறந்தது ஐந்து பேர். ஒரு தங்கை. ஒரு தம்பி, மற்றவர்கள் அண்ணன்கள். இவர் இடைவெட்டு. சின்ன வயதில் கெணறு வெட்டி மண் தலை சுமைக்குப் போவார்கள். படிகளில் பகலெல்லாம் ஏறி இறங்கி மொலி கடுகடுக்கும். சிலசமயம் தொடைச்சதை பெறண்டு போகும். பெரிய ரோதனையாக இருக்கும். அண்ணன்கள் சம்பளத்தை அம்மாவிடம் அப்படியே ஒரு நாளும் கொடுத்தது கிடையாது. பாதிக்குப் பாதி கடைகளில் தின்று சீரழியும். சுருளியப்பன் பணத்தை சித்தாள் கணக்கரிடமே அவர் அம்மா மடக்கிவிடுவார். அண்ணன்களின் கூலியையும் ரெளலி வைத்து பாதிக்குப் பாதி கரந்துவிடுவார். முழுதாகக் கொடுத்தும் சுருளியப்பன் காப்பிக்கடைக்காரனுக்கு பற்றைத் தீர்க்க ஒண்ணு ரெண்டு கேட்டால் வசவு...

அப்போது ஊர்க்கால் மாடுகள் தொட்டு தொட்டாகப் போகும். வெள்ளனவே பொட்டியைத் தூக்கிக்கொண்டு ஓடுவார். வேலைக்குப் போகும் போதே ரோட்டில் விழுந்திருக்கும் சாணிக் குவியலை அள்ளிக்கொண்டு போய் கவுளிப் புளியமரத்தின் கீழ் சேர்ப்பார். மதியம் சாப்பிடும்போது கூட சாணி வாடை கைகளில் இருந்து வரும். வேலை விட்டு வரும் போதும் சாணியை அள்ளி வந்து குப்பையில் கொட்டாமல் இருந்த தில்லை.

ஆறு மாசத்திற்கு ஒருவாட்டி வித்தால் பத்து நூறு கெடைக்கும். அதையும் சாப்பிடும்போது பிடுங்கமுயலும் அம்மாவின் குத்தல்பேச்சு சுள்ளிடும். இந்த காதில் வாங்கி அந்தக் காதில் விட்டு வெளியேறுவார். அதையெல்லாம் பொருட்படுத்தினால் காப்பிக் கடைக்காரன் கடன்? நெட்டி வாங்கிவிடுவான். உழைப்பில் பறந்துபோனது வாழ்க்கை. அவர் வாழ்க்கை மாயமில்லாதது. இப்படித் தன் பழைய சுவடுகளை கதை கதையாகச் சொல்லும்போது சுரேந்திரனுக்கு அப்பாவின் மேல் மரியாதை கூடித்தான் போனது.

இருந்தாலும் இதையெல்லாம் கைகழுவிவிட்டு சுருளியப்பன் இருபது வருசம் பண்ணைக்கி வேலை பார்த்திருக்கிறார். சாயல்குடியில் அவருக்கு நிலத்தை குத்தகைக்கோ ஒத்திக்கோ தர யாரும் முன்வர வில்லை. அவர் முதலாளியே கொஞ்ச நிலத்தை குத்தகைக்கு வேறா ளுக்கு விட்டபோதும் சுருளியப்பனுக்கு விட அவர் கௌரவம் இடம் கொடுக்கவில்லை. அவர் மனைவி கோமதியம்மாளுக்கு கஷ்டத் தில் இவருக்கு நிலம்விட மனசுதான். விவசாயத்தை இழுத்தது தன் காலத்தோடு போகட்டும் என்று பிள்ளைகளைப் படிக்க வைத்து விடுவதில் முதலாளி கவனமாக இருந்தார். இந்த மஞ்சனத்தாம்பட்டிக்கு குடிபெயர ஆயத்தமான போது அப்பாவின் மிராசுதார் பிள்ளைகள் ஏனோ அம்மாவோடு நின்று விக்கி விக்கி அழுதது மட்டும் உண்மை. அந்த பாஸ்கரன், பாவாடை ஆண்சட்டையில் நின்ற சாந்தினி, லஷ்மி அழுதது இயற்கையாக இருந்தது. இப்போது அவர்களது முக்கால் பங்கு சொத்துகள் தொலைந்துவிட்டதாகக் கேள்வி. சாந்தினி அப்பா சுருளி யப்பனுக்கு நிலம் விடாதபோதும் அவர்கள் நொடித்துப்போன செய்தியை சொல்லும்போது இப்போதும் துக்கம் அப்பாவின் முக ரேகைகளில் விரிவது வினோதமாக இருக்கும்.

சிறுக சிறுகச் சேர்த்து பெரிய நோட்டில் நாற்பதை மொத்தமாகக் கண்டபோது மஞ்சள் பையில் கட்டாகச் சுருட்டி நெஞ்சில் வைத்து அழு திருக்கிறார். கிருஷ்ணம்மாவின் சொந்தத்தில் ஒருவர் மஞ்சனத்தாம் பட்டியில் மூணு குழி மோட்டார் தோட்டம் ஒத்திக்கித் தோதாகவரு கிறது என்று சொல்லவும்தான் சுருளியப்பன் பயன்படுத்திக்கொண்டது.

மகன் சண்டை சச்சரவுக்குப் போய்விடக்கூடாது என்ற கவனத்தில் தங்கள் இனம் உள்ள இந்தப் பனங்காத்தான் தெருவிலே குடியேற்றம் நிகழ்ந்தது. ஒரு கட்டை வண்டி நிறைய பழைய சாமான்கள். பாரத்தின் மேல் மல்லாக்கப் படுத்திருந்த கயிற்றுக்கட்டில் கொஞ்சமும் நழுவாமல் இறுக்கின இறுக்கில் வீட்டுமுன் அப்படியே வந்து நின்றது.

மூன்று சாக்கு நிறைய பொடிபொட்டு சாமான்கள் வெங்கல அண்டாவுக்குள் ஈயக்கரண்டி இரண்டு, தோசைத் தட்டு, வட்டி, ஊது குழல், அரிவாள்மனை, மேலாக கிழிந்த பாடப் புத்தகங்கள் இருந்தன. இங்கு வந்தது பிளஸ் டு முடித்த சமயம்.

மஞ்சனத்தாம்பட்டிக்கு வந்ததில் பெரியம்மா மகள் கனகவள்ளி, அவள் அண்ணன் மாதவன் இருவருக்கும் அலாதியான சந்தோஷம். சுரேந்திரனுக்கு மாதவன் பெரியம்மா மகன் என்பதை விட தோழன். சுந்தா ஒன்றுவிட்ட பெரியப்பா பையன்.

தூசி மண்டி சாத்தியிருந்த வீட்டை கனகாதான் சுத்தம் செய்தாள். வீட்டில் பறந்த தூசிகள் கனகாவிற்குத் தெரியாமல் அவள் தலையில் படிந்து படிந்து சாம்பல் கலரில் கூந்தல் இருந்தது. சாமான்களை எடுக்க சின்னம்மா ஒத்தாசைசெய்தாள். உலையை செம்மை செய்ய உதவினாள். கிருஷ்ணம்மாள் அடிக்கடி கனகவள்ளியின் நெஞ்சைப் பார்த்துக்கொண்டாள்.

“ஏக்கா தாவணி போடலையா?”

“வார வெள்ளாமையிலதான் விசேசம் வைக்கணும்” அக்காளின் பதில். கனகாவிற்கு மாதவனின் பழைய சட்டையைப் போடுவதே பிடித் திருக்கிறது. லூசான இந்த சட்டையும் கம்சும் தேவைபோல் இருந் தது. “அம்மா தாவணியெல்லாம் வேணாம். இதான் பிடிச்சிருக்கு.” “வாய மூடு.” அம்மாவைத் திருப்பித் திட்டவேண்டும் போல் தோன்றும். திட்டவில்லை. சாமான்களை அடுக்கினாள்.

மாதவனோடு ஊர் சுற்றிப் பார்த்ததில் பிடித்திருந்தது. நிலை பெறப்போகும் புதிய ஊர். மோடம் போட்டு வெயில் அடிக்காமல் இருந்தது. ஜனநடமாட்டத்தோடு இயங்கும் பஜாரை நின்று பார்த் தான். “மாதவா, நாளைக்கி எங்க தோட்டத்துக்குப் போவோம்.” சரி என்று தலையாட்டினான்.

மஞ்சனத்தாம்பட்டி இப்போது கிராமமுமல்ல; நகரமும் அல்ல. ஊரின் தெற்கே நேதாஜி ரோடு. மறுகோடியில் பி.கே தியேட்டர். தபால் நிலையக் கட்டடத்திற்கு அடுத்து நிற்கும் பெரிய கட்டடத்தின் மாடியில் டிஷ்ஆண்டனா. இந்தத் தெருவே பஜார். தொடக்கத்தில்

60 கூந்தப்பனை

நான்கு கறிக்கடை, ஒரு மளிகைக்கடையைத் தாண்டி சாரதி பைனான்ஸ். அர்த்தத்தோடு வைத்தார்களா என்பது தெரியாது. இரண்டு துணிக்கடைகள், ரைஸ் மில் இன்னும் எல்லா வசதியும் வந்துவிட்டது. வாரம் ஒருமுறை கூடும் சந்தையும் உண்டு. பக்கத்தில் இருக்கும் நகரத் திற்கு மஞ்சனத்தாம்பட்டிக்காரர்கள் அதிகம் போவதில்லை. ஊரில் இன்னார் இனி யார் எல்லாரையும் தெரிந்திருப்பது சாதாரணமாகவே இருக்கிறது. அதனால் இது கிராமம். சுடிதார், பேக்கிஸ் போட்டுக் கொண்டு அடுத்த தெருவில் உள்ள நண்பர்கள் வீட்டில் அரட்டை அடித்துவிட்டு வருவது வளர்ந்து வருவதால் கிராமத்தின் சாயலை நழுவவிட்டு நகரத்தின் மோஸ்தரை உடுத்திக்கொண்டது மஞ் சனத்தாம்பட்டி. அர்த்தநாரீஸ்வரர் வடிவம்.

மஞ்சனத்தாம்பட்டிக்கு சின்னமனூரிலிருந்து வடக்கே போகும் டவுன் பஸ் என்றால் 1.20. ரூட் பஸ் என்றால் இரண்டு ரூபாயில் இந்த ஊருக்கு யாரும் வந்துவிடலாம்.

புதுசு என்ன? கூடிப் போனால் திருமணச் சடங்குகளை வீடியோ படம் எடுக்கிறார்கள். சொந்த பந்தங்கள் முதல் நாள் இரவு டெக்கில் படம் பார்க்கிறார்கள். முகூர்த்த நேரத்தில் தாய்மாமன்தான் மிஞ்சி வைக்கிறார். சிலசமயம் மொறைக்கி வாடகைத் தாய்மாமனை நிறுத்திக் கொள்வதும் சாதாரணம். மாலை எடுத்துக் கொடுப்பார். பட்டுவேட்டி கட்டிவிடுவார். அது எப்போதும் போல் உறவுமுறை கொண்டதாகவே பட்டெனத் தெரியும் வெளிப்புறம். உட்புறம் உறவுகள் தலைகீழாய்த் தொங்குகின்றன. அத்தைக்குரிய மரியாதைகள், தங்கைக்குரிய மரி யாதைகள், அண்ணனுக்கு ஒளிந்து நிற்கும் தங்கையின் காதல் விவ காரங்கள். அம்மா அப்பா ரகசியங்கள். பிறர் தலையீடு இல்லாமல் அந்தந்தப் பெட்டிகளின் சாவிகள் அவரவர்களிடமே இருக்கின்றன. பெரியம்மா மகளின் சாவி தங்கைக்குப் பயன்படாது. அப்பாவின் சாவி மருமகளுக்குப் பயன்படாது. அப்பா வின் பெட்டியும், மகளின் பெட்டியும் அமைப்பில் ஒன்றானாலும் சேருமா? சாவியின் வார்ப்பில் வித்தியாசம்.

அம்மா சரியாக எண்ணெய் தடவி வாரிக்கொள்வதில்லை; தூசி படிந்து செம்பட்டைகூந்தல் உலைந்து பிசிறு பிடித்து நிற்கும். அவர்களுக்குத் தோட்டமே குறி. ரத்னமணி அத்தை அப்படியில்லை. அம்மா அத்தையென்றுதான் கூப்பிடச் சொன்னாள். வந்த பத்து பதினைந்து நாட்களுக்குள்ளாகவே சம்பந்த சாடிகளை சொன்னாள் அம்மா. பிறந்த ஊர் அல்லவா!

ரத்னமணி அத்தை தேய்த்து மடித்திருந்த சேலையை உடுத்தி

நிற்கும்போது சேலையில் தெரியும் நெளுநெளுப்பு அழகாக இருக்கும். கிண்ணென்றிருக்கும் வாளிப்பான உடலைத்தான் இந்த சேலையின் நெளுநெளுப்பு சுருக்கமில்லாமல் காட்டுவது போல் இருக்கும். ரவிக்கையின் ஓரங்கள் தோலை இறுக்கிச் சதையைப் பிதுக்கிக் காட்டும். நிற்கும்போது கடைந்த பலகையின் வழுவழுப்பு. கருத்த கூந்தல் காதோரம் சரிய, தலைவாசலில் உக்கார்ந்திருக்கும்போது வயிறு அலையலையாக மடிந்திருப்பது தெரியும். கம்புக்கூட்டில் வேர்வையின் ஈரம் எப்போதும்.

ஆரம்ப நாட்களில் அவர்களோடு அவ்வளவு ஒன்றும் பேச்சுக் கிடையாது. சரஸ்வதி பூஜை. ஆடி பதினெட்டாம் பெருக்கு. விசேச தினங்களில் புட்டோ, பொரிவிளங்காயோ தட்டில் வரும். அம்மாவும் தோட்டத்தில் வரும் சுரைக்காய் பூசணிக்காயைப் பாதியாக அறுத்துக் கொடுத்தனுப்புவாள். ஆனாலும் ரத்னமணியைப் புரிந்துகொள்ள முடியாத நிலை. போகப் போக ரத்னமணி அத்தையின் அகம்பாவம் அம்மாவிடம் கொட்டப்பட்டது. அப்பாவிடம் ஏதாவது சொல்லி அம்மா புலம்புவாள். "ஒனக்கென்னடி அங்க வேல" சுருக்கச் சொல்லி விட்டுப் போய்விடுவார் அப்பா.

பச்சை மிளகாய் பிடுங்கி வைத்திருந்தால் வெஞ்சனத்திற்கு பொறியல் செய்யக் கூசில்லாம அம்மா முன்னாலேயே ரத்னமணி எடுத்துக்கொண்டு போவார். அது அம்மாவிற்குப் பெருமையாக இருக்கும். "ஆமணக்கு எண்ணையில வதக்குங்க. காரம் இருக்காது. மதமதன்னு நல்லா இருக்கும்" என்று பக்குவத்தையும் சொல்வாள்.

கல்லூரிக்குக் கிளம்பும்போதுதான் நீலம் போடாத வெளிறிய சட்டையைத் தூக்கிக் காட்டி சுரேந்திரன் மூக்கால் அழுவதெல்லாம். இதனை நினைத்தே கிருஷ்ணம்மா முன்கூட்டியே ரத்னமணி கொல்லையில் இருந்த ரீகல் குடுவையை எடுத்து கால்வாளி தண்ணீரில் கொஞ்சமாக நிலத்தை அமுக்கி வைத்துவிட்டு திரும்பி இருக்கிறார். பரமாத்தமாக குனிந்து சட்டையை முக்கிக்கொண்டு இருக்கும்போது ரத்னமணி ரீகல் குடுவையை கிருஷ்ணம்மா முன் விட்டெறிந்து "நீங்களே வச்சுக்கங்க" என்று வந்த வேகத்தில் போய்விட்டாள். ஈரத்தலையைத் துவட்டிக் கொண்டு நின்றிருந்த சுரேந்திரன் கூச்சல் போட்டான். "மூதி, என்ன அசிங்கப்படுத்தவா இப்படி நடக்கிற. ஒரு எட்டு கடைக்குப் போயி வாங்கிட்டு வந்தாயென்ன."

கிருஷ்ணம்மா ரத்னமணியிடம் பயந்து பயந்து பக்குவமாகவே பழகினாலும், சாதாரணமாக இதை எடுத்துக்கொள்வார் என்று ஒன்றைத் தொட்டால் அசாதாரணமாகப் போய் முடிந்துவிடும். அசாதாரணமாக இருக்கிறதே என்று பயந்து பயந்து கேட்டால் சாதாரணமாக பதில்

இருக்கும். பழக்க வழக்கத்தில் கிருஷ்ணம்மாவுக்கு இது புதிராகவே இருக்கும்.

ரத்னமணியே ஒரு பிரமவித்தை.

★

திடீரென்று ஒருநாள் கல்லூரி விட்டு வந்தபோது பொன்னையா மாடியைப் பார்த்து "இப்படித் திருகு" என்றும் உள்ளே போய்வந்து "இன்னும் கொஞ்சம்" என்றும் சொல்லிக்கொண்டிருந்தார். மாடியில் கோகிலாவும், ஆனந்தும் ஆண்டனாவை மாற்றி மாற்றி நகட்டினர். "கைய வச்சிட்டு சும்மா இருடா" அவன் நகட்டியதை சரி செய்தாள். "அப்பா சரியா எடுக்குதா?" "புள்ளி புள்ளியா விழுதும்மா" உள்ளே இருந்து குரல் கொடுத்தார். "இப்ப?" "ஆ ஆ அந்தளவு போதும். ஆனந்து இறங்கி ஓடி வந்தான். கோகிலா மாடியிலிருந்து சைக்கினையால் சுரேனை வீட்டுக்கு வரச் சொன்னாள். சுரேந்திரன் "சங்கடமா இருக்கு" என்று முணுமுணுத்தான்.

உள்ளே போனதும் சேர் கிடைத்தது. ஆனந்த் டி.வி.யில் வரும் விளம்பரத்தை ஒத்து பாவனையோடு பேசினான். அம்மாவோடு தொடுக்குப் பிடித்து சந்தானதேவியார் வீட்டில் பார்த்துப் பார்த்து அவனுக்கு தலைகீழ் மனப்பாடம் ஆகியிருக்க வேண்டும். *I am a Complan boy. I am a Complan girl* என்று கோகிலாவை இடித்துக் கொண்டான். விஸ்பர் விளம்பரக்காரி மொலுக்கென்று இருப்பது அவனுக்குப் பிடிக்கவில்லை. என்றாலும் "...ஈரத்தை உள்ளே இழுத்து வைத்துக்கொள்கிறது" என்று ஆனந்த் டி.வியோடு சேர்ந்து முணுமுணுத்த போது கோகிலா கையில் வைத்திருந்த 'செலக்ஸன் கைடை' கொண்டு தலையில் பொட்டென்று போட்டு "அம்மா கொஞ்சம் வாய மூடச் சொல்லும்மா" என்றாள். விளம்பரம் முடிவதாக இல்லை. இந்தா அந்தா என்று நகர்ந்தது 'ஒலியும் ஒளியும்' காத்திருப்பு. "...வாழ்க்கை வாழ்வதற்கே... வெற்றி நிச்சயமிருக்கே" தலையை செண்டிக்கொண்டு ஆனந்த் ஆட்டம் போட்டான். கடையில் சென்று... தயங்குவதாக பாவனை செய்து, அவனே டக்டக்கென்று நடந்து வந்து கையை டேபிளில் மடக்கி வைத்து பொன்னையாவிடம் *"Moods Please"* என்றான். பொன்னையா முறைக்கவும் உட்கார்ந்துகொண்டான்.

'ஒலியும் ஒளியும்' முடிந்து சுரேந்திரன் வெளிவந்தான். தூரத்தில் இருந்து கோகிலாவைப் பார்ப்பதே இனிமையானது. நெருக்கமாக உட்கார்ந்து பார்ப்பது பிடிக்கவில்லை. சகஜமான பழக்கவழக்கத்தை அவன் விரும்பவில்லை. அதற்கும் அப்பால் மனம் சென்றது. விலகி நின்று பார்த்தால் இழுவிசை. கிட்ட அமர்ந்தால் பியூஸ் போய்விடும்.

சுரேந்திரனுக்குப் படிப்பைவிட பாடகனாவதில் அதிக ஆசை. வெளியில் சொல்லிக்கொள்ளவில்லை. சொன்னால் கேலிக்குள்ளாகி விடுவோமோ என்ற அச்சம். ஜேசுதாஸின் சாயல் அப்படியே வரும். 'அதிசய ராகம்' 'தெய்வம் தந்த வீடு' குரல் அச்சு அசலாக இருக்கும். பூ மாலை வாங்கி வந்தான்' பாட்டை ஆஆஅ ஆஅ, ஆஆஅஅ என்று கண்ணை மூடி ஆலாபனை செய்யும்போது சங்கீதம் படித்தவன் போல் லயம் அமையும். அம்மா 'வேகத்தில குளிடா' என்று சொல்லும் போது அவனுக்குள் பூரிப்பான குரலாக வெளிப்படும். அப்பா அதிக மும் கண்டுகொள்வதில்லை; 'கண்ணே கலைமானே' பாட்டை மாரி யம்மன் கோவில் திருவிழா மேடையில் அவன் பாடியபோது அத்தனை கை தட்டலில் கரைந்து போனவர்தான்; மகனை மறைந்து ரசிப்பதில் அவருக்குள்ள ஆனந்தம் அலாதியானது. திடீரென்று ஒரு பாட்டை மனது பாடச் சொல்வதுபோல் அவனுக்கு இருக்கும். தணிவான குரலில் வரப்பு வழியில் பாடிப் போகும்போது நிறுத்தினால், அதே பாட்டு எங்கோ தொலைதூர இடத்தில் ஒலிபெருக்கியிலிருந்து காற்றில் மிதந்து வரும். இது அடிக்கடி நிகழ்வது அவனுக்கு ஆச்சரியமாகவே இருக்கிறது.

வீட்டில் நல்ல குழம்பு வைக்கிற நாளெல்லாம் கனகா கிண்ணத்தில் கொஞ்சூண்டு ஊற்றிக்கொண்டு வருவாள். எத்தனை முறை மல்லுக் கட்டியும் அவனைப் பாடவைக்க முடியவில்லை. "பாட்டு புத்தகமா வது வாங்கிக் கொடுண்ணா" என்றால் இந்தா அந்தா என்று பதில். ஏமாற்றவில்லை. அவனுக்கு மறதி. 'இன்று எப்படியும் எழுதி வாங்கிட வேண்டும்' என்று வந்தாள். 'ராசாத்தி ஒன்ன காணாத' 'தெய்வம் தந்த வீடு பாட்டுக்களைப் பேப்பரில் எழுதச் சொல்லி உட்காந்து கொண்டாள். எழுதும்போதே இடையில் ஒரு வரி மறந்து போனது. சவுண்ட் வெளிவராமல் முதலில் இருந்து பாடி வரும்போதே வராத வரி வந்து விழுந்தது. ஒருமுறை பாடச் சொல்லிக் கேட்டாள். பாட வில்லை. "கேக்குறப்போ பாடாத. கேக்காம இருக்குறப்போ பாத் ரூம்ல பாடு. பிளீஸ்ண்ணா" தாவணியை இழுத்துவிட்டுக்கொண்டு கேட் டாள். ஒரு வரி மனதுக்குள் பாடிப் பார்த்தும் சரியாக அமையவில்லை. "நாளைக்குக் கண்டிப்பா பாடுறேன்" எழுந்து வெளியில் தப்பித்தான்.

சாயந்திர நேரத்தில் கொல்லையில் கால்மணி நேரம் நின்றால்தான் அவனுக்கு சுகமாக இருக்கும். கோகிலா மெத்திலிருந்து சைக்கினை செய்த அபிநயத்தை பார்த்து என்னவென்று கேட்டான். அவள் இரண்டு ஆள்காட்டி விரலால் சதுரமாக காற்றில் கோடு கிழித்துக் காட்டினாள்.

'டி.வி.யா?' உதட்டின் வெளிவராத ஊமை உச்சரிப்பு. புருவத்தை சுருக்கி "இல்லை" என்று தலையாட்டினாள். பிராக்டிகல்ஸ் நோட்டைத்

தூக்கிக் காட்டினாள். "படமா" கீழுதட்டை உள்கடித்து "ஆமாம்" தலை யாட்டும்போது ஜமிக்கி முன்பின் ஆடியது. இன்டெர்னல், எக்ஸ்டர்னல் சமயம் என்றாலும் யூக்கிலினா படத்தையோ வெர்னியர் காலிபரையோ வரைந்து தருவான். பரிட்சைக்குப் படிப்பதைவிட அக்கறை இதில் அவனுக்கு.

பூவரசம் பாச்சித்தண்டின் பட்டையை உரித்தால் உள்ளே இருக்கும் மினுமினுப்பு போல கோகிலாவுக்கு ஒடிசலான கைகள். கிளிமூக்குப் போல நகம். நெற்றியில் புளூ கலரில் ஜிகினா பொட்டு. வயிற்றை முழுதாக மறைக்கும்படி தாவணியை பட்டையாக்கி அம்மா விற்குப் பயந்தே இழுத்துவிட்டுக் கொண்டு நிற்பது என்றால் அது கோகிலா. தெரிந்தோ தெரியாமலோ மௌனமாக பேசிக்கொள்வது ரத்னமணிக்குத் தெரியாத விசயமல்ல. 'மெத்துக்குப் போகாதே' என்று கண்டிசன் போட்டாலும் கல்லூரிக்கு அவன் கிளம்பும் முன் பஸ்டாண் டில் முன்கூட்டி நின்றிருந்து பார்த்துவிட்டுத்தான் பள்ளிக்கூடத்திற்குப் போவதாக வழக்கப்படுத்திக் கொண்டாள். கட்டிப்பிடித்து முத்தம் மட்டும் கொடுத்துவிட்டால் எந்தக் காலத்திற்கும் மாறாமல் தன்னையே நினைப்பாள் என்ற கற்பனைக் குதிரை அவனுக்குள் ஓடும். யதார்த் தத்தில் அப்படிச் செய்யவெல்லாம் முடியவில்லை.

ஊற்றெடுக்கும் சலனங்களில்தான் எத்தனை விதங்கள்!

★

கல்லூரி முடிந்து ஓராண்டு அவன் ஊரை வளைய வந்தபோது சுருளியப்பன் *M.A.*க்கு கூட அனுப்பி இருக்கலாமோ என்ற நினைத்தார். *M.Sc* என்று சொல்லத் தெரியவில்லை. பழக்க தோசத்தில் *M.A.* என்று உச்சரித்துக் கொள்வார். ஆனாலும் இந்த அளவிலேயே ஏதாவது வேலைக்கு முயற்சி செய்வதுதான் சரி என்பதுபோல் அவருக்குப்படும். விவசாயம் நலிய நலிய மகனைப் பற்றிய கவலை அதிகம் புகுந்து கொண்டது. அப்போது கோகிலா பள்ளி இறுதி வகுப்பு போய்க் கொண்டிருந்தாள்.

T.N.P.S.C. முதல் குரூப் பிரிலிமனரி பாஸ் செய்தும் மெயின் போய் விட்டது. "மெயினுக்கு 60, 70 கொடுத்தா பாஸ்டா, இதெல்லாம் ஒரு பிஸினஸ். ரொம்ப அலட்டிக்கிடாதடா" என்று மாதவன் சொன்னதும் உண்டு. அதைப் புரிந்திருந்தால் பாஸாகியிருப்பானோ என்னவோ! இரண்டு தனியார் லெதர் கம்பெனிக்குப் போய் 'இங்கிலீஸ் போதாது' என்று இண்டர்வியூ நிராகரித்துவிட்டது.

பாட்டுப் பாடுவதைக் கூட அப்போது குறைத்துக் கொண்டான். மெத்தில் கோகிலா நிற்பது மட்டும் குறையவில்லை. மகளின் போக்கு

ரத்னமணிக்குக் கொஞ்சமும் பிடிக்கவில்லை. பொன்னையா தனியார் பஸ் டிரைவர் என்றாலும் படி, நூத்துக்கு அஞ்சு கமிசன், அது இது என்று நிம்மதியான வாழ்க்கைக்கு சாரதி. ரத்னமணி உடல்வாகுவோ, அல்லது பிறவிக்குணமோ தன்னிடம் யோசனைகளும் உதவிகளும் மற்றவர்கள் கேட்கவேண்டும் என்பதில் கவனமாக இருப்பவர். அலுங்காமல் பதில் சொல்வது, வசதி வாய்ப்பு கம்மியென்றாலும் அதனை வெளிக்காட்டாமல் சீமான் குடும்பத்தில் பிறந்தவர்போல் நடந்துகொள்வது இயற்கையாக அமைந்திருந்தது. மகளுக்குக் காலாகாலத்தில் கல்யாணத்தை வைத்துவிடவேண்டும் என்று மற்றவர்களைப் போல் பரபரப்பு கிடையாது. சொகுசான வாழ்க்கைக்குப் போக, எவ்வளவு மிஞ்சியதோ அதை மட்டும் கோகிலாவுக்கு சேர்த்து வைப்பது. கோகிலாவின் கண்களின் மிரட்சி, ஒடிசலான தேகம், சின்ன உதடுகள், நெற்றியில் இறங்கித் தோன்றும் நீண்ட கூந்தல், அரைவட்ட கண் போல் உள்ளங்காலில் தோன்றும் வளைவு ரத்னமணிக்கு மமதையை ஏற்படுத்தியிருந்தது. கோகிலா தாயைவிட இரண்டு அங்குலம் கம்மி என்றாலும் நிமிர்ந்த தோற்றம்.

மகள் பற்றி ரத்னமணிக்கு அனுமானம் இப்படியிருந்தது எல்லாவனுமா பணத்துக்காக அலைவான். எவனாவது பிள்ளையைப் பார்த்தால் பணங்காசு வேணாமென்னு விழுவான். சுரேந்திரன் கூட நாயா வளையவர்றான். எவன் கேட்டாலும் கொஞ்சம் கிராக்கி பண்ணி பின்வாங்கி நிக்கணும். சிலசமயம் இப்படியும் தோன்றும். அரவிந்தசாமி போல பந்தாவான ஆளுக்குக் கொடுக்கவேண்டும். சினிமாக்காரன் எவனாவது பார்த்தால் கொத்திக்கொண்டு போய்விடுவான் என்று எப்போதாவதுத் தோன்றி நினைப்பு மறையும். உடும்புப்பிடியாக இருப்பது எது எப்படியானாலும் அஞ்சு ரூவா சம்பளமானாலும் அரசாங்க சம்பளத்தில் இருப்பவனுக்குத்தான். கொஞ்சம் பெர்ஸ்னாலிட்டி இருந்தா சரி.

இதே ஊரில் மாரிமுத்துக்கவுண்டரின் பேரன் சுந்தருக்கு கேட்டபோது "பெரிய விவசாய குடும்பமென்னாலும்... இந்தக் காலத்தில் வெயில்ல போயி ஒழத்திக்கிட்டு... தண்ணி இல்லாத காலத்தில் நம்ம ஊருல எவன் விவசாயத்தில் முன்னேறி இருக்கான்? கடனை கப்பியை வாங்கிப் போட்டு அலைச்சல்தான் மிச்சம். ஒன்னு ரெண்டு கூடினாலும் பெரட்டி உருட்டி கவர்மண்ட் வேலையில் இருக்குறவனுக்குத் தான் கொடுக்கணும்" என்று சொல்லி அனுப்பிவிட்டார். அப்படியே கவர்மண்ட் மாப்பிள்ளை கிடைக்கலைன்னாலும் அவன்கள்ல எவனாவது கெஞ்சிக் கூத்தாடும்போது பார்த்துக்கிறலாம் என்ற நினைப்பு சாதாரணமாக ரத்னமணிக்குத் தோன்றும். இந்திய விகிதாசாரப்படி பெண்களின் எண்ணிக்கை அதிகம்தான்.

அதற்காக பெண் வீட்டார்கள் மாப்பிள்ளைக்கு அடித்துப் பிடித்து தேடவேண்டியதில்லை என்ற விதத்தில் ரத்னமணி கல்யாணத்தைப் பற்றி அதிகம் அலட்டிக்கொள்வதில்லை. அழகான வயசுப் பெண்ணுக்கு ஜொள்ளுவிட்டு நிக்கிறவன்களின் வரிசை குறையவே குறையாது என்பது அனுமானம். யாருக்குக் கட்டித் தர வேண்டும் என்பது எனக்குத் தெரியும் என்ற தோரணை!

ரத்னமணிக்குள் எல்லாமும் உண்டு.

★

ரத்னமணி 'சீட்டு போட்டு மாவரைக்கும் மிஷின் வாங்கிய சமயம். சுரேந்திரனின் அம்மா ஊறப் போட்ட அரிசி ஊளுந்தம் பருப்பு பாத்திரத்தை ஆட்டுரல் முன் வைத்துவிட்டு, தண்ணீர் ஊற்றிக் கழுவிக் கொண்டிருந்தாள். "அத்தை, எங்க மிஷின்ல போடுங்க. ரெண்டு நிமிஷம்தான். ஏன் கஷ்டப்படணும்" என்றாள் கோகிலா.

"இல்லை. உங்க அம்மா..."

"ஏன் அத்தை எல்லாம், அம்மாவை அப்படி நினைக்கிறீங்க? அவங்க அப்படியில்லை" ஏதோ சொல்ல, ஊறிய அரிசி பருப்பு மிஷினில் கவிழ்க்கப்பட்டது. கடைக்குப் போய் வந்த ரத்னமணி சுவிட்சை நிறுத்தி பிளக்கைப் பிடுங்கி அதை "இந்தாம்மா தூக்கிட்டுப் போங்க" என்று கிருஷ்ணம்மாவிடம் நீட்ட விக்கித்துப் போனாள். பாதி அரைத்து திரித்திரியாய் நின்றது. கிருஷ்ணம்மா ஒன்றும் சொல் லாமல் அரை குறையாக வழித்து ஆட்டுரலில் போட்டு ஆட்ட உட்கார்ந்தாள்.

கோகிலாவிற்கு இது பெரிய அவமானமாகிவிட்டது. தன் அம்மாவோடு "இங்கிதமே தெரியாதாம்மா" என்று சண்டை போட் டாள். "இதெல்லாம் என்னடி பழக்கம், நாளைக்குத் தொடங்க இது..." என்று எதையோ சொல்ல வந்தவள் கவனமாக பேச்சை மாற்றி விட்டாள். பேச்சில்கூட சில விசயங்களை ஞாபகப்படுத்திவிடக் கூடாது என்பதில் முன்ஜாக்கிரதை வெளிப்பட்டது. கோகிலா தன் அம்மாவை நெஞ்சுக்கூட்டுக்குள் வதை செய்தாள். இருப்பினும் அம்மா வின் ராஜாங்கம் கிடுகிடுக்க வைத்தது. தொண்டைவரை வார்த்தைகள் முகிழ்த்து வந்தன. வாய்க்குள்ளே வெடித்து அமிழ்ந்தன.

இந்த விசயம் இரண்டொரு நாள் கழித்து தெரிந்துதான் போனது சுரேந்திரனுக்கு. அம்மா மீது அவ்வளவாகக் கோபம் வரவில்லை. ரத்னமணி கழுத்தை நெறிக்க வேண்டும்போல் ஆத்திரம்தான் பொங்கி யது. ஆனாலும் பழக்கம், போக்குவரத்து, இடைவிட்டு துளிர்த்துதான் போனது.

கூட்டுறவு வங்கியில் ஒரு பணியிடம் விழுவதாகத் தகவல் சுழன்றது. *M.D.* ஐ அணுக முடியவில்லை. ஸ்பெஷல் அதிகாரி என்று ஒருவரை ஆடிட்டிங்கிற்காகப் போட்டிருந்தார்கள். அவரைப் பிடித்துப் பார்த்ததாகி விட்டது. மாதவன் கூடமாட அலஞ்சாலும் "பண விசயம். பாத்து செய்யுடா" எச்சரிக்கை செய்தான். ஒரு துணிச்சலில் 25 ஆயிரம் லஞ்சமாகக் கொடுத்து கிளார்க் வேலையை வாங்கினான். "அவனவன் 70, 80 கொடுத்து வாங்க முடியாம தெணறுறான். நீ 25 லேயே...பரவா யில்லைப்பா" பாராட்டத்தான் செய்தார்கள்.

சுருளியப்பன், ஒன்னேகால் குழியை மறுஒத்திக்கு வைத்துப் பெரட்டிக் கொடுத்தது. நேராகப் பழனிக்குப்போய் மொட்டை போட்ட பின்தான் அவருக்கு நிம்மதி. அம்மா மாரியம்மனுக்குத் தீச்சட்டி எடுப்பதாக நேர்ந்துகொண்டாள்.

வேலை கிடைத்த விசயத்தை கிருஷ்ணம்மா ரத்னமணியிடம் தான் முதலில் சொன்னாள். திடீரென்று நங்கூரமாய் சுரேந்திரன் வேலை விசயம் ரத்னமணியின் நெஞ்சுக்குள் இறங்கியது. கோகிலாவை அருகில் நிறுத்தி மனக்கண்ணில் பார்க்காமல் இருக்க முடியவில்லை. கிருஷ்ணம்மாவிடம் அக்கறையாக விசாரித்தார். எப்படி நடந்து கொள்ள வேண்டும் என்பதைக்கூட உபதேசித்தார். கிருஷ்ணம்மா கோவிலுக்கு அழைத்த போது உடனே போக மனம் வரவில்லை. டி.வி.யில் நல்ல புரோகிராம். ரத்னமணிக்கு தெய்வபக்தி உண்டுதான். அதற்காக காவடி யாட்டமெல்லாம் ஆடமாட்டார். டி.வி. வந்த பின்னாடி கோவிலுக்குப் போவதுகூட கம்மி. மத்தியான வேளையில் போர் அடித்தால் நான்கு வீடு தள்ளியுள்ள சந்தான தேவி வீடு. வீட்டுக்காரர் தலைமை ஆசிரியர். டிஷ் ஆண்டனா கேபிள் கனெக்ஷன் கொடுத்திருக்கிறார்கள். வீட்டில் அடைபட்டு கிடந்தால் கண்ட கண்ட எண்ணங்கள் தோன்றும். தனிமை சலனத்தின் நோய். அந்த வீட்டாரோடு கூட்டமாக உட்கார்ந்து பேசிக் கொண்டு டி.வி.க்கு முன் உட்கார்ந்தால் பொழுதும் போய்விடுகிறது.

ஸ்டார் பிளஸ் நிகழ்ச்சிகள் ஆரம்பத்தில் எழுந்து கொள்ளச் செய்தன. பேச்சு துணையில்லாமல் கூட்டிய வீட்டை எத்தனை தடவை கூட்ட முடியும். அந்த இங்கிலீஷ் படத்தை ஜீரணிக்க முடியாமல் எழுந்து வந்தது கூட உண்டு. பார்த்துப் பார்த்துப் பழகிவிட்டது. ஒரு படத்தைப் பாதியிலேயே சந்தானதேவி நிறுத்தியபோது ஏனோ படத்தை முழுவது மாகப் பார்க்க அவள் மனம் ஏங்கியது. பாஷை தெரியாத கிளர்ச்சி. கண்கள் வழி உள்ளிறங்கும் சலனக்காட்சிகளின் போதை எல்லோரையும் குத்துப்பிள்ளையாராக்கியது.

சுரேந்திரனுக்கு ஆபீஸிற்குப் போன பின்புதான் உள்முடிச்சுகள் எல்லாம் தெரிந்தன. கேஷியர் ரவீந்திரன் மூன்றாண்டு பொண்டாட்டி

பிள்ளைகளை விட்டுவிட்டு சடால்பட்டிக்கு வனவாசம் வந்தவர். குட்டிகள் ரெண்டும் இங்கிலீஷ் மீடியம். பள்ளியை மாற்ற முடியவில்லை. நம்பி வீட்டைக் கட்டியபின் ஊர் ஊராக குடும்பத்தை இழுத்தடிக்க முடியவில்லை. சில சமயம் இங்கிலீஷ் படத்தைப் பார்க்க நேர்ந்தால் வீடு பார்த்து பொண்டாட்டியை அழைத்து வந்துவிட வேண்டும் என்றும் தோணும். சனிக்கிழமை வந்தால் மறைந்துவிடும். மறுநாள் வீட்டில் படுத்திருப்பார்.

சுரேந்திரனிடம், "சடால்பட்டியில் ஒருத்தன் இருக்கான். மூஞ்சுரு பய. மாறிப்போன டிரான்ஸ்பரை திரும்ப அங்கேயே மாத்திவிட்டான். சாதாரணமா ரெண்டு வாட்டிக்கு மேல் ஒரு எடத்தில வேல பார்க்க முடியாது. என்னான்னு கேட்டா கட்டவெரல சுண்டி எட்டு வெரல காட்டுனான். நானும் கிளைமேலாளர்கிட்ட கேட்டுப் பார்த்தேன். முடிச்சுத்தர்றேன்னு சிரிச்சுப் பேசுறான். காரியமாகல்ல. அஞ்ச தள்ளுனப் பின்னாடிதான் கெடச்சது."

பதிவேட்டாளர் வாய வச்சுக்கிட்டு சும்மா இல்லாமல், "சொரணகெட்ட ஜென்மம்" என்று சொல்ல ரவீந்திரனுக்கும் பதிவேட்டாளருக்கும் பேச்சு நின்றுவிட்டது. இடையில் தன்னை இருவரும் தப்பாக நினைப்பார்களோ என்ற அல்லல் சுரேந்திரனுக்கு. பதிவேட்டாளர் யாரைப் பார்த்து அப்படிச் சொன்னார் என்பது விளங்கவில்லை. ரவீந்திரன் கோபித்திருக்க வேண்டாமோ என்றுபட்டது. அன்றிலிருந்து யாரிடமும் பட்டும் படாமல் நடக்கவேண்டும் என்றுதான் நினைத்தான். பின்னும் உரசல்களில் லயிக்காமல் இருக்க முடியவில்லை.

நான்கு பேருக்கு அளவான தொக்குத்தான் ரத்னமணி இடித்தார். கிருஷ்ணம்மா வீட்டுக்கும் கொடுக்கவேண்டும்போல் தோன்றியது. கிண்ணத்தில் கொஞ்சம் எடுத்துக்கொண்டு போனார். சுரேந்திரன் ஆபீஸ் போகும் அவசரமில்லாமல் ஆராட்டமாகத் துண்டைக் கட்டாமல் ஜட்டியில் குளித்துக்கொண்டிருந்தான். பார்க்கக்கூடாது என்று நினைத்தும் ரத்னமணியின் கண்கள் பார்த்தன. கிருஷ்ணம்மாளிடம் கிண்ணத்தை நீட்டிவிட்டு விடுவிடுவென்று தன் வீட்டிற்குள் வந்தாள். கோகிலா எழுதிக்கொண்டிருப்பது தெரிந்தது. கால்கள் இருப்புக் கொள்ளவில்லை. ஏதோ ஆவல் மனசைக் கொக்கி போட்டு இழுத்திருக்கவேண்டும். மீண்டும் கிருஷ்ணம்மா தலைவாசலை மிதிக்க வைத்து விட்டது. அவன் வேட்டியைக் கட்டிக் கொண்டு ஜட்டியைப் பிழிந்து கொடியில் போட்டான். வேட்டியில் அங்கங்கு ஈரம் படர்ந்துகொண்டிருந்தது. சின்ன ஏமாற்றம். "என்ன ரத்னமணி?" சுதாரித்து "கொஞ்சம் கடுகு வேணும்" என்றாள். பையன் ஆனந்த் தீர்ந்துபோன குளோசப் பேஸ்ட்டில் மிச்சம் மீதியை வரவழைக்க கீழ்

பகுதியிலிருந்து விரலால் நகட்டிப் பார்த்தான். பச்சையாக கொஞ்சூண்டு எட்டிப் பார்த்தது. முக்கால் பங்கு கடுகு உள்ள டப்பாவில் அதைப் போட வேண்டியதாகிவிட்டது. மனக்கடலின் மீனுக்குக் கரையில்லை.

★

சுருளியப்பன் ஒருநாள் தண்ணி கட்ட ஒரு ஆளை விட்டுவிட்டு மகன் உக்கார்ந்திருக்கும் ஜன்னலை வெளியில் இருந்து பார்த்தார். மகன் பார்த்துவிடக் கூடாது என்பதில் பிசகிவிட்டது. அட்டையை நகட்டி வைத்துவிட்டு வெளியில் ஓடிவந்தான். "உள்ளே வாப்பா" என்று கூப்பிட்டும் வர மறுத்தார். அப்பா கையைப் பிடித்துக்கொண்டு உள்ளே போனபோது அட்டண்டர் நின்றிருந்தான். கேஷியர் ரவீந்திரன், இனியொரு கிளார்க், நகை எடை போடுபவர், பதிவேட்டாளர் தங்க ராஜ் என்று எல்லோருக்கும் அறிமுகம் செய்ய சுருளியப்பனுக்குக் கூச்சம் பிடித்துக் கொண்டது.

டீக்கடைக்குப் போய் பன் வாங்கிச் சாப்பிட்டார்கள். அம்மாவிற்கு கொத்து புரோட்டா போடச் சொன்னான். "அப்பா அடுத்த மாச சம்பளத் தில் உங்களுக்கு ஒரு பட்டு வேட்டிப்பா."

"சே சே! அப்படி ஆடம்பரமெல்லாம் வேணாம். நல்லதா பாத்து ஒரு பாலிஸ்டர் வேட்டி போதும்டா."

"இல்லப்பா..."

"பார், அதுக்குள்ளே தலைகால் விழுறாம்பாங்க. எனக்கு உள்ளதே போதும்டா." சுருளியப்பன் விடுவித்துக்கொள்ள வேண்டியதாகி விட்டது.

அவன் ஆபீஸிலிருந்து சாயந்திரமாக வரும் போதெல்லாம் அடுக் களையில் அம்மாவோடு ரத்னமணி பேசிக்கொண்டிருப்பார். கிருஷ் ணம்மா அடிக்கடி ரத்னமணி வீட்டிற்குப் போனாள். காலேஜ் முதல் வருஷம் படிக்கும் கோகிலாவும் அவள் தம்பியும் அவர்கள் வீட்டில் டியூப் பியூசான அன்று இரவு ஒன்பதரைமணிவரைசுரேந்திரன் வீட்டில்தான் படித்தார்கள். பிறகு மெத்தில் நின்ற கோகிலாவிடமிருந்து கொல்லைக்கு காற்று வழியாக முத்தம் வந்தது போனது. ஞாயிற்றுக் கிழமை பெரும்பாலும் செஸ். கோகிலா, சுரேந்திரனுக்கு அதிக மும் விட்டுக் கொடுப்பதில்லை. அவளுக்கு குதிரை பலமான ஆயுதமாகப் பட்டது. குதிரை நகர்த்தலின் 'செக்' ஒன்று அவளுக்குள் இருந்தது. அது தெரியாதவரை அவனால் தடுப்பாட்டம் கூட ஆட முடியாமல் போய்விடுகிறது. தோற்ற சமயத்தில் இரண்டாம் ஆட்டத்திற்கு வராமல் எழுந்து ஓடினால் அவனுக்குக் கோபம் முண்டிக்கொண்டு வரும்.

மீண்டும் ஜெயித்துவிட வேண்டும் என்ற தவிப்பு.

ஆட்டம் சுவாரஸ்யம் இல்லாமல் போய்க்கொண்டிருந்தது. "கோகிலா, வெக்கத்தைவிட்டுச் சொல்றேன். ஒன்ன கட்டிப்பிடிக்கணும் போல இருக்கு." வெவ்வெவ்வே காட்டிப் போய்விட்டாள். செஸ்சை மூடி வைத்துவிட்டு அம்மாவைப் பார்த்தான். அம்மாவிற்கு அங்கொன்றுமாய், இங்கொன்றுமாய் நரை. முன்பல் தேய்மானம் கண்டிருந்தது. ரத்னமணி அத்தைக்கு எப்போதும்போல் அலைபாயும் கூந்தல். பளீரென்ற பற்கள். நாற்பதைக் குறைத்துக் காட்டும் உடல்கட்டு. வயிற்றுக்கு கீழ் 'த' போன்ற வடிவம். வகிடில் தூவிய குங்குமம் மாறாமல்!

"நாலு சட்டைக்கு, இந்தளவு போதும்" ஏரியல் பாக்கட்டிலிருந்து கொட்டிக் கொட்டி பக்குவத்தைச் சொல்கிறார் ரத்னமணி. அம்மாவிற்கு இதெல்லாம் பழகிக்கொள்ள ஆசையா? சிரித்துக்கொண்டாள்.

ஆபீஸிலிருந்து எடுத்து வந்த அரையாண்டுக் கணக்கை முடிக்காமல் செஸ் போர்டோடு தள்ளிவைத்துவிட்டு அசதி மேலிட கண்களை மூடினான். கண்கள் சொக்கின.

சந்தோஷம் கவிந்த ஈரம்.

★

குறுக்குமறுக்காக கருத்த சவ்வு இறக்கையை படபடத்து வவ்வால் கள் பறக்கின்றன. பழைய கட்டடம். கம்பளியைப் போர்த்திக்கொண்டு உள்ளே போகிறான். ரூமைத் திறந்ததும் மாராப்பை உருவிக் கொண்டு ஒருத்தி ஓடி மறைகிறாள். டை கட்டிய ஆள் போனில் பேசிக் கொண்டிருக்கிறான். முன்புறம் நீளமான மேஜை. நிற்பது பதிவேட்பாளர் தங்கராஜ் போல் தெரிகிறது. அவர் கைப்பிடியிலிருந்து நீண்டு போகும் சுருள் தகடுகள். அதன் நுனிகள் கொக்கிகளாக இருக்கின்றன. முதல் வீச்சில் டேபிளில் இருந்த பைல்கள் மார்பைத் திறந்து சிதறுகின்றன. இப்போது டை கட்டிய ஆள் போல தெரியவில்லை. கதர் அணிந்து வேட்டியில் இருக்கிறார். எங்கோ பார்த்ததுபோல் ஞாபகம். குறிப்பிட்டுச் சொல்ல முடியவில்லை. தங்கராஜ் சுருள் கம்பியை வீசியதில் முதுகில் பட்டுக் கிழிகிறது கதர். எழுந்து ஓடும் போது பின்னால் கிளைகள் போல் சுருள் கம்பியின் அடி கவ்வி விலகுகிறது. "முடியனும் இல்ல விடியணும்" என்ற குரல் ஓடஓட பின்தொடர்ந்து வருகிறது. முச்சந்தியில் உள்ள மார்பளவு சிலை மேடை மேல் ஏறுகிறான். வெட்டியான் மறைந்து போகிறான். சுருள் கம்பி கீழே விழுந்ததைப் பார்த்து சுரேந்திரன் நிற்கிறான். மீண்டும் தலைதெறிக்க

ஓட்டம் பிடித்தாலும் சட்டைக் காலரை ஒரு கை பிடிக்கிறது. திரும்பிப் மார்க்க அது தங்கராஜ் இல்லை. முகமூடி அணிந்த ஒரு கிழவன்.

"டேய் என்ன மொனங்குற?" அம்மா எழுப்புகிறாள். 'சே' தலையை உலுப்பிக் கொள்ள பிரக்ஞை வருகிறது. ஆபீஸ் போனால் தங்கராஜ் எப்போதும் போல சாந்தமாக நோட்டைத் திருப்புவதாகப் பட்டது.

செம்மையாக ஒரு வருடம்கூட ஆகவில்லை. ஆட்சிக் கலைப்பு. மாற்றுக் கட்சி அரசுக் கட்டிலில். சுரேந்திரனுக்கு கூட்டுறவு வங்கி கை விரித்தது. தனக்குக் கிடைத்தது கான்டிராக்ட் பேசிஸ் வேலை என்று சொல்லப்பட்டது. மாதவன், "பெசல் அதிகாரிதான்டா நாமத்தப் போட்டுட்டான்" என்றான். எதிலும் சமாதானம் அடைய முடிய வில்லை. ராத்திரி முழுதும் விக்கிவிக்கி அழுதான். சுருளியப்பன், "நான் இருக்கேன்டா, எதுக்கும் கவலைப்படாதே" என்றார். அம்மாவிற்குக் கண்கள் வீங்கிப் போயின. "டேய், ஒன்ன வெயிலுக்குப் போகாம நான் வச்சிருப்பேண்டா, ஒனக்கு என்னடா குறை. இதோ பார், இருபத்தஞ் சாயிரம் மசுரு போனாப் போகுது. அதெல்லாம் சம்பாரிச்சிடலாம்" தைரியம் சொல்லியும் அவன் மீளவில்லை.

ரத்னமணி வீட்டிற்குள் வந்தாலும் எதுவும் சொல்லவில்லை. சிறிது நேரம் இருந்துவிட்டு எப்போதும்போல் தன் வீட்டு வராண்டாவில் தூசியைக் கூட்டப்போய் குனிந்து கொள்கிறார்.

கோகிலா, "கவலைப்பட வேண்டாம், *T.N.P.S.C.* எக்ஸாமுக்கு ட்ரை பண்ணுங்க" என்றாள். நீர் தேங்கி நின்றன கண்கள். அவன் எழுந்து நின்று வேஷ்டியை சரி செய்து கட்டிலில் உட்கார்ந்தபோது அவளுக்குப் பாவமாக இருந்தது. கோகிலா கட்டிப்பிடித்து முத்தம் கொடுத்தாள். பெரிய மாற்றம் நிகழவில்லை.

எல்லாம் மாறித்தான் போனது. வெளியில் போக அவனுக்கு அவமானமாக இருந்தது.

வீட்டில் பொட்டாம் பொட்டாம் என்று வளைய வருவதும் அதைவிட கஷ்டமாக இருந்தது. அம்மாவிடம் இரவல் புத்தகம் வாங்கி வரச் சொன்னான். ரத்னமணி வீட்டில் வாங்கிப் போடும் வாரப் பத்திரிக்கையை வாங்க கிருஷ்ணம்மா நின்றபோது டிராயரைத் திறந்து கோகிலா பத்திரிகையை எடுத்து நீட்டினாள். ரத்னமணி கூந்தலை ஒரு தட்டு தட்டிக் கொண்டை போடும்போது உதடு இளித்ததை கிருஷ்ணம்மா கவனிக்கத் தவறவில்லை. ஒருவித ரத்னப் புன்னகை. இப்போது சின்னச் சுழிப்பைக் கூட அவளால் கண்டுகொள்ள

72 கூந்தப்பனை

முடிகிறது. புத்தகத்தை வாங்காமலே போக, கோகிலா தன் அம்மாவை முறைத்தாள். ஏனோ வேலை போனதிலிருந்து வேதாளம் முருங்கை மரத்தில் ஏறியது.

புழு அரித்த இலையின் சல்லடை.

★

வீட்டில் இருக்கவும் முடியவில்லை. கடைத்தெருவுக்குப் போகலாம் போல் சுரேந்திரனுக்கு இருந்தது. சைக்கிள் கடையில் நின்றிருந்த சுரேந்திரனுக்கு தூரத்தில் விசாரிக்கும் அந்த அம்மாளைத் தெரிந்தது போல் தோன்றியது. நெருங்க நெருங்க கோமதியம்மாள் என்று தெளிவாகியது. "பெரியம்மா..." ஓடிப்போய் கையைப் பிடித்துக் கொண்டான். "சுரேந்திரா எல்லாரும் எப்படி இருக்கீங்க?" "நல்லா இருக்கோம் பெரியம்மா." "ஒங்கள பாக்கணும் போல தோணிச்சு. நீங்கதான் வரலையன்னா நானாவது பாக்கலாமன்னு இருந்தது. இன்னும் ரெண்டெடத்தில விசாருச்சுத்தான் ஒங்க வீட்டை கண்டுபிடிக்கணும்மான்னு இருந்தேன்...." "ஈசிதான் பெரியம்மா. அந்தா அந்த முக்குதான் பனங்காத்தான் வீதி. சாயல்குடிக்காரங்கன்னா எல்லாருக்கும் தெரியும்." நடந்தார்கள்.

"அம்மா, யாரு வந்திருக்காங்கன்னு பாரு." தொட்டியை சுத்தம் பண்ணிக்கொண்டிருந்த கிருஷ்ணம்மா தலையை நீட்டி எட்டிப் பார்த்தாள். "வாக்கா, எப்ப வந்தீங்க?" "இப்பத்தான். கடைத்தெருவில் தம்பி அடையாளம் பாத்திடுச்சு." ஸ்டூலைக் கொண்டுவந்து போட்டான். அம்மா தனியே அழைத்து கூஜாவை எடுத்துக் கொடுத்தாள். "வாரப்போ ரெண்டு முட்டை வாங்கிட்டு வாடா" "கிருஷ்ணா... அதெல்லாம் வேணாம்." தடுத்தும் தாண்டிப் போய்விட்டான்.

சாவகாசமாக கன்னத்தில் கைவைத்து தூணோரம் சாய்ந்து உட்கார்ந்தாள் கிருஷ்ணம்மா. "என்னக்காதிடீர்ன்னு?" "வரக்கூடாதா?" "ஐயையோ... நீங்க வரணும்." சுரேந்திரனுக்கு வேலை போனது, தோட்டந்தொரவு பற்றியெல்லாம் சொன்னாள்.

"ஏறக்கொறைய எல்லாம் ஒத்திக்கு வச்சாச்சு கிருஷ்ணா... ஒங்களுக்கு தண்ணி வசதி பரவாயில்ல. மலைசாராங்கம். மழை தண்ணி இல்லாம நாங்க என்ன பண்றது? வடக்குத் தோட்டம் மட்டும் கைவசம் இருக்கு. பெரிய பொண்ணதான் வீணாக்கிட்டோம். காலேஜூக்குப் போறேன்னா... ஒங்க மாமாதான் டீச்சர் ட்ரைனீங் அது இதுன்னு அனுப்பி பாழாக்கிட்டாங்க. இருபத்து மூணாயிரம் கொடுத்து சீட்டு

வாங்கினோம். ரெண்டு வருசம் ஹாஸ்டல்ல தங்கிப் படிச்சா. பத்துப் பதினைஞ்சு ரூபா செலவு. கடைசியில பரிச்ச எழுத முடியாம போச்சு. வீட்டில இருக்கா. போலீஸ் செலக்சன்னு அவ அப்பா கூட்டிட்டுப் போனார். எஸ்.பி. பாத்து தனியா கூப்பிட்டு திட்டியிருக்கார். 'ஏய்யா, பணம் பெத்த பொண்ணு, இதுல தள்ளூற? வேல கெடக்கலன்னா எங்கயும் கொண்டுவந்துறது தானா?' என்னிருக்கார். 'இவரு இல்லங்க பிள்ளைக்கி ஒரு வாழ்க்கை வேணும். வசதி வாய்ப்பும் கொறஞ் சிடுச்சு. வேற வழியில்லங்க. பெரியவன் *M.Com* படிச்சிட்டு வேனாதி வெயில்ல விவசாயம் பாக்குறான். கடைசியா ஒரு பொண்ணு வேற இருக்கு. கெடைக்கிறது போதும். இது வீட்ல இருந்து என்னாகப் போகுது?' என்னிருக்கார். 'மூணாஞ் சாதிக்காரங்க சேத்துவிடுவான்க. நீங்களுமா? போங்க, வேற ஏதாவது பாப்போமன்னு அட்ரஸ் வாங்கிட்டு அனுப்பிட்டார். எஸ்.பி. நம்மாளாம். என்ன புரோஜனம்? ஒரு மாசமா அவளோட சண்டை. காலேஜில சேத்துவிடச் சொல்றா. சின்னவ கொஞ்சம் பரவாயில்ல. சம்சாரிக்கு ஏத்தவ. பிளஸ் டூவோட நிப்பாட்டணும். இந்த வருசத்தோட சரின்னிட்டா. பெரியவன் பாஸ்கரன நெனச்சாதான் சங்கடமா இருக்கு. முந்தி இருந்த கலகலப்பு இல்ல. உம்முன்னு இருக்கான். எது கேட்டாலும் மொறைக்கிறான். என்னமாச்சும் சொன்னால்ல புரியும். நான் பிள்ளை பெத்த கொடுமைய எங்க சொல்றது" வெளிப்படையாகப் பேசினார் கோமதியம்மாள்.

"ஏன்க்கா சாந்தினிய அழச்சிட்டு வரக்கூடாதா?"

"எங்க அழச்சிட்டுப் போக முடியுது. கொஞ்ச நாளைக்கி நாலு பேரு வீடு தேடி வராம இருக்கணுமே. இப்ப ஒன்னும் ஐவசு இல்ல."

சுரேந்திரன் கூஜாவை வைத்துவிட்டு அடுக்களைக்குள் டம்ளரை எடுக்கப் போனான். அடுப்புக்கு வெளியில் எரிந்துகொண்டிருக்கும் கள்ளிகளை உலைக்குள் தள்ளிவிட்டு வந்தான். "மிச்சரெல்லாம் எதுக்கு? காப்பி போதாதா?" என்றார் கோமதி.

சுருளியப்பன் வந்ததும் நிறைய நேரம் பேசினார்கள். திரும்ப சுரேந்திரனுக்கு வேலை போனது, சாந்தினி பற்றி, மொதலாளி பற்றி, பெரியவன், லஷ்மி, ஊர், விவசாயம், பொட்டிக்கடை மூக்கம்மா பற்றி யெல்லாம் பேசினார்கள். சாப்பிடும் போதும் சுரேந்திரன் பேசிக் கொண் டிருந்தான். கோமதியம்மாள் கிளம்பும்போது தயங்கித் தயங்கிப் பேசினார். ஒரு துணிச்சலில் கிருஷ்ணம்மாவைத் தனியே அழைத்துப் போய் பேசினார். கதவிடுக்கிலிருந்து வெளிப்பட்டபோது கோமதி யம்மாளுக்கு கண்கள் கலங்கி இருந்தன.

சுருளியப்பனை அழைத்து ஐநூறு ரூபாய் கேட்டாள் கிருஷ்ணம்மா. பணத்தைப் பெற்றுக்கொண்டு கோமதியம்மாள்

போவதையே பார்த்து நின்றனர். "மொதலாளி ஆஸ்பத்திரியில நோயா படுத்திருக்காறாம். ஊருக்குள்ள பெரட்ட முடியலையாம். எல்லாம் கடன் சுமையாம்" என்றபோது சுருளியப்பனுக்கு திக்கென்று அடித்தது.

கோகிலா கல்லூரிக்குப் போவதை முக்கால்வாசியிலேயே ரத்ன மணி நிறுத்தினார். கம்ப்யூட்டர் டிப்ளமோ படிக்க அனுப்ப ஏற்பாடு ஆகியது. சீட் கிடைப்பது சுலபம் என்ற பேச்சு எழுந்தது. சேலத்திற்கு கோகிலா அப்பா இரண்டு முறை போனார். கோகிலாவிற்கு காலேஜ் போக விருப்பம். ஆனால் சுரேந்திரனைப் பார்க்காமல் இருக்க முடியாது.

மாதவனிடம், சுரேந்திரன் 'எதையோ இழந்துக்கிட்டிருக்கேன்' என்று கூறினான். கோகிலாவை எப்படியும் கல்யாணம் செய்து கொள்ள வேண்டும் என்ற எண்ணம் தலைதூக்கியது. முதல் இழப்பிற்கு ஓரளவு இது மனசாந்தி தரும் என்ற எண்ணம். அம்மா அப்பாவிடம் இப்போது இது பற்றி பேசமுடியாத நிலை. கூட்டிக்கொண்டு ஓடி விடலாம் என்பதே அவனுக்கு சரியாகத் தோன்றியது. கோகிலா பொறுத்திருப்போம் என்றாள். பிறகு வீட்டின் சூழ்நிலை ஒரு மாதிரி நிலவ ஓடிப்போய் விடுவது உத்தமம் என்று சரி சொன்னாள். அப்போதுதான் சேலத்தில் கம்ப்யூட்டர் டிப்ளமோ சீட் கிடைத்தது. தன் அம்மாவிடம் "அம்மா... சுரேந்திரன்..." என்று உளறியதற்கு, "பின்னாடி யோசிப்போம். இப்ப படி. அதுக்கென்ன அவசரம்" பட்டும்படாமல் பதிலைச் சொல்லி அனுப்பினார் ரத்னமணி.

சுரேந்திரனை இது அவமானம் கொள்ளச் செய்தது. "வருகிறேன்" என்று சொல்லிவிட்டு அவள் வராமல் விட்டதற்கு என்ன காரணம் என்று கேட்க முடியாமல் போனது அவஸ்தைக்குள்ளாக்கியது. 'என்னைத் தவிர யாரையும் விரும்பமாட்டாள்' என்ற நம்பிக்கை மட்டும் சரியாமல் அவனுக்கு பலமாக இருந்தது.

ரத்னமணி வாசலில் கோலமிட முந்தானைக் கொங்கை இடுப்பில் சொருகிக் குனியும்போது, 'பெரிய லண்டி' என்று பல்லைக் கடித்துக் கொண்டான். பொம்மென்றிருக்கும் குருமேடு கிளைத்து வாங்கறுவாள் போலவளைவின்இருபிளவுகள்சதைப்பிடிப்போடுகொழுத்திருப்பதாக மனக்கண் கிரகித்துப் பரவசம் கொண்டது. சுருங்கலற்ற சேலைக் கட்டு எப்போதும் கிறுகிறுப்பை உண்டு பண்ணும். நிம்மதியாகத் தூங்க நினைத்தான் எதையும் நினைக்கக்கூடாது என்பதற்காக மாதவன், காலேஜ், தன் சொந்த ஊர் இப்படியாக நினைவு சுற்றி வந்து இறுதியில் கோகிலா ரத்னமணியிலேயே மனமுள் நகராமல் நின்று கொள்ளும். தூங்க முடியாமல் புரண்டு புரண்டு விடியக்காலையில் கண்ணை அசத்தும். எப்போது தூங்கினோம் என்பது தெரியாமல் சில சமயம்

தூக்கம் வராமல் போவதற்குக் காரணம் ரத்னமணிதான் என்று மனசு சொல்லும்.

புகை மூட்டத்துக்குள் தூங்கும் கங்கு.

★

திடுதிப்பென்று சாடைமாடையாகக் கோகிலாவின் கல்யாணப் பேச்சு காதில் விழுந்தது. *B.E* படித்த பையன். 2500 ரூபாய் அடிப்படை சம்பளம். கவர்ன்மெண்ட் ஜாப். அம்மா, அப்பா இது பற்றி அதிகமும் பொருட்படுத்தவில்லை என்றே சுரேந்திரனுக்குத் தோன்றியது. கோகிலாவின் தம்பி ஆனந்த், “அப்பா நாளைக்குச் சேலம் போய் விசாரிச்சிட்டு வரப் போறாங்க” என்று நேற்றே சுரேந்திரனிடம் சொல்லி இருந்தான். இதுபற்றி பேச்சு வீட்டில் அதிகம் அடிபட்டாலும், ஆனந்த் மூக்கை நுழைத்துக் கொள்வதில்லை. ‘எங்கிட்டோ நல்லபடியா முடிஞ்சா சரி’ என்பது அவன் நிலை. அதற்காக சுரேந்திரனை வெறுக்கவும் இல்லை. பத்தாம் வகுப்பு படிக்கும் அவனுக்கு இந்த விசயத்திலெல்லாம் பிடிப்பில்லை. டி.வி. பார்ப்பதில் இருக்கும் மோகமாக அது அமையவில்லை. விஸ்ப்பர், மூட்ஸ் என்று பெரும்பாலான விளம்பரம் வரும்போது அமைதியாகப் பார்த்துக் கொண்டிருந்தான். அவன் அம்மா மட்டும் எதையோ தேடுவதுபோல் பாவனை செய்தாள். திருமணம் நடந்தால் பேண்ட், சட்டை உறுதி என்பது மட்டும் சந்தோஷமாக இருந்தது.

காலையில் காக்கி சட்டை, பேண்ட், சுருட்டி வைக்கப்பட்ட வயர் பையோடு தலைவாசலை விட்டு இறங்கினார் பொன்னையா. “ஏங்க” என்ற குரல் கேட்டது. “பைய மறந்துட்டுப் போறீங்க.” “ இங்கே வந்துதான் போகணும்.” “மதுரையிலிருந்தே கிளம்பலையா” “ஏண்டி குளிக்க வேண்டாம்? பகலெல்லாம் சூட்டுல ஒக்காந்திட்டு... அப்படியே போறதன்னாமாடா? ஏற்கனவே பின்னாடி உஷ்ணப்பொக்களம், சீட்டுல ஒக்காந்ததும் அழுத்துது. ரண வேதனையா இருக்கு. ரெண்டு நா லீவு கேட்டா இந்த ஓனர் வெளக்கெண்ணெ முகூர்த்த சமயம் கலக்சன் போயிடுங்கிறான். மாத்துக் கைகாரன ஒரு நா சேத்து ஓட்றான்னா முடியாதுங்கிறான். சனியன்க... அவனவன்...” “சரி, சரி... அந்தளவுல மூடுங்க”

எப்படியாவது திருமணத்தைத் தடுத்து நிறுத்த மனசு ஆலாய்ப் பறந்தது. அங்கிருந்து கடத்திக்கொண்டுவர ஐடியா இருந்தும் அதற்கான ஆள் இல்லை. மேலும் கோகிலா இப்போது எந்த மனநிலையில் இருக்கிறாள் என்பதும் தெரியவில்லை. ஒருவேளை மறந்துவிட்டாளா?

அப்படியெல்லாம் இருக்காது. மெத்தில் நின்று சைக்கினை செய்தது அவளா? நானா? மறக்கமாட்டாள் என்ற ஒரு பழைய நினைவு பட்டென்று எழுந்தது. கட்டிலில் கட்டிப்பிடித்ததை எல்லாம் அவளால் மறக்க முடியாது. நிச்சயம் எனக்காக காத்துக்கொண்டு இருப்பாள் என்று மாற்றி மாற்றி நினைக்க மனசு ஓயவில்லை. அலைகள் திரும்பத் திரும்பப் புரண்டன. தன் நினைவு இருக்கும்படியாக இன்னும் ஏதாவது விதத்தில் கூடுதலாகப் பழகி இருந்திருக்க வேண்டுமோ என்ற அலை எழுந்தது.

நேற்று மாதவன் வீட்டில் டி.வி.க்கு முன் பத்து நிமிசம்கூட உட்கார முடியவில்லை. 'ஊஞ்சல்' தொடர் எரிச்சலைக் கிளப்பியது. அதில் வரும் ராமு தன் காதலியை ஏமாற்றிவிட்டு ஓடுகிறான். சேலத்தில் கோகிலா இந்த நிகழ்ச்சியைப் பார்க்காமல் இருக்கவேண்டும் என்ற வேண்டுதல் அலம்பியது. எப்படியேனும் கோகிலா இங்கு வந்தால் அன்பாலோ, தன் துக்கத்தைக் கொட்டுகிற விதத்திலோ, அவளின் மீதான தன் கற்பனைக் கோட்டைகளை விரித்துக் காட்டுவதிலோ அவளை இணங்க வைத்து விடலாம்; அல்லது தன் அப்பா அம்மா எப்படியெல்லாம் கஷ்டப்பட்டு வளர்த்தும் அவர்களுக்கு நேர்மையாக நடக்காமல் அவள் நினைவாகவே கிடப்பதைச் சொல்லியோ தன் எண்ணத்தைக் காட்டவேண்டும் என்ற முன்யோசனை இப்போது எழுந்தது. ஆனாலும் தன்னால் சூழலுக்கு மீறிச் செயல்பட முயலாது என்றும் தோன்றியது.

மாதவன் மூலமாகத் தன் அப்பாவிடம் கேட்கச் சொன்னதும் உண்டு. அவர், "நாம் இருக்கிற நெலையில புதுசா சிக்கல் வேணாம். அவராக கொடுக்கிறேன்னு முன்வராம நாம கேட்டு இல்லையன்னு சொன்னா அசிங்கமில்லையா? அப்படிக் கெஞ்சித்தான் போகணுமா. ஆம்பளையப் பெத்து இப்படியுமா நா நடக்கணும். நம்மளுக்கென்னு ஒருத்தர் கொடுக்க வருவார். இவனுக்கு இப்ப என்ன அவசரம். முழுசா 26 வயசு கூட ஆகலை. வாங்கின கடன திருப்பித் தந்தாதான் மறு ஒத்திய திருப்ப முடியும். அவன தண்ணி கட்டுடா... கள வெட்டுடான்னு ஏதாச்சும் சொல்றோமா? அவனுக்கிருக்கிற கவல எங்களுக்கில்லையா. கல்யாணத்த கொஞ்சம் பொறுத்துப் பாத்தா என்ன?" என்று சொல்லி விட்டார்.

அம்மாவிற்கு யோசனை வேறு. "ஏப்பா மாதவா, அந்த முட்டக் கண்ணியத்தான் கல்யாணம் பண்ணணுமா? மீனாட்சி மகன் பண்ணுனது மாதிரி பண்ணுனா கூட எனக்குக் கவலையில்லை. வேத்து ஜாதியில் அப்படி யாராவது இழுத்துட்டு வந்திருந்தாக்கூட சந்தோசப்படுவேன்." மீனாட்சியம்மாளின் மகன் முத்துக்கண்ணன், முதலியார் ஜாதியில் பிறந்த பெரிய வசதியான பெண்ணை தள்ளிக்கொண்டு வந்து விட்டான். பதிவுத் திருமணம். வெளியில் தெரியாமல் முதலியார் ஒரு லட்சம்

கையில் கொடுத்து கவர்மெண்ட் வேலைக்கு ஒண்ணே கால் கொடுத்து மூணாம் பேருக்குத் தெரியாமல் செட்டில் பண்ணினார். அது போல தன் மகனுக்கு வாய்ப்பு அமைந்தால்கூட பரவாயில்லை. மீனாட்சி யம்மாளின் வீட்டிலோ ஊரிலோ பெரிசாக என்ன நடந்துவிட்டது?

பணங்காசில் நிகழ்த்திக் கொள்ளத்தக்கதா காதல்! அதைக் கொச்சைப்படுத்திய அம்மாவைப் பார்க்கக் கூசியது. கோகிலா வேற்று ஜாதி ஏழையாக இருந்திருந்தால், "ஏண்டா, வேலை வெட்டி இல்லாம, ஒண்ணுமில்லாத வெவஸ்தை கெட்ட ஜாதியில சேர்றதுக்கு பத்தோ பதினஞ்சோ போட்டுக் கொடுக்கிறேங்கிறாங்களே நம்ம எனத்தில கட்டுனா என்ன? நொடிச்ச குடும்பம்ன்னாலும் பரம்பரையா வாழ்ந்து கெட்ட குடும்பம். ஒரு நாளைக்கி இல்லேன்னாலும் ஒரு நாளைக்கு கை தூக்கி விடுவாங்களே" என்பதில் மறைமுகமாக கவனம் இருக்கும். வசதி வாய்ப்பில் குறி இல்லாமலா இருக்கும்? அம்மாவின் குணசாயல் இது மாதிரியில்லாமல் வேறென்ன?

தனிமையில் 'என்னை வச்சு யேபாரம் செய்யாதேம்மா' என்று கத்தினான். 'கோகிலா, உனக்காக எவ்வளவு முயற்சி? எனக்காக ஒரு துரும்பைக்கூட நீ நகட்டவில்லையா? உண்மையில் என்னை நினைத்துக் கொண்டுதான் இருக்கிறாயா? நான் எழுதிய கடிதத்திற்கு பதில்கூட இல்லையே. அது கையில் கிடைக்கவில்லையா? வரும் வரும் என்று எதிர்பார்த்து உதிர்ந்தது நம்பிக்கை. அதையேதான் நீயும் நினைக்கிறாயா? இனி என்னால் என்ன செய்ய முடியும் கோகிலா?' கண்களைத் துடைத்துக்கொண்டான்.

சொன்ன அன்றே பொன்னையாவால் போகமுடியவில்லை. எப்படியோ மனதில் கறுவிக்கொண்டே உதட்டில் இளித்து ரெண்டு நாள் விடுமுறை வாங்கியதில் சந்தோஷம்தான். ரத்னமணியும் உடன் போனாள். சேலம் போன பின்புதான் சிக்கல் வந்தது. சம்பந்தா சாடியை விசாரித்ததில் அண்ணன் தம்பி மொறை விழுகிறது. பையனுக்கு குலதெய்வம் நந்தகோபால்சாமி. இவர்கள் குலதெய்வம் தனகோபால் சாமி. பின் என்ன செய்ய? குலதெய்வங்கள் அண்ணன் தம்பிகள். கிளைகள் விரிந்து விரிந்து ரத்தக் கலப்பு மாறிப் போன தலைமுறை களாக இருந்தாலும் ரத்னமணி முடியவே முடியாது என்று சொல்லி விட்டார்.

"இப்பெல்லாம் சொந்தக் குலத்தில் மட்டுந்தான் கவனமா இருக் காங்க. ஒன்னுவிட்ட குலத்தைப் பெருசா எடுத்துக்கிறதில்ல." பொன் னையாவின் சகலை எவ்வளவோ சொல்லியும் பல திருமணங்கள் நடந்ததைச் சுட்டிக்காட்டியும், ரத்னமணி ஒரே உலுப்பாக உலுப்பி

விட்டார். "எல்லா மண்ணும் ஒண்ணுதான். வெளியில சொன்னா சிரிப்பாங்க, அசிங்கம்." அத்தோடு நின்று போனது.

சுரேந்திரனுக்குக் கூட புது உற்சாகம் கூடியது. தினமலர் வேலை வாய்ப்பு மலரில் 'ரெவன்யூ இலாகாவில் 255 காலியிடங்கள்' என்ற தலைப்பில் விண்ணப்பப் படிவம் கண்டதும் ரூமைப் பூட்டிவிட்டு ஒரு குதிகுதித்துக்கொண்டான். அதைவிட சந்தோஷம் கோகிலாவின் திருமணம் நின்றுபோனதுதான்.

விண்ணப்பப் படிவம் பூர்த்தி செய்து அனுப்பியாகிவிட்டது. 255 இடங்களுக்கு. இரண்டு லட்சம் பேர் திரண்டு ஓடுவது அவனுக்குத் திரை விலகித் தெரியவில்லை. 255 ல் தான் ஒருவன் என்பதாக அவனுக்குத் தோன்றியது. பெண் கேட்க இது ஒரு வாய்ப்பு என்பது மட்டும் கிச்சென்று மனசை கவ்வியது.

அம்மாவிடம் பெரிய வீட்டு சந்தானதேவி அடுக்களையில் ஏதோ குசுகுசுத்துக் கொண்டிருந்தது தெளிவாகக் கேட்டது. ரத்னமணி அத்தை யிடம் கொஞ்சம் திருமண விசயத்தைத் தள்ளிப் போடக் கூடாதா என்று ஆள்விட்டு கேட்க வேண்டும் போல் இருந்தது. கேட்கவில்லை.

சந்தானதேவி சுரேந்திரன் அம்மாவிடம் பேச்சின் ஊடே கேபிளை, டிஸ்கனெக்ட் செய்ததை குசுகுசுவென்ற குரலில் பேசிக் கொண்டிருந்தாள். "முந்தா நேந்து நீ நல்லவேளை வரலே. சிந்து பைரவி படம் முடிஞ்சதும்... ஐயையோ சொல்றதுக்கே கூச்சமா இருக்கு. ராசாவின் மனசில படம்னுருந்தா. படக்கன்னு... அந்த மியூசிக்கும் முனங்கலும்... பண்றத காமிச்சான்... நாலு நிமிசம் தான்... கை காலெல்லாம் கிடுகிடுன்னு ஆடிடுச்சு. என்னோட பாத்துக்கிட்டிருந்த ரத்னமணி விழுந்து விழுந்து சிரிக்கிறா. இந்த கொடுமைய எங்க போயி சொல்றது. அப்பறம் ராசாவின் மனசில போட்டான். கேபிளும் எதுவும் வேணாமன்னு கட் பண்ணிட்டோம். ஏண்டா மொதல்ல கனெக்சன் கொடுத்தோமன்னு இருக்கு. 'ரீகல் சொட்டு நீலத்துக்கு வர்ற விளம்பரக்காரி மாதிரி முடிய வெட்டி குட்டையாக்கிக் கிட்டு சிலுப்புனா அழகா இருக்குமல்ல எங்கிறா இந்த ரத்னமணி. இவளுக்கு இன்னும் மினுக்கணும்னு நெனப்பு...' பொறணியையும் பேசி விட்டுப் போனார்.

பத்துப் பதினைந்து நாள் கழித்து இவன் முகவரிக்கு ஒரு போஸ்ட் கார்ட் ரெவன்யூ இலாக்காவிலிருந்து வந்தது. இண்டர்வியூ இல்லாமலே இவன் கனவு டைப் செய்த ஒற்றை வரியில் கரைந்து போனது. 'அரசு உத்தரவின் பேரில் இப்போது பணியிடம் நிரப்பல் இல்லை. கார்டைத் தூக்கிப் போட்டான்.

திசையற்று அலைக்கழியும் சருகு.

★

மீண்டும் கோகிலா திருமணம் ஜாடைமாடையாக அவன் காதுக்கு எட்டியது. பரபரப்பு குறைந்து சோர்வும் ஆட்கொண்டது. அக்ரி படித்த பையன். பெரியகுளம் வட்டம் விதைப்பண்ணைக் கல்லூரியில் விரிவுரையாளராக இருப்பவனுக்கு என்று கடைசியில் முடிவானது. உறவுமுறைகள் மிகச்சரியாக அமைய கோகிலாவிற்கு உறுதியாகிவிட்டது. நாட்கள் கழிபட அதுவும் நடக்கும்.

அடங்காமல் இனி எத்தனை நாளைக்குக் குதிக்கும் மனம்? கோகிலா வரமாட்டாளா? மத்தாப்பாகச் சிதறி வரும் திரி எல்லையை நெருங்க வெடித்துச் சிதறும். இல்லையென்றால் புஸ்வாணமாகி மரித்துப் போகும். வெடிக்குமா? செத்து விடுமா ஆர்வம் குறைந்த பாடில்லை. மனசு மத்தாப்பாக சிடிசிடியென்று எரிகிறது.

உப்பு வாங்க கோகிலா வருவதாக ஆனந்த் மூலமாகத்தான் தெரிய வந்தது. பயம் கலந்த சந்தோஷம் மேனியெங்கும் பரவியதிர்ந்த அந்த கணம் ‘சவால்’ என்றன உதடுகள். விதைப் பண்ணையாளனா? நானா? என நெஞ்சில் குத்திக்கொண்டான். கோகிலா நீ துணிச்சல்காரி. எப்போது எப்படி நடந்துகொள்வதென்பதை ஆழரகசியமாக வைத் திருக்கிறாய். ஐயோ என்னை மன்னிச்சுடு கோகிலா. கட்டிப்பிடித்து முத்தம் வைக்கிறேன் உம்ம்ம் இச் இச். அவளின் திட்டம் தெரியாமல் கண்டமேனிக்குத் திட்டித்தீர்த்ததைப் பெரிதாக நினைக்கக்கூடாது. இறைவா! கன்னத்தில் போட்டுக்கிறேன். கோகிலா, எந்த இக்கட்டி லும் நீ என்னவள்தான் என்பதை மறந்துவிட்டேன். வந்ததும் இரவோடு இரவாகக் கிளம்பச் சொன்னால்? கனகாவிடம் சிறுவாடு பணம் இருக் கும். இல்லையென்றால்? பேங்க் ரவீந்திரன் அண்ணாச்சியைப் பிடிக்க வேண்டியதுதான்.

வீட்டிற்குள் குறுக்குமறுக்காக நடந்தான். ரிஜிஸ்டர் மேரேஜ் முடிந்ததும் முதல் வேலையாக இந்த ரத்னமணியை ஒட்டி உறவாட விடக் கூடாதென்ற எரிச்சல் குமிழாய் எழுந்தது. சொந்தபந்தங்களிடம் உப்பு வாங்கும் சடங்கிற்கா வருகிறாள்? இல்ல; உங்க தலையில் மிளகாய் அறைக்கத்தான்டீ! சிரிப்பு பொங்கியது. கைகளை உரசி உடம்பை உலுக்கிக்கொண்டான். பிறகு எங்கே போவது? சாயல்குடி கோமதி பெரியம்மாவிடம்? ரெண்டு திட்டுத் திட்டும். அடைக்கலம் மறுத்து விடுமா என்ன?

அழுக்குத் துணிகள் கதவு, கொக்கி, கம்பி என கண்ட இடங்களில் தொங்கின. வண்ணானிடம் கொடுத்தால் வெள்ளாவியில் வைத்துக்

80 கூந்தப்பனை

கொண்டு வரப் பதினைந்து நாட்களாக்கி விடுவான். பரபரவெனத் எடுத்து ஈயவாளியில் அமுக்கித் தொட்டி நீர் எடுத்து ஊற்றினான். துணி ஊறி வைப்பதை இதுவரை செய்யாத ஒன்றை அதுவும் அள்ளி வைத்துத் துவைப்பதை அம்மா பார்த்தால்... வெட்கம் சூழ்ந்தது. அம்மா வருமுன் அலசிப் போட்டுவிட துரிதம் முடுக்கியது.

எல்லாம் முடிந்தபின் அந்த விதைப்பண்ணை ஆளைப் பார்த்து நோட்டம் விடவேண்டும். ஆள் எப்படி இருப்பான். அழகனோ? துணியை முறுக்கிப் பிழிந்தான். அவள் வரும் நாள் நெருங்க நெருங்க மனம் இருப்புக் கொள்ளவில்லை.

அவள் வரும் தினத்தன்று மஞ்சனத்தாம்பட்டி விறகுக்கடை ஸ்டாப்புக்கு மூன்று நான்கு முறை போய் வந்தான். நேரம் ஆக ஆக பஸ் விபத்துக் காட்சிகள் தான் வர ஆரம்பித்தன. 'கடவுளே எதுவும் நேரக் கூடாது.' மனதில் ஒரு வேண்டுகோள். சட்டென ஒரு யோசனை தோன்றியது. சின்னமனூர் பஸ் ஸ்டாண்டில் வைத்து மடக்கி விடுவதென்று. முகத்தை அழகுபடுத்தி கர்ச்சீப்பின் உள் மடிப்பில் பவுடரைக் கொட்டிக்கொண்டு போனான். தன் சப்தநாடிகள் அவளின் இயக்கமாகப் பின்தொடர வேண்டுமென, ஆசையோடு மூன்று ஜதை மணி வைத்த கொலுசு வாங்கினான். மேற்பாதங்களில் கோர்த்து முத்தமிடத் தோன்றியது.

மசங்க மசங்க நின்று பார்த்தும் ஆளைப் பார்க்கமுடியவில்லை. சேலம் முகவரி தெரிந்திருந்தால் இதுவரையுமா விட்டு வைத்திருப் பான். ரத்னமணி லேசுப்பட்ட பொம்பளையா? நாவிலிருந்து ஒரு வார்த்தையை யாரும் பிடுங்கமுடியாது. காதலில் அடிபட்டிருப்பாரோ ரத்னமணி!

ஊர் திரும்பும்போது எங்காவது போய்த் தொலைந்துவிடத் தோன்றியது. அக்கிரிக்காரனைப் பார்த்து கெஞ்சிக் கேட்டால் ஒதுங்கிக் கொள்வானா? இதென்ன தமிழ்சினிமாவா என்பார்கள் நண்பர்கள். முகம் தெரியாத மணமகனிடமிருந்து ஏளனச் சிரிப்பு கிளம்புவதுபோல் இருந்தது. ஒருவேளை நாளைகூட வரலாம் என்றொரு ஆறுதல் தோன்றியது.

விறகுக் கடை பஸ் ஸ்டாப்பில் கால் வைத்ததும் கோகிலா வந்து விட்ட தகவல் காதைத் தொட்டது. இவன் டவுணுக்குக் கிளம்ப அவள் இங்கு வந்துவிட்டது தெரிந்தது. வீட்டைச் சுற்றிச் சுற்றி வந்தான். எதிர் வீட்டில் அலுக்குப்பலுக்கு இல்லை. பஜாருக்கு வந்தபோது மாதவன் சொன்னான் - பொன்னையாவின் ஒன்றுவிட்ட மைத்துனர் வீட்டில் உப்பு அவள் வாங்க நுழைந்திருப்பதாக. திருப்பதியின் பெட்டிக்கடைக்குப்

பின்னே மறைவில் நின்றான். பெண்கள் சூழ நகரும் அவளைத் தனியே சந்திக்க முடியவில்லை. இருட்டில் நிற்கும் தன்னை யாராவது என்ன ஏது என்று கேட்டுவிடக்கூடும். தொடர்ந்து மறைந்திருப்பது அவஸ்தையாக இருந்தது.

அவள் வீட்டின் பின்னால் உள்ள சந்தில் வைத்து நிகழ்ந்த அந்த ஒரு நிமிடச் சந்திப்பு முடிவற்ற கேள்வியும் பதிலற்ற முடிவுமாக இருந்தது. “அம்மா பாத்திடுவாங்க... நாளைக்குப் பேசிக்கிடலாம். தள்ளுங்க” பட்டும் படாமல் பதில்... எப்படி மாறினாள்? குரலில்கூட பேதமை இல்லை. எனக்காகவே அவள் சேலத்திலிருந்து வந்துகொண்டிருப்பதாக ஒவ்வொரு மணியிலும் ஒவ்வொரு நிமிஷத்திலும் ஒவ்வொரு நொடியிலும் நீண்டு கிடந்த காலத்தைக் கடத்த அவன் பட்ட பதட்டங்கள் இன்று அர்த்தமிழந்தன. அவளோடு உரசி நின்று கன்னங்களைத் தொட்டு இறுக அணைத்து முத்தமிட எண்ணிய ஆசைகள் கருகின. அதைவிட கனகாவிடம் தன் அம்மா இருக்கும்போதே விதைப்பண்ணை பணியாளனின் சம்பளம் குறித்தும் கேசச் சுருள் குறித்தும் அவள் உதிர்த்த பேச்சுகள் தாங்க முடியாததாக இருந்தன.

பொய்யாகவேனும் என்னைக் காதலித்ததாகச் சொல்லியிருக்கக் கூடாதா? மேற்சட்டைப்பையில் கொலுசுகள் மூக்கறுத்துக்கொண்டு கிடந்தன. ‘நீண்ட பிரிவு’ தவிப்பின் உச்சகதியாகவும் மெல்லத் தேய்ந்து மறையும் ஓசையாகவும் இருமுனை கொண்ட அம்பாகச் செல்லுமோ! அவள் இல்லாது நான் வாழவே முடியாது என்பதை ஏன் அவள் புரிந்துகொள்ளவில்லை. நான் செத்துத்தொலைத்தாலாவது என் அன்பைப் புரிந்துகொள்வாளா? நாள்தோறும் உரிமையோடு கொஞ்சிக் குலாவி வந்த கற்பனைகளைச் சாவால் அழிக்கத் தயங்குகிறது மனம். முன்பு கண்காணிப்போடு முதன்முதலில் கோகிலாவை சேலத்துக்கு அழைத்துச் சென்ற அன்று ‘ஹேண்ட் பேக்’கை மறந்துவிட்டதாகச் சாக்குச் சொல்லி வீட்டுக்குள் நுழைந்து கைபொத்தி, அவள் விட்ட சத்தியக் கண்ணீரின் அர்த்தம் என்ன? நிராகரிப்பின் பின்னும் மீண்டும் தன்னிடம் வருவாள் என்ற நம்பிக்கை அப்போது ஏன் தோன்றியது? ரத்னமணியை நம்ப வைப்பதற்காகத்தான் அவள் பண்ணைப் பேரா சிரியன் குறித்து அப்படி பேசியிருக்கிறாள் என நான் நம்பியது ஏன்?

அவள் சொல்லாமல் கொள்ளாமல் போய்விட்ட நொடியில் பெரும் பசி வயிற்றைப் புரட்டி எடுத்தாலும் மனதார அவனால் சாப்பிடவே முடியவில்லை. ஒரு கவளம் உள்சென்றதும் அது வாந்தியாக எகிறியது.

அவள் காதல் செத்து ஓராண்டு ஆகிவிட்ட உண்மை புலப்பட்டது.

இனி வரமாட்டாள்.

கருங்கூந்தல் அதுவாக வெண்மையைத் தழுவிக் கொள்வதுபோல் காதலின் ஆனந்தம் சோகத்தைத் தழுவத் தன்னையறியாமல் பயணம் மேற்கொண்டிருந்தது.

திரும்பினால் எல்லாமே கசக்கும் நினைவுகள்.

★

வயிற்று வலி பொறுக்காமல் முடங்கிக் கிடந்த சுரேந்திரனை மாதவன் ஆட்டோவில் சின்னமனூருக்குக் கொண்டுபோனான். கொக்கியில் தொங்கும் குளுகோஸ் பாட்டிலின் டியூப் வலது கை நரம்பில் பொருந்தப்பட்டிருந்தது. குளுகோஸ் தீரும் சமயம் கவனமாக இருக்கச் சொன்னார் டாக்டர். அல்சர். குடலில் சீழ் கட்டிவிட்டதாகக் கூறினார். பெரும்பாலும் காரமற்ற உணவு. மசால்பொடிகுழம்பு வகையறாக்களை நிறுத்தச் சொன்னார். பால் தொண்டையில் இறங்கியதும் உந்தித் தள்ளியது வாந்தி. கட்டிலுக்குக் கீழ் இருந்த எனாமல் போன பீங்கான் தட்டை எடுத்து கனகா பிடித்தாள். வாயிலிருந்து நூலாகத் தொங்கிய உமிழ்நீரைத் துண்டால் துடைத்துவிட்டாள். ஒவ்வொரு முறையும் குடலைப் புரட்டிக்கொண்டு வரும்போது வயிற்றை வலி கவ்விப் பிடித்தது. கண்களில் நீர் கோர்த்தது. ஸ்டேண்டில் தொங்கும் குளுகோஸ் பாட்டிலை ஆடாமல் பிடித்தாள் கனகா.

இரண்டாம் நாள் டிபன் கேரியரில் ரத்னமணி தயிர்சாதம் கொண்டு வந்து கொடுத்தார். அவரைப் பார்த்துவிட்டு சுரேந்திரன் கண்களை மூடிக்கொண்டான். டிபன் கேரியர் சாப்பாடு திருப்பி அனுப்பப்பட்டது.

யாரும் இந்த அதிகாலையில் கோமதியம்மாளை எதிர்பார்க்கவில்லை. வந்ததும் வராததுமாய் அழுதுவிட்டார். ஸ்டாண்டை மூலையில் வைத்துவிட்டு சுருளியப்பன் "பெரியவருக்கு ஏதாச்சும்..." கேட்க இல்லையென்று தலையாட்டினார். மடியில் நான்காக மடித்திருந்த இன்லண்ட் லெட்டரைக் காண்பித்தார்.

"அன்புள்ள அம்மா, அப்பா, தங்கைகளுக்கு,

என்னை எங்கும் தேட வேண்டாம். இந்தளவும் நீங்கள் வளர்த்த சந்தோஷத்துடனே போய்க்கொண்டிருக்கிறேன். நான் போய் விழுந்த இடம் கொஞ்சநஞ்சம் இருக்கும் பாசத்தை என்னிடமிருந்து உறிஞ்சிக் கொள்ளலாம். என்றோ ஒரு நாள் உங்களிடம் வருவேன். எப்படி வருவேன் என்று சொல்ல முடியாது. தங்கைகள்தான் என் கண்ணிலிருந்து அகலாமல் வந்துகொண்டிருக்கிறார்கள். குண்டூருக்கும் எனக்கும் சம்பந்தம் உண்டாகும் என்று படிக்கிற காலத்தில் நினைக்கவில்லை. முன்பொரு நாள் பண்ணைக்காரன்

சின்னான் சக்கிலியன் ஒரு கட்டு கேப்பைத்தாள் கட்டியதிற்கு நீங்கள் சாட்டைக் கம்பால் அடித்தது சரிதானா அப்பா? அவன் அந்தளவுக்குக் கூட நமக்கு உழைக்கவில்லையா? இங்கு தப்பாட்டமே அங்கீகாரம் பெற்றுவிட்டது. பின் மஞ்சள் அட்டைக்கு வேலையென்ன?

உங்கள் நினைவோடு,

K. பாஸ்கரன்.

கடிதம் திருச்சியில் அஞ்சல் செய்யப்பட்டிருந்தது. பாஸ்கரன் என்னைக்கு வீட்டைவிட்டுப் போனான்?" சுருளியப்பன் கேட்டார். "ரெவன்யூ இலாக்காவில் இருந்து கார்டு வந்த மறுநாள்." காற்றின் பயணம் இலைகளை மேவுவது மட்டுமில்லையே, சில சமயம் மரங்களையும் முறிக்கத்தான் செய்கிறது. ஆறுதல் சொல்லி அனுப்பி னார்கள். கோமதியம்மாள் ஆஸ்பத்திரியைத் தேடி வந்து பார்த்துப் போனது சுருளியப்பனைப் பழைய நினைவுகளுக்குள் இழுத்தது.

நான்கு நாள் கழித்து டிஸ்சார்ஜ் செய்தார்கள். வீட்டிற்கு வந்ததும் ரத்னமணி அத்தை விசாரிப்பார் என்று எதிர்பார்த்தான். அந்தச்சமயத்தில் கோகிலாவைப் பற்றிக் கேட்கவேண்டும் என்ற துடிப்பு ஏற்பட்டது. வந்து ஒருவார காலமாகிவிட்டது. அழகாக வகிடெடுத்து ரத்னமணி எப்போதும் போல் தலைவாசலில் நின்றார். அவன் மனசிற்கு கஷ்டமாக இருந்தது.

மீண்டும் இண்டர்வியூ. சென்னையில் ஜோசப் மெட்ரிகுலேஷன் பள்ளிக்குப் போய் வந்தான். அவர்கள் B.Ed. எதிர்பார்த்தார்கள். அவள் படிப்புக்கூட அரைகுறை என்பது இண்டர்வியூவில் சொல்லப்பட்டது. இனி விவசாயம் செய்யலாம். பக்குவம் தெரியாது. மனசு எதிலும் ஒட்டவில்லை. யார் யார் மீதோ சிதறியுள்ள கோபங்கள் ஒன்றுதிரண்டு சுருக்கென்று அவனைத் தின்றன.

வயிற்றுக்குள் தீக்கனல்.

★

பிடரியில் பிடித்த சுளுக்கு மூன்று நாளாக ரத்னமணிக்கு கழுத்தைத் திருப்ப முடியாமல் பண்ணியது. யாரிடமாவது திரும்பிப் பேச கழுத்தை அசைக்க முடியவில்லை. வெளக்கெண்ணெய் போட்டு கட்டை விரல்களால் காசி ஆசாரி நீவிவிட்டும் நோவு குறையவில்லை. விசுக்கென்று ஞாபகமறதியாக திரும்ப நேர்ந்தால் மண்டைக்குள் மின்னலிட்டுப் போகும் வலி.

பதினோரு மணிக்கே வெளியில் வெயில் சுள்ளென்று அடித்தது. வெடைக்கோழிசாக்கடையைக் கிளறிக்கொண்டிருந்தது. பக்கத்து

வீட்டு செவலை நாய் எங்கேயோ அலைந்து நாக்கைத் தொங்கப் போட்டு உமிழ் நீர் வடிய வீட்டுமுன் வந்து படுத்து இளைத்தது.

ரத்னமணி தலைவாசலில் நின்று சுரேந்திரனைப் பார்த்தாள். உள்ளே போய்விட்டாள். மத்தியான வெயிலில் ஒற்றைக் காகம் கரைந்து கொண்டே எங்கோ போனது. சுரேந்திரன் நெஞ்சை கொக்கி போட்டு சுண்டி இழுத்தது அவள் உருவம். ரத்னமணி வீட்டிற்குள் அவன் போனான்.

அரைமணி நேரம் கழித்து வந்தான். உடல் வேர்த்திருந்தது. கட்டிலில் படுத்ததும் ஆக்ரோஷம் மட்டுப்பட்டிருந்தது. மஞ்சளான பப்பாளிப் பழம் போல பெரிதான மிதுக் மிதுக் மார்பகம் உருண்டு பெருத்து நின்றது. குமிழ் போல திரண்டிருந்த இடுப்புச் சதை எல்லாம் அழுத்த, திமிலை அடக்குவது போல் தினவு எழுந்தது.

சட்டையைக் கழற்றி ஹேங்கரில் தொங்கப்போட்டு விட்டு கண்ணை மூடினான். கசகசவென்று வேர்த்தது.

அடிவயிற்றில் புழு தடம் பதித்ததுபோல் பிரவசத் தழும்புகள். புல்லரித்தே நிற்கும் அடிவயிற்றின் ரோமக்கண்கள். பின்புறத் தொடைக்கு மேல் கருப்பு படலம். அவள் எலும்பை நொறுக்கிவிட வேண்டும் என்ற மூர்க்கம் அவனுக்கு. அவனது விரகதாபத்தின் இயக்கம் இரும்பா யுருகி நீரானது அவளுக்குள் வசப்பட்டுப் போனது.

மனதில் கெக்கலித்துச் சுழலும் அந்த ஏளனத் தொனி நெருஞ்சி முள் போல் சுருக்கிட்டது. "ஹூம்... இவ்வளவுதானாக்கும்?" எவ்வளவு பெரிய சாட்டை. தன்னைத் தோற்கடித்து கம்பீரம் கொண்ட அவளின் வார்த்தை. அடிபட்ட மிருக வார்த்தை கேள்வியின் எதி ரொலிப்பு நெஞ்சில் அமர்ந்து ரீங்காரம் பண்ணியது. தன் வேகம் செல்லு படியாகவில்லையா?

ஆர அமரத் தழுவியிருக்க வேண்டுமா? தன்னை அடிமையாக்கிக் கொண்டாளா? சலனத்தின் அலைகள் புரண்டு விழுந்துகொண்டே இருந்தன. நிலை கொள்ளாமல் மனம் கொதித்தது. மல்லுக்கு சவால் விடும் வார்த்தை. அவனை விழுங்கி ஏப்பம் விடும் வார்த்தை. மீண்டும் எழுந்து எதிர் வீட்டில் நுழைந்தான்.

புறச்சூழல் மறைந்து பால்வெளியாக மாறியது. வயதின் ஏற்ற இறக் கம் அழிந்தது. வேறு வேறு குடுவையில் உள்ள நீர் ஒரே குடுவையில் விழுந்து 'நீர்' என்று மட்டும் ஆகியது. மதிப்புகள் சிதறின. புத்தக அறிவு தீப்பிடித்து கருகிச் சாம்பலானது. அங்கு நிகழ்ந்தது இரண்டு உயிர்களின் பரிமாற்றம் தவிர எதுவுமில்லாததாகியது. தூக்கமற்ற தூக்கம் தழுவி

யது. தன்னை விடுவித்துக்கொள்ள மனமில்லாமல் கைகளை விலக்க முற்பட்டபோது, "அவ்வளவுதானா?" என்ற கொஞ்சல்மொழியைஅவள் உதடுகள் உச்சரித்தன. நிராசைக்கும் ஆசைக்குமான தூண்டல் ஒரு எழுத்தில் மட்டுமே ஒட்டியிருந்தது. அவன் அணைத்துக்கொண்டான். அவள் ஆகிருதியைத் தன் அங்குசத்தால் கட்டுண்டு கிடத்த அவனை யறியாது ஓர் ஏக்கம் முன்னமே நிழலாகப் படிந்திருந்ததோ? அவர்களுக் குள் பதுங்கி இருக்கும் ஆண்மை, பெண்மை பிரவாகமெடுத்து பரவசமாய்க் கசிந்தது. உச்சத்தின் உதிர்ப்பு நிகழ தனித்த ஆளுமையுணர்வுகள்மறைந்தது. பெண்ணுக்குள்ஆணையும், ஆணுக்குள் பெண்ணையும்... அர்த்தநாரி இணையென நிகழ்ந்தது. ஐம்புலன்களும் வெளி இரைச்சல் அடங்கி ஐந்தும் ஒன்றன் கவனமாகிக் குவிந்தது. ஜதிகளில் மயங்கியாடும் பாதலீலைகள் போல் ஆனந்த லகரி. வெட்கங் கள் ஒழிந்த மல்யுத்தம், முக்குளித்ததில் பிறந்தது லயம். இப்படி மோகத்தில் ஒன்றிப் புகுந்து போகும் நிலையை அவள் இதற்கு முன் பெற்றதில்லை. தம்மை மறந்தனர். கொத்தான நரம்பு மண்டலத்தின் ஒரு கீற்றில் ஒட்டியிருந்த அவளது கழுத்துச் சுளுக்கின் முடிச்சு அவிழ்ந்துகொண்டது. திங்கள், செவ்வாய், புதன், வியாழன், வெள்ளி. இவனுக்குள் மூர்க்கம் படிப்படியாக இறங்க, அவளுக்குள் ஆர்வம் அடுக்கடுக்காக அதிகரித்து சனிக்கிழமை சமநிலையைத் தொட்டது. தழுவலில் பரஸ்பரம் தொடுதல் பகிர்ந்து கொள்ளுதலாகியது. ஆளுமை முனைப்பு குறைந்து அன்பு பாராட்ட மனங்கள் விழைந்தன.

எப்படி எனக்குள் உன்னைக் கவிழ்த்துக் கொள்ள இணங்கினாய்? என்று கேட்கவேண்டும் போலாகியது. கோகிலாவைத் திருமணம் செய்துகொள்ள வேண்டுமென்ற தணியாத தவிப்பு முழுதாக சுவடில் லாமல் மாயமானது எவ்வாறு? மீண்டும் நினைத்துப் பார்த்தால் ஈடேறாக் காதலில் அப்படியெல்லாம் துடித்திருக்க முடியுமா என்று சந்தேகப்பட வைக்கிறது. கோகிலாவை சேலத்திற்கு விரட்டியது எல்லாம் பெரிய விஷயமாக இந்த மனத்திற்கு இப்போது படாதது ஏன்? ரத்னமணி இதற்கு முன் நடந்து கொண்டதெல்லாம் செயற்கை இல்லையா? முன்பெல்லாம் ரத்னமணியின் மேல் கொண்ட கோபத்தால் அவள் மூக்கில் ஓங்கிக் குத்தவேண்டுமென்றிருந்த வேகம் உதடுகளை முத்தும் மோகமாக மாறியது எப்படி?

வெட்கக்கேடான லீலாவிநோதம்.

★

இன்று தலைவாசலில் நின்று அவளாக அழைத்தது குற்றமா? பிறந்த குழந்தையைத் தாய் கால்களுக்கிடையில் கவிழ்த்துக் குளிப்

பாட்டுவதுபோல் அவள் தழுவியதால் இது போதுமென்றாகியதா? குழந்தையின் உரிமை போல் அவள் மீது ஒரு குழந்தையாக விளையாடினால் போதுமா? இனி என்ன ஆகும்?

இணைந்த நிலையில் பொறி தட்டியது.

"ஊருக்குத் தெரிந்து நான் அசிங்கப்படப் போறேன்."

"நான் மட்டும் என்ன?" தொடர்ந்து அவன் காதை இளம்பெண் கடிப்பது போல கடித்து, "ஒன்னு சொன்னா கோபிக்க மாட்டாயே?"

"முதல்ல சொல்லு."

"கோபிக்க மாட்டன்னா தான்..."

"என்ன?"

"சரி."

'"உன் பெரியப்பா மகள் மட்டும் என்னவாம்?"

திடுக்கென்றது. "அவளுக்குக் கல்யாணமே ஆகலை."

"அது சரிதான்."

"பின்னென்ன?"

"சுந்தர்..."

"அவனுக்கென்ன! அண்ணன் முறைக்காரன்."

"சொன்னா நம்ப மாட்ட..."

"உன் பெரியப்பா மகள் கனகவள்ளிக்கும், சுந்தருக்கும் தொடர்பு இருக்கு"

"சீ... என்ன பேசற?"

"நீ இங்கிருக்கிறது உண்மையன்னா அதுவும் உண்மைதான்."

மேற்கொண்டு எதுவும் சொல்லாமல் தாவிப்பிடிக்க முற்பட்டாள். அதற்குள் அவன் எழுந்து வெடுவெடுவெனப் போய்விட்டான். மாதவனிடம் எப்படிச் சொல்வது? நான் மட்டும் என்ன? இந்த அசிங்கத்திலிருந்து விடுவித்துக் கொள்ளவேண்டும் என்று நினைத்தும் இன்று எதற்கு உள்ளே போனேன். அதுவும் இருமுறை. 'இனி வரமாட்டேன்' என்று சொன்ன பிறகும் மறுபடியும் ஏன் தாவினேன். உடற்கட்டு குலையும் வரை இது நில்லாதா? கனகா... கனகா... அவள் நினைவு தீயாக அவனை எரித்தது.

மலருக்குள் நிகழ்ந்த தன்மகரந்தம்.

★

இருட்டில் ராட்டினம் சுற்றுகிறது. மசகு இல்லாமல் கிரீச்சிட்டுச் சுழல்கிறது. என்னையே நிலைகுத்திப் பார்க்கும் கிழவன். இல்லை முகமூடிக் கிழவன். அவனது ஒரு கை ராட்டினத்தின் தொட்டில்களை சீராக இழுத்துவிட்டுக்கொண்டிருக்கிறது. திடீரென்று பயத்தை வேலியமைத்து நடுங்க வைக்கும் இவன் யார்? என் மனப் பிரமையா? ஐயையோ! இவனை எங்கோ பார்த்ததாகத் தெரிகிறது. ஆம், அன்று வந்த கனவு. இப்போது நிஜமா! கனவா! ஈரக்குலை நடுங்குகிறதே! கனவில்லை! பிரமையுமில்லை. அப்படியென்றால்? என்னைப் பின்தொடரும் முகமூடிக் கிழவன். கண்களை இறுக மூடுகிறேன்.

இப்போதும் தெரிகிறானே முகமூடிக் கிழவன்.

என் வாய் உளறலில் வார்த்தையைத் தள்ளுகிறது.

"யார்?"

"நீ யார்?"

"இதென்ன தாக்குதல். நான்... நான்... வேலையற்ற பட்டதாரி."

"நான் ஒரு ஏழை... இல்லை... ஆமாம்."

கிழவனிடமிருந்து கிளம்பியது பயமுறுத்தும் சிரிப்பு. "சாயலை இறக்குமதி செய்தாய். உறவுகளையுமா?"

"நான் அரசுப் பணியை நம்பி ஏமாந்தேன்."

'ஓ அந்த தனி அதிகாரியா? அவன் பழம் பெருச்சாளி."

"பழம் பெருச்சாளியா?"

"ஆமாம்."

"நீங்கள் யார்?"

"அஷ்டாவதானி"

'என்நிலைதான் என்ன?"

"ஏமாறுதல்."

என் தலை சுற்றுகிறது. கிழவன் கட்டளையிட, ராட்டினத்தில் அமர்கிறேன். தட்டாமாலை, மாமா, சடங்கு, அண்ணன் - தங்கை, சித்தி - மகன், அத்தை - மருமகன், ராட்டினத்தின் தொட்டிலில் அமர்ந்து கெக்கலித்துக்கொண்டு சுற்றுகிறார்கள். காற்றின் வேகம் அதிகரிக்க

அதிகரிக்க அக்கா - தம்பி, சித்தி மாமா தொட்டிலில் மாறி அமர்ந்து சிரித்து வருகின்றனர்.

ராட்சச ராட்டினத்தின் தொட்டில்கள். அதன் உச்சியில் கிடைமட்ட மாக இருக்கும் பார் கம்பியில் மிகப் பெரிய சாவிக் கொத்து. அவர்களின் பெட்டி மட்டும் அவர்களிடம். இவனின் சாவிக்கொத்து இவளிடமும் அவர்களின் சாவி இவனிடமும், அவர்கள் சாவி அவர்களிடமும் இவளின் சாவி அவர்களிடமும்... ஹரிச்சந்திரனுக்கு மட்டும் உண்மை தெரியும். தாலி போல் தெரிய வேண்டியது கண்களுக்கு மட்டும் தெரிந்தே இருக்கிறது. அம்மாவின் சாவி?

நினைக்க நினைக்க ராட்டினம் கிறுகிறுவென்று சுற்றியது. காட்டில் குபுக்கென்று தீப்பற்றிக்கொண்டது. மிருகங்களின் அலறல், விதவிதமான மிருகங்கள் விழுந்தடித்து ஓடிவருகின்றன. நாய்கள் வளையமிடுகின்றன. நட்சத்திரங்களைத் தொட்டு விடும்படியாக ராட்டினம் விரிகிறது. யானை, மடநரி, மான், தொட்டிலில் சுற்றிவர ஏறிப் போகின்றன. நாயின் தொட்டிலில் நரி போகிறது. மேலே போகும் ஒரு தொட்டிலிலிருந்து விண்ணப்பப் பாரங்கள் சரிந்து மிதந்து காற்றில் பறந்து அலைக்கழித்து வாழ்வைக் கொண்டுசெல்கின்றன. திடீரென்று ராட்டினம் நிற்க எங்கெங்கோ தூர தூரத் தொட்டில்களில் "அம்மா" என்ற கூக்குரல் எழுகிறது. மாடும் மனிதர்களும் சரியாக உச்சரிக்கும் பாஷை. உலகின் பாஷை. "அம்மா...". மீண்டும் ராட்டினம் சுற்றுகிறது. ராட்டினத்தின் மேல் துள்ளும் விலங்குகள் கீழ் வரவர... நொடியில் காலித் தட்டுகள்.

என் மண்டையில் பொட்டென்று அடிவிழ நாள நரம்புகள் மின்வெட்டி அதிர்கின்றன. தூரத்தில் ராட்டினத்தை சுமந்து கிழவன் போகிறான். அச்சில் சுழலும் மனிதர்களை சுமந்து போவதாகத் தெரிகிறது. இந்தக் கிழவன் எதற்காகத் திடீரென்று பிரவேசித்தான்! கண்களைக் கசக்கிப் பார்க்க கிணறு இருண்டு வருகிறது.

வேற்றுருவிலே மோப்பம் தேடி அலைகிறது காற்று. கோட் டான்கள் கிர்கிர் சத்தத்தை வெளியிடுகின்றன. அப்பா வாய்க்காலில் மிதித்துப் போன சொதக் சொதக் தடம் கண்களில் மறைகிறது. யாரோ தள்ளி விட்டதுபோல் ஒரு விசை. கிணற்றில் திடும்மென்று விழும் ஓசை. நீர் இருட்டால் கருத்திருக்கிறது. இருட்டிலும் விழுந்த இடத்தில் வெள்ளையான குமிழ் முட்டைகள் தோன்றி வெடிக்கின்றன. உள்ளே போன ஆளின் தலை நீண்ட நேரம் நீர் மட்டத்திற்கு மேல் வரவில்லை. படிகளின் ஓரம் தபக் தபக் என அலை அடித்தது. படியில் அமர்ந்து கொண்டான்.

இரண்டு நாளாக ரத்னமணியைச் சந்திக்காமல் முடங்கிக் கிடந்தான். கண்களின் கீழ்விழுந்த கருப்பு வளையம் மாறி வந்தது. ரத்னமணிக்குக் 'காத்திருத்தல்' எரிச்சலை உண்டாக்கி ஆத்திரம் கொள்ளச் செய்தது. அவனைக் கெஞ்சவைக்க வேண்டும் என்ற பழி தீர்க்கும் எண்ணம் உறைத்தது. பின்னும் வராதது தவிக்க வைத்தது. பழி கரைந்து எதிர்பார்ப்பு தலை நீட்டியது. காலையில் அவன் முயன்றும் பேச முடியவில்லை. இதென்ன அடிமனதில் இப்படியொரு அபஸ்வரம் பதுங்கி இருக்கிறது. நடுக்கட்டு வயதுப் பெண்களுக்கு வாலிபர் மேலும் வாலிபத்துக்கு நடுக்கட்டின் மேலும்... இப்படி அடங்கி, ஆனால் ஆழமாக புதைந்திருக்கிறது.

தோட்டத்திற்கு இன்னும் கிருஷ்ணம்மா கிளம்பவில்லை. நான் கைந்து தடவையாவது தலைவாசலில் வந்து ரத்னமணி நின்றிருப்பாள். கிருஷ்ணம்மா கிளம்பிப் போகப் பத்து மணிக்கு மேலாகிவிட்டது.

ரத்னமணி அவன் வீட்டிற்குள் வரும்போது சுரேந்திரன் சட்டை அணியாமல் வெற்றுடம்பில் தலையணையைக் கட்டில்கால் மேல் குமிழில் ஏற்றி வைத்துச் சாய்ந்திருந்தான். லேசான தலைவலி. எழுந்து உக்கார்ந்து 'ஹச்'தும்மிக்கொண்டான். விக்ஸ்டப்பாகட்டிலில் இருந்தது. அவன் எதுவும் பேசாமல் தரையைப் பார்த்துக்கொண்டிருந்தான். அவன் நாடியை விரல்களால் தூக்கினாள்.

ரத்னமணி எடை குறைந்து சிலிம்மாகிவிட்டிருந்தாள். ஐந்து வயது திடீரென்று குறைந்து களைகட்டியிருந்தது. கோகிலா, ஆனந்த் சின்னக் குழந்தைகளாகி மணலில் விளையாடுவதைப் பார்க்கும் இளம்பெண் போல, கருப்புச் சட்டைக்கு வெள்ளை பாடியைப் போட்டிருந்தாள். கையைக் கட்டித் தூணில் சாய்ந்து நின்றுகொண்டாள். எண்ணெய் தடவாமலே கூந்தல் மினுமினுத்தது.

"ஏன் வரலை...?"

மிக நீண்ட நேரம் தலைகுனிந்து அவள் பாதங்களையே பார்த்துக்கொண்டிருந்தான். பாத விரலுக்கு மிஞ்சி அழகாக இருந்தது.

"சொல்லேன்..."

சுருங்கலற்ற சீரைக் காட்டும் மஞ்சள் புள்ளி வைத்த சேலை. காதில் சரிந்த கூந்தலை ஒதுக்கிக்கொண்டாள். ஜன்னல் பக்கம் முகத்தைத் திருப்பியபோது, மீண்டும் குழந்தையின் இரு கன்னத்தை அமுக்கி அழ வைப்பதுபோல மிருதுவாகத் தொட்டுத் திருப்பி, "என்னைப் பார்த்துச் சொல்லேன்" என்றாள். கண்களைக் குறுகுறுவென்று பார்த்தான். அவள் சாந்தமாக நின்றிருந்தாள். விக்ஸ்டப்பாவை எடுக்க முற்பட்டான். அவன்

கைகளிலிருந்து பறித்துக்கொண்டு, ஆள்காட்டி விரலால் கழற்றி எடுத்து அவனது நெற்றிப் பொட்டில் தேய்த்தாள். அவள் குனிந்திருந்தபோது ஜட்டியின் கதிப்பு சேலைக்கு வெளியில் தெரிந்தது. அவள் இதற்கு முன் அணிந்ததில்லை.

"கண்டிப்பா சொல்லணுமா?"

"ஆமாம்..."

"நீ ஆபரேசன் பண்ணிட்டியா?"

"ஆனந்த் பொறந்தப்பவே."

அவன் முகம் சுண்டிப்போய்விட்டது.

"ஏன் வரலை?"

அவன் பேசவில்லை. உள்ளுக்குள் ஒன்று அறுந்து கொண்டது.

"வீட்டுக்கு ஏன் வரலைன்னு கேட்டேன்."

"ஆக்ஸிஜன் வெலகிய நீர் எங்கயும் இல்லை. வெலக முடியாத காம்பிநேசன். அது அப்படித்தான். வெலகுனா நீர் இல்லை."

"நீ படிச்சதை கேக்கலை. நான் கேட்டதுக்கு புரியறது மாதிரி பேசு."

"பால்னா வெள்ளை, வெள்ளை போன பாலைப் பாத் திருக்கியா?"

முழுதும் புரியாமல் அந்நிலை அவளை அலைக்கழித்தது.

"பொன்னையாவோட நீ படுக்கறது பிடிக்கலை."

பட்டென்று அறைந்துவிட்டாள். அவனுக்குக் கோபமோ, ஏமாற்ற மோ இல்லை. முறுவலித்தான். அவளுக்கு வேர்த்துவிட்டது.

அவசரமாக வெளியேறினாள்.

தீப்பள்ளக் குரூரி.

★

சட்டையைப் போட்டுக்கொண்டதும் காலார நடக்க வேண்டும் போல் இருந்தது. பஸ் ஸ்டாண்டிற்குப் போனதும், வங்கி ஞாபகம் வந்தது. கூட்டுறவு வங்கியின் வாசலில் அமர்ந்து விவசாயி ஒருவர் பேப்பர் படித்துக்கொண்டிருந்தார். ரவீந்திரனும், தங்கராசும் சிரித்துப் பேசிக்கொண்டிருந்தது ஆச்சரியம்தான். கிளார்க் சீட்டில் புதிதாக ஒரு ஆள் அமர்ந்திருந்தான்.

உள்ளே போனதும், "வாப்பா, என்ன ஆளையே காணோம்?" ரவீந்திரன் வரவேற்றார். "காப்பி சாப்பிடலாம் வா." தங்கராஜ் சுரேந்திரனின் கையைக் கோர்த்துக்கொண்டு கிளம்பினார். பின்னும் ஒரு முறை புதிய ஆள் அமர்ந்திருப்பதை சுரேனால் பார்க்காமலிருக்க முடியவில்லை. "இப்பெல்லாம் ஒன்றியம், வட்டம், மாவட்டம் போய்த்தான் வரணுமங்கிறதில்ல. இவங்க சுருட்டி வாயில் போடுறத நம்ம நேரடியா பண்றதில தப்பில்லைன்னு *M.D.* நெனைக்கிறார்போல. மொத்தமா வேணுமன்னா பின்னாடி அரசியல் ஸ்டண்டுக்குப் பயன்படும் ஆள் எடுக்கறது" என்றார்.

காப்பி செலவை ரவீந்திரன் ஏற்றுக்கொண்டார். அவன் விடைபெற்று கிளம்பியபோது, "இதையே ஏன் எதிர்பார்க்கிற. *Remove the image.* விவசாயத்தைப் பாக்கிறது தப்பில்ல. சும்மா இருக்கிறதைவிட ஏதாவது செஞ்சிக்கிட்டே இருக்கணும். பேங்க்ல சேர்றதுக்கு முன்னாடி நான் கூலிக்குப் பாத்திபோட போனேன்" என்றார். சற்று நிறுத்தி, "என்னைப் பத்தி சொல்றேன்னு நினைக்கவேண்டாம். கரடுமுரடா தாண்டி வந்த வாழ்க்கை எல்லார்கிட்டயும் இருக்கு. அதுல நுழஞ்சு பாத்திருக்கியா?" லேசாக சிரித்து "காலாகாலத்தில் கல்யாணச் சாப்பாடு போடு" என்று அனுப்பி வைத்தார் தங்கராசு. ரவீந்திரன், "அடிக்கடி வாப்பா" என்றார்.

வீட்டுக்கு வராமலே சுரேந்திரன் தோட்டத்திற்குப் போனான். ராத்திரி மீதி தண்ணி பாய்ச்சுவதற்கு அப்பா மத்தியான வெயிலில் வாய்க்கால் இழுத்துக்கொண்டிருந்தார். தான் இழுத்துச் செப்பனிடுவதாக அவன் கூறினான். "கணக்கா, மேடுகோட செதுக்கிக்கிட்டே இழுக்கணும். அந்தப் பக்குவம் வராது ஒனக்கு. அப்பத்தான் தேங்காம பாயும். வேண்டாம் நீ போடா" என்றார் சுருளியப்பன். வலுக்கட்டாயமாக அவரிடமிருந்து மம்பட்டியை வாங்கிக்கொண்டான்.

மிருதுவான உள்ளங்கைகள் நீர்கோர்த்துக் கொப்புளங்களாகி விட்டன. ஊசியினால் கொப்புளங்களைக் குத்தி நீரை வெளியேற்றினான். இருந்திருந்து வெயிலில் வேலை செய்ததினால் சூடு பிடித்துக் கொண்டது.

அம்மா புளிநீரை கரைத்துக் கொடுத்தார். கடுப்பு நிற்கவில்லை. தொப்புளைச் சுற்றி சுண்ணாம்பு தடவிக்கொண்டான். கடைசிச் சொட்டு விழும்போது மட்டும் தீச்சொட்டு உருண்டு வந்து விழுவதுபோல் இருந்தது.

ரத்னமணிக்கு மனது ஒரு நிலையில் இல்லை. போர்வை விலகாமல் இப்படியே இருக்கக்கூடாதா? அவளுக்கு அப்படியொரு பாதுகாப்பு

தேவையாக இருந்தது. கோகிலா, ஆனந்த், பொன்னையா எப்போதும் போல் தன்னோடு அரவணைந்தே இருக்கவும் வேண்டும். தான் அடித்ததை சுரேந்திரன் தப்பாக எடுக்கக்கூடாது என்று நினைத்தாள். அவளுக்குள் கும்மாளமிட்டு அவன் வளர்வதைத் தடுக்க முடியாமல் மனம் அல்லாட்டம் கொண்டது. யாராவது அவனது திருமணப் பேச்சை எடுத்தால் அந்த இடத்தில் நிற்க முடியாமல் கால்கள் பரபரத்தன. அடிமனதில் துளியளவு புயலின் மையம். எங்கே நகரும் என்ற உள்வழித்தேடலில் கரையைக் கடந்து போய்விட்டது. கடுகளவு விதை தனக்குள் ஆழ்கடலின் ஆகிருதி. எதுவும் செய்யமுடியவில்லை.

மச்சமாக ஒட்டிக்கொண்ட விபரீத வெட்கக்கேடு.

★

3

எதைத் தேடிக்கொள்வது என்பதில் தத்தளிப்பு இருந்துகொண்டே இருந்தது. வேண்டாம் என்று சொல்லியும் அப்பா துரத்திவிட்டார். பஸ் போய்க்கொண்டு இருந்தது. குறுக்காகப் பயணி ஒருவர் கை நீட்டி ஏறிக் கொண்டார். ரோட்டில் கம்பெனி சோளக்கருதை மெத்தையாகப் போட்டிருக்கிறார்கள். கவையால் கிளறிவிட்டவர் பஸ் வருவதைப் பார்த்து ஒதுங்கிக்கொண்டார். வேகத்தில் காற்று, சொங்கை ஜன்னலுக்குள் கொண்டு வந்தது. பஸ்ஸில் இருந்தவர்கள் திட்டினார்கள். ரோட்டோர மணலில் சைக்கிளில் பொட்டியைக் கட்டிக் கன்னுக்குட்டியை அதில் வைத்து உருட்டிக்கொண்டு போனார் ஒருவர். இளஞ்சூட்டிலும் தாய் எருமை வாயில் நுரை தள்ள சைக்கிளுக்குப் பின்னால் ஆர்வமாக வந்துகொண்டிருந்தது.

'கோல்டன் இன்சூரன்ஸ் கார்ப்பரேசன்' விளம்பரத்தை தினத்தந்தியில் பார்த்துப் போகிறான். ரெபரன்ஸ்டேட்டிவ் வேலை. அந்தந்தப் பகுதியிலிருந்தே வேலை பார்க்கலாம் என்பது சிறப்பு. 'வாக்-இன் இண்டர்வியூ' என்றிருந்தது.

நான்கு மாடிக் கட்டிடம், லிப்டில் போய்ப் பழக்கமில்லை. மேலும் அதை யாரிடம் விசாரிக்க வேண்டும் என்பதில் தயக்கமாக இருந்தது. படி வழியே ஏறிப் போனான். சுமாரான அறையில் பத்துப் பதினைந்து இளைஞர்கள் அமர்ந்திருந்தனர். அவனும் ஸ்டீல்சேரில் உட்கார்ந்து கொண்டான். முக்கால் பங்கு பேர் டை கட்டியிருந்தார்கள். சினிமா படத்தில் ஆபீஸராக வருபவர்களின் கழுத்தில் பார்த்திருக்கிறான். ஸ்நாக் போடுவது பட்டை வசமா, மெலிந்த பகுதி வசமா என்று எப்படித் தெரியும்? அவன் முறை வந்ததும் உள்ளே போனான்.

முப்பத்தைந்துக்கு மேலுள்ள மூன்று பேர். கோட்டும், டையுமாககால் மேல் கால் போட்ட வண்ணம் '*Welcome*' என்றனர். கை குலுக்கிக் கொண்டான்.

"இங்கிலீஷ் ப்ளுயன்டா வருமா...?" "சுமாரா பேசுவேன்." வழக்க மாக ஊர் பேர், கல்வி, கல்லூரி, தொழில்... விசாரிப்புக்கள். 5000 ரூபாய் டெபாசிட் கட்டச் சொன்னார்கள். "விளம்பரத்தில் அப்படிக் குறிப் பிடலை சார்" பேப்பர் வெய்ட் கண்ணாடி குண்டை நடுவில் இருந் தவன் உருட்டிக்கொண்டே, "இடநெருக்கடி, ரூல்ஸ்ஸெல்லாம் பேப்பர்ல போட முடியுமா?" என்றான். பதில் ஒன்றும் பேச முடிய வில்லை. வெளியேறினான்.

பதினொன்றரை ஆயிருக்கும். நான்கு மாடிக் கட்டடம் சுறுசுறுப் பாக இயங்க ஆரம்பித்திருந்தது. காப்பி சாப்பிடவேண்டும்போல் இருந் தது. பின்பாக்கெட் ஜிப்பைத் திறந்து கையை நுழைத்தான். விரல்கள் வெளிவந்தன. பிளேடு கீறல். எப்போது நடந்தது? அவ மானம் சூழ்ந்தது. நூற்று இருபத்தைந்து ரூபாய். தான் ஒரு ஏமாளி. கவனமற்றவன். எதற் கும் லாயக்கில்லாதவன். ஊர் திரும்ப யாரிடம் கையேந்துவது? என்ன சொல்லிக் கையேந்துவது? ஏமாற்றுப் பேர்வழி என்று சிரிக்கும் ஒரு குரல் ஒலித்தது. மனதுள்ளே கேலிக்குரல்கள் சூழ நடந்தான்.

மதுரை சதுரமான நகர். மையத்தில் மீனாட்சி தெற்குக் கோபுர செப்பனிடுதலின் கிடுகு மறைப்பு தூரத்தில் தெரிந்தது. நகரத்தை விட்டு ஓரத்தில் குருடர்கள் பள்ளி. தேசிய நெடுஞ்சாலையை அடைய இரண்டு மணி நேரமாகிவிட்டது. பசிக்க ஆரம்பித்தது.

தொடைகள் உரசிக் காந்துமளவு நடந்தான். ரோட்டின் ஓரத்தில் ஒட்டி தன் உடலை நீட்டிப் படுத்திருக்கும் ஊர்கள். நெஞ்சுலர்ந்து மழை யில்லாமல் கொணங்கியிருக்கும் மானம்பாரி பயிர்கள் சூழ்ந்து அநாதி யாகத் தென்படும் கிராமங்கள். லெவல் கிராஸிங்.... ஒத்தையடிப் பாதை.... கட்டைவண்டி போகும் அகலப் பாதை, விலக்குப் பாலம். பாலத்தின் கீழ் மணற்பரப்பில் நெளியும் கொஞ்சூண்டு நீர். கரும்பு. நெல்வயல். மறுபடியும் மானாவாரி நிலங்கள். வெப்பம் தகிக்கும் கரடு, வேட்டுச் சத்தம். வளைந்து வளைந்து தார்ரோடு போகிறது.

அவன் நெஞ்சுக் கூண்டுக்குள் விழுந்து புரளுகிறது தற்கொலைப் பறவை. திக்குகள் தொலைந்த அந்தரத்திலிருந்து பயம் கவிகிறது.

நாட்டு மாடுகளைக் கேரளாவிற்கு ஓட்டிச் செல்லும் மாடோட்டி யோடு கொஞ்ச தூரம் நடந்தான். செருப்பு அறுந்துகொண்டது. கையில் பிடித்துக்கொண்டு இந்த வெயிலில் யார் நடப்பது? கவாய் செருப்பைத் தூக்கி முள்ளில் எறிந்தான். வேர்க்க வேர்க்க சட்டை முதுகோடு

ஒட்டியது. ரோட்டின் பக்கவாட்டில் தக்காளிப் பழம் எடுக்கிறார்கள். நின்று பார்த்தான். கேட்கத் தயக்கமாக இருந்தது. 'முடியாது' என்றால் கேட்காமலே இருந்திருக்கலாம் என்று தோன்றும். கேட்க முடிய வில்லை. நடந்தான். ரோட்டை விட்டுத் தோட்டத்தில் நுழையும் மாடுகளுக்கு விழுந்தது சாட்டை அடி. கிழட்டு மாடுகளின் முதுகில் தடிப்புகள். மாடோட்டி பாதியிலேயே பிரிந்து குறுக்குவழியாக ஓட்டினான்.

பஸ்கள் வெளிச்சத்தை அடித்துக்கொண்டு வர ஆரம்பித்தன. எதிரில் வரும் பஸ்கள் கண்ணைக் கூசச் செய்தன. பசிக்கிறுகிறுப்பு. காதடைப்பு. முன் இரவில் எழுந்துவிட்டது தேய்ந்த நிலா. அவன் நிழல் அவனுக்கு முன்னால் போகிறது. திருடித் திங்க மனம் எழவில்லை. சின்ன கிராமம். இரவில் தூங்குகிறது. ஊளையிடும் நாயின் ஒலி. ஊரின் கடைசியில் நரகல் வாடை கப்பென்று அடித்தது. நா வரண்டு கால்கள் தடுமாறின. ரோட்டோரத்தில் கரும்புத் தட்டை கிடந்தது. சுற்றும் முற்றும் பார்த்து குனிந்து கரும்புத் தட்டையை எடுக்கப் போனான். நரகலில் விழுந்திருந்தது. அழவேண்டும்போல இருந்தது.

ராட்டினங்கள் சூழ்ந்தன. அதே முகமூடிக் கிழவன். பயம் புகுந்தது. ஓட ஆரம்பித்தான். "ஓங்ங்ங்" என்று காது செவிடுபட ஏதோ தொழிற் சாலையின் சங்கொலி. டையும் கோட்டும் அணிந்து அமர்ந் திருந்த நாற்காலி நொறுங்குகிறது. நெஞ்சுக்குள் இருள் மடிந்து புரள்கிறது.

கிழவன் கண்களின் ஒளி தன்னுள் ஊடுறுவி நிறமாலையாகத் துணுக்குத் துணுக்கு சம்பவங்கள் படர்கின்றன.

உடலே முப்பட்ட மாகிவிட்டது.

சிறுவயதில் தவக்காய் கல் எறிய நீரின் மேல் தத்திச் சென்று கற்கள் மேல் நோக்கிப் பறக்கின்றன. கல்லுக்குத் தப்பிய நீர்க்கோழி முங்கி வேறிடத்தில் எழுகிறது. ஆலிலைக் கண்ணன் அலையில் கவிழ்ந்து நீர் குடித்துச் சாக ராட்சச மீன் இழுத்துக்கொள்கிறது. புரண்டு படுத்த இலையின் மீது எறும்பு ஒன்று ஊர்ந்து தவிக்கிறது. முலையால் எரிந்த நகரம் ஒன்று அமைதியாய் சிரிக்கிறது.

கிழவன் ராட்டினத் தட்டுக்களைச் சுற்றுகிறான். மழையில் நின்று அபிநயத்த கனவுகள் மோதிப் பாறைகள் சிதறுகின்றன. கோகிலாவால் வந்த சோகம், துண்டு நுனியில் கட்டிய முடிச்சு கல்லாய் சமைந்து விர்ரென்று மோத கபாலம் சிதறுகிறது. யானைத் தீ வயிற்றில் எரிகிறது. அமுதசுரபி நாகலைத் தந்தது. சான்றிதழ்கள் கூம்பாகப் பொட்டலங் களாய் உருள்கின்றன. விரட்டிப் பிடித்துப் பிரித்ததில் மணல் ஒழுகியது. கண்ணாமூச்சு.

ராட்டினத்தின் அச்சு மசகில்லாமல் கிரீச்கிரீச்சிடுகிறது. டி.வி. திரையில் குலுக்கும் வெள்ளைக்காரி திரையிலிருந்து வெளியேறி கட்டிலில் அமர்கிறாள். பிம்பங்கள் மோதி ஆடுகிறது அலைவரிசை. லைப்ரரி கருகி தட்டுகளில் கிடக்கிறது கரும்புழுதி. கனகா. கனகா. கனகா... குடலை உருவிய மாரியாத்தா கண்ணைத் திரட்டி விழித்தபடி மக்களைக் காத்து மழையில் அப்படியே நிற்கிறாள். கிருஷ்ணம்மாளின் நேர்த்திக்கடன் தொடர்கிறது வருடம் முழுவதும். மணவறையில் நிற்கும் மகனைத் தழுவும் கிருஷ்ணம்மா ஆனந்தக் கண்ணீர் சொரி கிறார். மணமாலையில் பூக்கள் மிரண்டு உதிர்கின்றன. மாலை செத்த பாம்பாகித் தொங்குகிறது கழுத்தில்.

தலையில் கிறுகிறுப்புத் தள்ளி வேலியில் விழுந்தான். எதிரே வந்த டெம்போ ஏறிக் குடலைச் சரித்தது. பிரமை. ஒதுங்கிப் போன சக்கரங்கள் உருண்டு குருதி நெடியில் துவண்டு உருண்டன. நிலைக்கண்ணாடி நொறுங்கி சில்லுகளில் தெரிந்தன உருவங்களின் கொலாஜ். கோகிலா முதன்முதல் பார்த்த மஞ்சள் தாவணியில் தெரிகிறாள். "எங்கே இருக் கிறது நம் காதல்?" பதில் பேச முடியாமல் அவள் வாய் கோணிக்கொண் டது. "முடிந்ததா?" சொருகும் கண்களைத் திரட்டிப் பார்த்தபோது கோகிலா தன் கேள்வியோடு கண்ணாடித் துண்டிலிருந்து மறைந்து விட்டாள்.

தடியோடு கண்ணாடியில் முகமூடிக்கிழவன் ராட்டினத்தைச் சுற்றிக் கொண்டு தோன்றுகிறான்.

"இன்னுமா உனக்கு விளங்கவில்லை?"

"எது?"

"உன் வாழ்க்கை."

"திக்கு தெரியவில்லையே..."

கிழவன் சிரிக்கிறான். தொடர்ந்து பேசுகிறான்.

"உனக்கென்று எதை வைத்திருக்கிறாய்?"

"சான்றிதழ்"

"மண்ணாங்கட்டி. வேறு ஏதாவது?"

கிழவனின் சிரிப்பு அவனைக் குல்லிட வைக்கிறது.

"எதைத்தான் வைத்திருக்கிறாய்?"

"உன் ஒழுக்கத்தை இழந்தாய். உன் சுயத்தை இழந்தாய். உறவுகளை இழந்தாய். உனக்கென்று எதையாவது தக்க வைத்துக்

கொள்ள முடிந்ததா? உன் மூலதனமே கவர்ச்சிதான். கவர்ச்சியிலேயே சுரண்டல். எல்லாமே சிதைந்து கடைசியில் உன் உடலையாவது தக்க வைத்துக்கொள்ள முடியமா?..."

ராட்டினத்தைத் தூக்கி கிழவன் நடக்க முற்படுகிறான். சுரேந்திரன் கத்தினான்.

"முகமூடிக் கிழவா யார் நீ? என்னையேன் துரத்துகிறாய்?"

"என்னைத் தெரியவில்லையா?"

"உலகம் என்னை ஏமாற்றுகிறது. என் மண்டை சிதறப் போகிறது."

"நாளை வருகிறேன். புரிந்து கொள்வாய்."

"நாளையுமா?"

பதில் பேசாது முகமூடிக் கிழவன் போகிறான்.

கண்களைக் கசக்கிப் பார்த்தபோது கைகள் சிராய்த்திருந்தன. தகிப் பாக இருந்தது. எழுந்து நடந்தான். நடந்தே தீர்த்த நூற்றிமுப்பத்தேழு கிலோ மீட்டர்.

காலக்கிருமிகள் அரித்த நம்பிக்கையில் இல்லை மிச்சம்.

★

முதல் தடவை தட்டும்போது யாரும் எழுந்திருக்கவில்லை. "அம்மா" என்று தட்டினான். பரட்டைத் தலையோடு கிருஷ்ணம்மா திறந்தார். அம்மாவைப் பார்த்ததும் விம்மும் நெஞ்சை மூடிக்கொண் டான். மேல்பாதம் வீங்கிப் புழுதி படிந்திருந்தது. 'அம்மா மதுரையி லிருந்து நடந்தே வர்றேன்மா' சொல்ல வேண்டும்போல் இருந்தது. அவள் ஈசியாக வந்து சேர்ந்திருப்பதற்கான வழியைச் சொல்லுவாள். ஈசியான அவை அவனுக்குத் தயக்கங்கள் நிறைந்தவை. கொட்டாவி விட்டபடி "போனது என்னாச்சுடா?" கேட்டாள். "தூங்கும்மா. காலை யில சொல்றேன்' படுக்கைக்குப் போனான்.

அவனுக்குத் தூக்கம் வரவில்லை. இரண்டு டம்ளர் தண்ணீர் குடித்தான். பாத்திரத்தைத் திறந்தபோது சீக்கோடு சோறு இருந்தது.

சாப்பிட்டு முடித்ததும், மனதைக் குடைந்தன எண்ணங்கள். எழுத ஆரம்பித்தான். இதயத்தில் எண்ணற்ற அலைவரிசைகள், மனக்குகையில் திசையற்ற இருள்.

அவன் எழுந்தபோது மணி மூன்று. காலை, மதியம் சாப்பிடாமல் அசதி மேலீட்டால் தூக்கம். அம்மா, அப்பா தோட்டத்திற்குப்

போயிருக்க வேண்டும். வெறிச்சோடி இருந்தது. அலமாரை திறந்த போது அப்பா வாங்கி வைத்த ரோக்கர் பாட்டில், துணிவைக்கும் தட்டை விட்டு மேல் தட்டில் இருந்தது. அதை இடுப்பில் சொருகிக் கொண்டான். ரத்னமணி வந்ததும் கட்டிலில் அமர்ந்து கொண்டாள். பேசாமல் எழுந்து எழுதப்பட்ட வெள்ளைக் காகிதங்களைச் சரி செய்து செவ்வகமாக மடக்கி நீட்டினான்.

"என்ன இது?"

" என்னது?"

"ஏன் இப்பிடி கன்னமெல்லாம் இடுங்கிப்போயிருக்கு. தொட்டுப் பேசினாள். நடந்து வந்த விசயத்தைச் சொல்வதற்கு என்ன இருக்கிறது? எழுதியாகிவிட்டது. 'நடந்த விசயம்' என்று திரும்ப மனதில் சொல்லிக் கொண்டான். அக்கணமே பிரிக்க அவள் முற்பட்டபோது அவன் தடுத்து "நாளை படி" என்றான்.

அவள் தடுத்தபோதும் விலகி ரோட்டிற்கு வந்தான். ஓரே முனையில் சிந்தனை குவிய நடந்தான். ஓடை மணல். எருக்கலஞ் செடி நிழலில் அமர்ந்து எவ்வளவு நேரமாக யோசிப்பது?

இடுப்பில் இருந்த 250 மி.லி ரோக்கர் பாட்டிலின் மூடியைப் பல்லால் கடித்துத் திருகினான். குடிக்க மனமே இல்லை. கொமட்டியது.

முதுகுக்குப் பின்னால் பழக்கப்பட்ட கிரீச் ஓசை ஒலித்தது. திரும்பிப் பார்த்தான். அரளிப்பூக்களை மாலையாக அணிந்து ராட்டினக் கிழவன் ஓடை மணல் வழி வந்தான். சுரேந்திரன் எழுந்து விஷத்தைக் குடிக்க முடியாமல் விழித்தான். அவனுக்கு வேர்த்துக் கொட்டியது.

பல்லைக் கடித்துக்கொண்டு விஷத்தைக் குடித்தான். குடித்திருக்க வேண்டாமோ என்று பட்டது. ரப்பர் டியூப் தீப்பற்றிக் கனிந்து விழுவது போல தொண்டைக் குழியிலிருந்து இறங்கியதும் குடல் பொசுபொசு வென்று வெந்துகொண்டு போனது. தன்னை யாராவது காப்பாற்ற மாட்டார்களா என்ற ஏக்கம் பிறந்தது.

அம்மாவின் முலைகளில் வளர்ந்த நான், அப்பாவின் காய்ப் பேறிய கைகளில் தவழ்ந்த நான், அம்மாவின் இடுப்பில், சேலை நுனியில், சுண்டுவிரலில்... சாயல்குடி செம்மண், கோமதி பெரியம்மா... கோகிலா... மீண்டும் சந்திக்க வருவாயா? உன் வருங்காலக் குழந்தைகள்... பூமி தலையாட்டியது. வாயில் விரலைவிட்டு வாந்தியெடுக்க முயற்சித்தான். மணலில் பாதம் புதைய வேகமாக நடந்தான்.

ரத்னமணியால் கடிதத்தைப் படிக்காமல் இருக்க முடியவில்லை.

கதவை மூடிக்கொண்டு அப்பொழுதே விரித்து விட்டாள். நான்கு பக்கக் கடிதம்.

'என் கூட்டுக்குள் அமர்ந்துகொண்ட ரத்னமணிக்கு, முடிந்து விட்டது வாழ்க்கை. காற்றில் கலந்த என் சாவின் மணம் இந்த எல்லையிலிருந்து விலகிப் போகிறது...'

ரகசியமும் பீதியும் நிறைந்த அந்தக் கடிதம்... வரிகளின் நகர்விலேயே கண்ணீர் விழுந்தது.

'பொட்டு பொட்டென்று பூக்களைக் கோர்த்து மெலிதாகச் செல்லும் நூலை எப்படி உருவி எடுத்து மாலையாக யாருக்குக் காட்சியாக அனுப்புவது? வேலையற்ற பட்டதாரி உங்களுக்கு கோமாளியா? அரசு வேலையில் இருப்பதால் கோமாளிகள் உங்கள் பார்வையில் ஞானவான்களா? கோகிலாவை நெருங்க விட்டது, பின் நீங்களே அறுத்து விலக்கியது எதன் அடிப்படையில்?'

தொடரும் கடிதத்தை மார்பில் வைத்து முதன் முறையாக 'சுரேந்திரா' என்று ரத்னமணி அழுதாள். நெஞ்சைப் பிளந்து கடிதத்தைச் சொருகிக்கொள்ள மனம் விழைந்தது. கடிதத்தை யார் கண்ணிலும் அகப்படாமல் பாதுகாப்பாக வைத்தாள். அவன் இறந்து விடக்கூடாது என்று நெஞ்சைக் குத்திக்கொண்டாள். தலைவாசலைத் தாண்டும் போதே அழுகுரல் கேட்டது.

தெருவில் காச்சுமூச்சென்று அலறல் சத்தம் கிளம்பியது. பனங்காத்தான் முக்கே பெரும் கூட்டமாகிவிட்டது. ரத்னமணி ஓடிப்போய் பார்க்கும் முன்னமே வயிற்றில் இருந்த மலம் கதகதவென்று தள்ளி வேட்டி முழுதும் அசிங்கமாகிவிட்டிருந்தது. சுரேந்திரனின் உறைந்த கண்களில் ஈக்கள் ஊர்ந்து கொண்டிருந்தன.

•

கூந்தப்பனை

பனங்காட்டிடையே நுரைத்த நீர்ப்பள்ளங்கள் வெளிறிப் போய்க் கிடந்தன. நீர் இஞ்சிய பள்ளங்களும் அழுக்கேறிக் கிடந்தன. அழுக் கேறிய வேட்டிபோல ஆங்காங்கே விரிந்திருந்தன. பனைமரக் கீழ் தூர்ப் பகுதியில் பாதிக்கும் மேலே நீர் நின்று வற்றி வற்றி வந்த வளையத் தடங்கள் தெரிந்தன.

சாகும் தறுவாயை உதறிய சில மரங்களின் குருத்து ஓலைகள் இளம்பச்சையை நீட்டிக் கிடந்தாலும் ஓரக்கீற்று நுனிகள் ஏற்கெனவே காய்ந்து கிடந்தன. துளிர்த்திருக்கிற கீற்று அவனுக்கு நிம்மதியைத் தந்தது. கொஞ்ச நாட்களுக்கு முன் மழை பெய்திருக்கவேண்டும். இடையிடையே தலையுதிர்த்த பனைமுண்டங்கள் கருத்து நீண்டு நின்றிருந்தன.

சத்திரப்பட்டியில் மழைபெய்து புதுநீர் பெருக்கெடுத்து ஓடும் போது டீயின் கலரை எப்படித் தருவித்துக் கொள்கிறது என்று ஆச்சரிய மாக இருக்கும். பஸ்ஸில்வரும்போது கரிசல்மண்மெல்லென நிறம் மாறி மாறி வராமல்சட்டெனமஞ்சள்மணல்பூமியைப் பார்த்ததும் வருத்தமாக இருந்தது. மதிய வெயிலில் லேசாக உப்பங்காற்று வீசிக் கொண்டிருந்தது. திருச்செந்தூரிலேயே இறங்கி இருக்கலாம் என்று இப்போது பட்டது. கோயில் நெருங்க நெருங்க ஜனத்திரளின் கண்கள் எல்லாம் இவனையே பார்த்து கண்சிமிட்டி ஜாடை காட்டும் என்று பட்டது. பெருங்கூட்டத்தில் நகரும்போதெல்லாம் பிறத்தியார் கண் முளைத்த உடலைப் போர்த்துக்கொண்டு திரிவதாகத் தெரிகிறது. தன்னைத் தொலைத்துவிட நேராமல் பூதாகாரமாய் ஞாபகமூட்டுகிறது. அது. “ஏய் சதீஷ் இங்கெங்க...” கூட்டத்தில் ஏதாவது ஒரு குரல் அடை யாளப்படுத்துமோ என ஒளிந்தான். கூட்டம் பீதியைக் கிளப்பு கிறது. மனதார நம்பிய தன் குலதெய்வம்கூட ‘ரகசியத்தை இழக்காதே’ என்று அசரீரியாய் சொல்லவில்லை.

தூரத்தில் தென்வடக்காக உயர்ந்தோடும் மணல்மேடு பனைமரங் களிடையே தெரிந்தது. கருத்த உடலோடு மூன்று பனையேறிகள் எதிரே வந்துகொண்டிருந்தனர். சட்டை போடாத அவர்களின் உடம்பில் வயிறுகளே இல்லை. ஒட்டிப்போய்க் கிடந்தன. ரொம்பச் சின்னதான இடுப்பின் வலப்புறங்களில் குடுக்கைகள் தொங்கின. கொண்டை வளவின் கூர்மிக்க பகுதியில் உள்ளங்கை வைத்து அறுவாள்களைத்

திருப்பிப் பிடித்திருந்தனர். கேட்க நினைத்தது தொண்டையிலிருந்து கீழிறங்கி நெஞ்சில் கரைந்தது. எந்தவித கவனமுமற்று அவர்கள் கடந்த போது பயம் மறைந்தது. கேட்டிருக்கலாமோ என்று நேரம் கழித்துத் திரும்பினான். ரோட்டிலிருந்து காட்டிடைச் செல்லும் ஒருதடப் பாதை யில் இறங்கிவிட்டனர். தயக்கம் மேனியெங்கும் பசலை என படர்ந்து விடுகிறது. கண்டக்டர் அரை கிலோமீட்டர் என்றான். இன்னும் வரவில்லை கடல். கடலைக் காணாது, வழிதப்பிவிட்டதாக உணர்ந் தான். ஆனாலும் வந்த பாதையில் திரும்ப மனம் வரவில்லை. மணல் சரிந்த பகுதிகளில் கால், முழங்கால், இடுப்பு, கழுத்து எனப் பனை மரங்கள் புதைந்து நின்றிருந்தன. அதிலொரு கூந்தப்பனை, அவனையே பார்ப்பது போலிருந்தது.

பழநிக்குத்தான் தப்பித்தேன் பிழைத்தேனென்று ஓடினான்.திருப் பூருக்கும் பழநிக்கும் இவ்வளவு நெருக்கமாக தொடர்பு இருக்கு மென்று அவன் நினைக்கவில்லை. ஒரு வாரத்திற்குள் எங்கோ பார்த்த முகங்களை இரண்டு தடவை எதேச்சையாகப் பார்க்க நேரிட்ட பின் தான் மறைந்து வாழ திருநெல்வேலிக்குக் கிளம்பியது. திண்டுக்கல் லிருந்து மதுரை வருவதற்குள், தான் அழியாதவரை எங்கும் மறைந்து வாழ்ந்துவிடமுடியாதென நிரூபித்தான் யாரோ ஒரு ஊனமுற்ற இளைஞன்.

கடல் அவனை ஏந்த அழைத்துக்கொண்டிருப்பதாகக் கிளர்ச்சி உந்தியது. தார்ச்சாலை மணல்மேட்டை முட்டாமல் தள்ளியே தெற்குப் புறமாக திரும்பிச்சென்றது. முக்கில் நேராக வாய்க்கால்போல ரோடு மணல்மேடு மேலேறியது. இருபுறமும் உலையாமல் மணலலை படிந்து படிந்து இளமஞ்சளாய் தேரி சரிந்திருந்தது. பாதம் முங்க உலைந்த தடத்தில் மேலேறினான். ஓரடி அகலத்தில் சாயமேறிய மஞ்சள் பாதை உச்சிவரை போனது.

இரைச்சலற்ற நீலக்கடல் முன்னால் விரிந்து கிடந்தது. மலைஸ்தலத் தில் மலையுடம்பு வளைந்து வளைந்து அகண்டு குறுகி ஏரியைப் பிணைத் திருப்பதுபோலப் பெரும் பள்ளத்தில் மல்லாக்கப் படுத்திருந்தது கடல். இ ப்புறம் தூரத்தில் கட்டுமரங்கள் முன்பின்னாக மணலில் அமர்ந்திருந்தன. அதற்குமப்புறம் குடிசைகள் தெரிந்தன. வலையைச் சுருட்டும் பெண்ணுக்குச் சற்றுத் தள்ளி சிறுவர்கள் விளையாடிக்கொண் டிருப்பதை யாரும் பொருட்படுத்தியதாகத் தெரியவில்லை.

கரையின் உட்புறம், சில இடங்களில் மணற்பாறையாகவும் சில இடங்களில் நெகிழ்ந்தும் கிடந்தது. எதிரில் கடலுக்குள் நுழைந்திருப்ப தாக மஞ்சள் குன்று. அதன் உச்சியில் பழைய தேவாலயம். தலைமீது உய்யென எழுந்தது குரல். அனிச்சையாகத் தோள்பையைத் தலைக்கு

உயர்த்தினான். பெயர் தெரியாத கடற்பறவைகள் மேலேகாமல் கூட்டமாய்த் திரும்பின. தேவாலயத்திற்கும் இவனுக்கும் இடைப் பள்ளத்தில் வட்டமடித்து முதுகில் இறக்கைகளை உயர்த்தி கடலின் விளிம்பில் கால் வைத்தன. தேவாலயமும் இவனும் மேல் உயர்ந்து நிற்பதாக ஒரு கணம் தோன்றியது.

கடல்காற்று வெயிலையும் வெக்கையையும் சதா துரத்திக் கொண் டிருந்தது. உதடுகள் உலர நாக்கைச் சுழற்றியபோதெல்லாம் உப்புக் கரித்தது. சரிவில் புன்னைமரம் தனித்து நின்றிருந்தது. செருப்புகளைக் கையில் பிடித்துக்கொண்டு புன்னைமர நிழலுக்கு வந்தான். மரத்தின் முன் நீண்ட பட்டியக்கல் மணலில் பாதி புதைந்திருந்தது. அமர்ந்ததும் சிகரெட் புகைக்க வேண்டும்போல் இருந்தது. ஏனோ விரல்கள் நடுங்க ஆரம்பித்தன. வில்ஸ் பெட்டியைத் தட்டினானே தவிர சிகரெட்டை எடுக்கவில்லை.

கடல் அவனை ஏமாற்றிவிட்டது. விசிறி மேலேறும் ஆர்ப்பாட்டம் மிக்க அலைகள் இல்லை. உடலைச் சுருட்டிக் கடலின் கருவறைக்குள் அழைத்துச் செல்லப்போகும் அலைகள் எங்கே? வைரவன் கண்மாய் படித்துறையில் தபக்தபக் என முத்தமிட்டு மறையும் அலைகளாய் கரையோரம் குழந்தைக்கடல் அசைந்தது. பறவைகள் ரொம்பதூரம் வரை கால்களை எடுத்து எடுத்து வைத்து முன்னோக்கிச் சென்றன. ஏசலான சரிவு எதுவரை கடலுள் நீள்கிறது?

மயிர்க்கால்களின் உள் தந்துகிகளெங்கும் பயம் அதிர்ந்தது. வாழ ரொம்ப ஆசையாக இருந்தது. மரணத்தை அவன் தேர்வு செய் யாதபோதும் அதை நோக்கியே காற்று அவனைத் தள்ளிக்கொண்டு போவதாகப் பட்டது. மரணம் கையைப் பிடித்து இழுத்தோடும் போதெல்லாம் விசும்பி விசும்பித் தப்பித்து ஓடினான். மரணத்திற்குப் பயமில்லை. மரணித்த உடலைக் கூட்டத்தில் கிடத்துவதை நினைத்தால் பயமாக இருந்தது. உடலை எங்காவது ஒளித்து வைக்கத்தான் இடம் தேடி திருநெல்வேலி கிளம்பியது. பத்திரிக்கையில் 'காணவில்லை' விளம்பரம் வராது இருந்தால் பழநியிலேயே இருந்திருப்பான்.

அந்த விடிகாலை நேர ரயிலில் கூட்டமே இல்லை. பெட்டிக்குப் பத்துப் பேர் என்பது அதிகம். ஒட்டஞ்சத்திரம் திறந்தவெளி பிளாட் பாரத்தில் நின்றபோது எதிர்பார்த்துக் காத்துக்கிடந்த குழந்தைகள் குதூகலத்துடன் ஏறிப் பெட்டிக்குள் ஓடின. சீட் பிடிக்கத் தேவை யில்லாததைப் பார்த்து சற்று ஏமாந்தன. ஊனமுற்ற இருபது இருபத்து மூன்று வயது இளைஞன் இருகைகளால் கைப்பிடியைப் பிடித்து ஒரே எவ்வில் பெட்டிக்குள் வந்தான். பருத்த கைகளால் தன் பலத்தை

அசாத்தியமாகப் பயன்படுத்தியதைத் தலையை நிமிர்த்திக் காட்டினான். பங்க் முடி தோள்வரை புரண்டது. காதிற்குமேல் இரு கைவிரல்களால் கோதிவிட்டபடி பிளாட்பாரத்தில் நிற்கும் பெண்ணிடம் கை நீட்டி கூடைகளை வாங்கி வாங்கி வைத்தான்.

வண்டியில் அவள் ஏறும்போது பெரிதான கண்களும், முந்தானையால் மறைத்துவிட முடியாத திமிறும் வளப்பமும், புடைத்து அகன்ற இடுப்பெலும்புகளும் வசீகரித்தன. அவள் பெண்மையைத் தூக்கிச் செல்லவே இந்த ரயில் ஓடிக்கொண்டிருப்பதாகப் பட்டது.

திமிறும் உடல்வாகைக் கொண்டவளுக்குக் கால்கள் சூம்பிய மெலிந்த இளைஞனா? முகம்கூட ஒடுக்கு விழுந்திருந்தது. இவன்தான் கணவன் என நினைத்த நொடியில் சங்கடமாக உணர்ந்தான். ரத்தப் பசையற்ற முகமாக இருந்தாலும் அவனிடம் துறுதுறுப்பு இருந்தது.

கூடைகளை எடுத்து நகரும்போது சதீஷைப் பார்க்காதது மாதிரி சிரிக்கும் கண்களோடு மேம்போக்காகப் பார்த்து நகர்ந்தாள். அசைவில் திமில் சாய நிமிர்ந்து சென்றது ஜல்லிக்கட்டுக்காளை, ஒப்பமையாது பசு.

"அங்கிள், அங்கிள் இங்க வாங்க" குழந்தைகள் அழைத்தன. ஓ! உடன்பிறந்தவனா? ஆனால் முகஜாடை இல்லை. "பாஸ்கர் கூடையை காலுக்கடியில் தள்ளிவையி" என்றாள் அவள். குரல் தோரணையைப் பார்த்தால் துணைக்கு அழைத்து வந்த பாவப்பட்ட ஜீவன் எனத் தெரிந்தது. இரக்கம் சுரந்தது.

"அங்கிள் சொல்றது கேக்கலையா? இங்க வாங்க." மறுபடியும் குழந்தைகளை அழுத்தி அழைத்தாள்.

"சரி அங்கயே வெலாசனமா உக்காருங்க."

"அம்மா இங்க வாம்மா. அங்கிள் இங்க வாங்க."

"அங்க வந்தா ஜன்னலோரம் தருவீங்களா?"

"ஆங்ங்... ஆசை ஆசை."

எதிரும் புதிருமாக அமர்ந்திருந்த குழந்தைகள் வலக்கையை மொலியைக் கன்னங்களில் வைத்துத் தேய்த்துத் தேய்த்து வக்கணை செய்தன. இவனுக்குப் பக்கவாட்டில் இருந்த இருக்கையில் அமர்ந்தனர்.

தாயைப் போல நிறமாக இருந்த குழந்தைகள் ஜன்னலில் கைவிட்டு காற்றின் ஈரத்தை உள்ளங்கையில் வாங்கி வாங்கிக் கன்னத்தில் வைத்தன. பாப் வெட்டிய கூந்தல்கற்றை பிடரிப்பக்கம் ஊஞ்சல்போல் போய்

வந்தது. சளசளவென்று பேசிய குழந்தைகள் கடிஜோக்குகளை எடுத்து விட்டன. ரயிலின் ட்டக்ட்டக்ட்டக் ஓசையில் காதில் விழவில்லை. குழந்தைகளின் சிரிப்பலை மட்டும் அவ்வப்போது எழுந்தது.

குளிர்ந்த காற்றும் ரயிலசைவும் குழந்தைகளுக்குத் தூக்கத்தைக் கொண்டுவந்து சேர்த்தன. சதீஷிற்கு திசையற்ற பயணம் நெஞ்சைப் பிராண்டசஞ்சலம்தூக்கத்தைஅண்டவிடவில்லை.பக்கவாட்டில்பார்த்த போது "மதுரையில் எட்டு மணிக்குள் இறக்கிவிட்டுடுவான்" என அவள் அவனிடம் சொல்லிக்கொண்டிருந்தாள். சதீஷ் ஜன்னலோரம் முதுகைச் சாய்த்து காலை நீட்டினான். இளைஞன் அவள் தலையை வலுக்கட்டாயமாகச் சாய்த்துத் தன் தோளில் இருத்தினான். மறுப்பது போல் நிமிர்ந்து உட்கார்ந்தாள். "சும்மாயிரு சேகர். என்ன பழக்கம்... அவரு ஆபீஸ் கிளம்புறத்துக்குள்ள போயிடலாமில்ல" லேசாகக் கலைந்த கூந்தலை ஒதுக்கிக்கொண்டு சொன்னாள்.

திரும்ப அவள் தலையை அவன் இழுத்துத் தன் தோளில் சாய்த்த போது தலையை மேலே தூக்க அவள் முயற்சிப்பது தெரிந்தது. ஆனால் இளைஞன் இடக்கையால் காதருகே அழுத்திப்பிடித்து "தூங்குங்க. சோர்வு போயிடும்" என்றான்.

அவன் கையை எடுக்கவும் சிறிது நேரத்தில் தலையைத் தூக்கிக் கொண்டாள். அவன் சதீஷை லேசாகத் திரும்பிப் பார்த்தான். பெரிதாக நினைக்காதவன்போல் சதீஷின் கண்கள் விலகிப் போயின.

"மதுரையில இறங்கி குழந்தைகளுக்குச் சாப்பாடு வாங்கித்..." துப்பரவாகக் கேட்கவில்லை. ரயிலின் ஊதல் காதை அடைத்தது. ஊதல் ஒலி. மறுபடி மறுபடி டடக்ட்டக்ட்டக் சப்தம் தண்டவாளத்தில் கிளம்ப ஆரம்பித்தது. இளஞ்சூரியன் மரங்களிடையே சிராய்த்துக்கொண்டு ஓடுவது தெரிந்தது. மனசைக் கொக்கிபோட்டு ஆவல் பெட்டிக்குள் இழுத்தது. இளைஞன் அவள் தலையை எட்டி வளைக்க இடக்கையை நீட்டினான். அவள் தலையை எதிர்ப்புறமாகச் சாய்க்க இடைவெளி விழுந்தது. விளையாட்டு நீண்டநேரம் நீடிக்கவில்லை. சட்டென இரு கைகளால் அவள் கழுத்தை வளைத்து உதடுகளில் முத்தமிட்டான்.

"ச்சேய்... என்ன இந்தமாதிரி பண்ற... ஒன்ன நம்பி..." கோப மற்றுச் சொல்லச் சொல்ல தன் தோளில் அவள் தலையைச் சாய்த்தான். சாய்ந்த பெண் வண்டியின் அசைவிலிருந்து தலையைத் தூக்கவில்லை. ஆதரவாகத் தோளில் சாய்ந்திருப்பதுபோல் இருந்தது. அவன்தலையைக் கோதிவிட்டான். அவனுடைய உடம்பு கிளர்ந்து பூரிப்பது கண்களில் வெளிப்பட்டது. மலையைத் திருப்பி வைத்ததுபோல மூக்கு மலர்ந்தது. எதிர்கொள்ளவே கூசும் அவளது கம்பீரம் அவனிடம் மண்டியிட்டது.

104 கூந்தப்பனை

யானையை வழிநடத்தும் வீரமேறிய குள்ளப்பாகனாக அமர்ந்திருந் தான். சர்வவல்லமை பொருந்திய அந்த ஜீவாதார காந்தப்புலம் எதிருள்ளவனுள் எப்படி மொக்குவிட்டிருக்கிறது என்று காணத் துடித் தது ரகசிய ஆசை. கன்னத்தில் அவன் முத்தமிட்டபோது அவள் எந்த எதிர்ப்பும் காட்டவில்லை. சதீஷிற்குத் திக் திக் என்றது. இடக்கையால் அவள் மார்புக்குவடில் அழுத்தித் தடவிக்கொண்டிருந்தான்.

பதற ஆரம்பித்தது உடல். உஷ்ணம் குபுக்கென மேனியெங்கும் கசிந்து போவதாக உணர்ந்தான். ரொம்ப நேரம் நீடிக்கவில்லை. மயிர்க் கால்கள் எங்கும் ஈரமினுமினுப்பு. பிசுபிசுப்பில் சட்டை ஒட்டியது. உடல் குளிர்ந்து இறுகுவது தெரிந்தது. சுருக்கப்பட்ட உயிர்போல பரிதாபகரமாக ஜன்னலைப் பார்த்தான். கட்டிடங்கள் வர ஆரம்பித்தன. 'நான் எதையும் பார்க்கவில்லை' என்பதாகக் கைகளை மார்புக்குக் குறுக்காகக்கட்டி கண்களை மூடினான். மூடிய கண்களுக்குள் புகுந்து அவள் 'என்ன தொடுகிறாயா' என்று அவள் அழைப்பது மாதிரி இருந் தது. மாராப்பை ஒதுக்கி... "நீ அழகன்தான்..!" என்கிறாள். மனைவி சொன்ன வார்த்தையல்லவா? இவளும் தெரிந்துதான் கிண்டலடிக் கிறாளா? ரகசியத்தை எப்படிக் கண்டுகொள்கிறார்கள்! உடம்பில் எந்த இடத்தில் அது ஒட்டிக்கிடக்கிறது? அதை எப்படி வெட்டியெடுக்க?

கால் சூம்பிய இளைஞனை ஓங்கிக் குத்தி சிதைத்துவிட கண்களை அகலத் திறந்தான். ஆனால் அவன் கைகள் எவ்வளவு பலம் பொருந்தி யவை. ரயிலேறும்போது மளாரென்று தாவினானே! முழங்கைச் சதை பருத்துத் திரண்டிருந்தது. சூம்பிய கால்களுக்கும், மெலிந்த தேகத்திற் கும் சம்பந்தமற்றது. உயிர்ச்சாறு கைகளில் திரண்டிருந்தது. அவன் திருப்பித் தாக்கி தான் அலமலந்துவிட்டால் எவ்வளவு கேவலம். கண்களைத் திருப்பினான்.

ரயில் கூவி மெதுவாய் நகர்ந்து நின்றது. விழுந்தடித்து கூட்டம் ஏறியது. விழித்த குழந்தைகள் இவர்களிடம் தாவி வர எத்தனித்தன. கழுதைகளா... அங்கயே உக்காருங்க" அவன் திட்டினான். முகங்கள் சுருங்கி, அமர்ந்தவண்ணம் பேந்தப்பேந்த விழித்தன. உட்கார இடமில் லாமல் வசதியாக நிற்பதற்கு ஏதுவாக மக்கள் உடம்பை மாறிமாறி அசைக்கத் தொடங்கினர். கூட்டம் அவர்களை மறைத்தது நிம்மதி தந்தது. என்றாலும் 'ஏன் என்னை இப்படிப் படைத்தாய்?' என மனதுக் குள் நினைத்தான். தொடைகள் நடுங்க ஆரம்பித்தன.

கூட்டம் மறைந்தாலும் அவனுடைய பருத்த கைகள் கண்களி லிருந்து மறையவில்லை. முழங்கைச் சதையுள் ஏதோ முண்டுகிறது. தூர்பருத்த வசம்புநாரி மரமாய் விரிகிறது. அக்கிலஸின் கால்கள்

சு. வேணுகோபால்

ஆனால் ரயில் வாசலில் தவ்வி ஏற உதவிய அவன் கைகள் வலுமிக்கவை. கண்களை மூட கண்ட கண்ட பிரமைகள் வாய் பிளந்து மெல்லுகின்றன. நல்லவேளை மோத எழுந்திருந்தால் திருப்பித் தாக்கியிருப்பான். தான் பலமற்ற நெஞ்சுக்கூட்டைப் பெற்றிருப்பதாகத் தோன்றியது.

நீ அழகன்தான். அழகு என்பது என்ன? அவன் கைகள் நெஞ்சைத் தொட்டன. அடர்ந்த சுருள்கேசங்கள் உராய்ந்தன. ஓங்கிக் குத்தினால் நெஞ்சு பொடக்கென்று பானையாக உடைந்துவிடுமென்று நம்பினான். தேங்காயை உடைக்காதவரை பூஜைக்கு ஏற்ற பொருளே. நீரும் தெரளும் உள்ளிருக்கும் மாயமான காய்களை உடைக்காமல் யார் அறிவார்? தேரைக்குத் தின்னக் கொடுத்தவன் நான். துடிப்புகளில் மிதக்கிறது அழகு. திருமணத்திற்குப் பின் தன்னை ஒரு ஷோகேஸ் பொம்மையாக அறிந்த கணத்தில் பலம் மேனியிலிருந்து இறங்கிப் போய்விட்டது.

ஓசை மறந்த காதுகள், காட்சி இழந்த கண்கள். முத்தமொழி இழந்த உதடுகள், வழிப்போக்கில் கழன்று உதிர்கின்றன. உதிராது உடலெங் கும், நகரமெங்கும், தெருவெங்கும், வீடெங்கும் ஆட்சி செலுத்துகிறது மலட்டு மூச்சுக்குத்து. முடிசூடா மலடன். ஆண்மையற்றவன். வீரியத் தின் உருவத்தையே விதி மிகச் சின்னசுருளாகச் சுருட்டிக் காட்சிக்கு வைக்கிறது. காட்சி ஊடறுத்து கதகதப்பில் பிணைத்துப் பாயும் மின் சாரத்தைத்தானே அழகாகக் கண்டாள் மனைவி. அந்த மின்சாரம் எப்படி இருக்கும்? ஒரே ஒரு முறை மின்னலெனத் தெறித்து மறைந்தால் போதும். அது நா வழி இறங்கும் இனிப்பைப் போன்றதா? கசப்பைப் போன்றதா? நீண்ட பஸ் பயணத்தில் அடிவயிறு கனக்க அடக்கி இறங் கியதும் இடம்தேடி சர்ர்ர்ரென பீச்சியடிக்கும் மூத்திரம் போலா? அந்த அவஸ்தை எப்படிப்பட்டது? குழந்தையாக இருந்தபோது அம்மா உள்ளங்கையில் சுரண்டி கிச்சுகிச்சு மூட்டுமே அதுதானா? சுவையறிய முடியவில்லை. அவனிடம் நினைப்பில் மட்டுமே கிடந்தது காமம்.

கண்காணாத தேசத்தில் ஒளிந்து கொள்ளத்தான் திருநெல்வேலி பக்கம் கிளம்பினான். தன்னைக் கண்காணித்த திருப்பூரை விட்டுத் தப்பிவிட்ட தாகத் தோன்றியது. அவனுக்குள் இன்னொருவன் இருந்து கொண்டு கேலி பண்ணுவதை என்ன செய்வது? அந்த இன்னொருவனை உசுப்பிவிட்டது ஜனங்களாகத்தான் இருக்கவேண்டும். தன்னைவிட பலம் பொருந்திய இன்னொருவனை உதறவே முடியவில்லை. அந்த ஆகிருதி விருட்சமாக உள்ளே விரிய விரிய இவன் கூனிக்குறுகிப் போனான். அதை வெல்ல வழி தெரியவில்லை. தன் பிணத்தை இன் னொருவன் தூக்கி ரயிலில் கொண்டுபோவதாக எண்ணம் பளிச்சிட்ட போது ஆளற்ற இடம் தேடி இங்கு தப்பி வந்தான். துளுதுளுப்பு வழியும் அந்த சொரூப சுமங்கலி ரயில் இளைஞனிடம் என்னத்தைக் கண்டாள்?

நிகழ்வுகள் பாடாய்ப்படுத்தின.

வெயில் தாழ்ந்திருந்தது. பேக்கை எடுத்துத் தோளில் போட்டுக் கொண்டு தேவாலயத்தை மகுடமெனச் சூடியிருக்கும் மஞ்சள் குன்றை நோக்கி நடந்தான். கெண்டைக்கால் விண்ணிட்டது. மணலில் பாதம் புதையும்போதெல்லாம் விரல் இடுக்குகளில் குறுமணல் பிதுங்கியது. சந்நியாசம் மீதெல்லாம் சிறுவயதில்கூட ஆர்வம் ஏற்பட்டதில்லை. மனநிம்மதிக்கு ஆன்மீகம் உதவுமா... இந்த மூன்று மாதம் கிடைத்ததைப் படித்தபோதும் அவன் விரும்பும் விடை எந்த இடத்திலும் மிளிர வில்லை. 'உயிர்களிடத்தில்தான் இறைவன் வாழ்கிறான்' என்பது போன்று திறக்கும் புதிய வாசல்கள் பிடித்திருந்தன.

மணல்திட்டின் உச்சியில் நின்றபோது கடலை நோக்கிச் செல்லும் மிகப்பெரிய கப்பல்போல் இருந்தது அது. கடல் பிளவுபட்ட நாக்குப் போல் திட்டின் அடிவாரத்தில் அசைந்துகொண்டிருந்தது. மர்மமான புராணக்கதையை சொல்ல முடியாமல் பிளவுபட்டுக் கிடந்தது. இடப் பக்கம் மெதுவாய் கடல் அசைவு ஏறிவந்தால் வலப்பக்கம் சரிந்து செல்கிறது. அசைவு வலப்பக்கம் மேலேறினால் இடப்பக்கம் சரிந்து போகிறது. ஒட்டி எழாமல் இரு பிளவுகொண்ட கடல் நாக்கு ஏறுக்கு மாறாக அசைந்து சொல்ல நினைத்ததைச் சொல்ல முடியாத குழப்ப ஓசையாய் சிதைந்தது.

உப்பங்காற்று தேவாலயச் சுவரை வெகுவாக அரித்துக் கொண்டி ருப்பது தெரிந்தது. சுவரைத் தொட்டான். காரைகள் உதிர்ந்தன. தென் புறமாக வந்தபோது மூடிய தேவாலயத்துள்ளிருந்து நூங்நூங்நூங் என்று மெல்லிய ஒலி கிளம்பியது. மறுபடி பின்வாக்கில் கிழக்காக எட்டு வைத்தான். இசைத்துடிப்பு இல்லை. முன்னால் நகர்ந்ததும் 'ஙிங் ஙிங் ஙிங்' என இசைத்தது. பிறந்த ஆட்டுக்குட்டி வாய் திறவாமல் பாலுக்காக தொண்டைக்குள் அழைக்கும் முதல் அழைப்பைப் போன்றிருந்தது. யாருமற்ற தேவாலயத்தில் அவன் மட்டும் தனித்து நின்றிருக்க அச்சப் பட்டான். குறுமணல் படிந்திருந்த தேவாலயப் படிகளில் அமர்ந்தான். தேவனிடம் கேட்கத் தெரியாமல் எதையோ நினைத்தான். உள்ளத்திலே எழுந்தாடும் பல தலைகளையுடைய விநோதமான சர்ப்பத்தை உன் காலால் மிதிக்க முடியுமா? நெஞ்சில் எரியுண்டு மடிய மறுக்கிறதே! 'ஙிங்ஙிங்ஙிங்' எனக் காற்றுத் திரும்பத் திரும்பச் சிணுங்கியது. தனித் திருக்க இறைவனுக்கு பயமாக இருக்காதா? வீடுகளை ஏன் அவர்கள் ரொம்பத் தொலைவில் கட்டிக் கொண்டனர்? ஆலயத்தைச் சுற்றி வீடு கள் இருந்தால் பயபக்தி இருக்காதென மக்கள் விலகியிருக்கிறார் களோ! எங்கோ வெள்ளைச் சுவரில் 'உன்னை எப்போதும் கைவிடு

வதில்லை' என வாசித்த குண்டு குண்டான ரயில் தொடுக்கு மாதிரியான கருப்பு வாக்கியம் நினைவுக்கு வந்தது. எத்தனை முறை கேட்டிருப்பேன்? தரவில்லையே இறைவா! நீ ஒரு இந்துவுக்குத் தரமாட்டாயா? இந்த சந்நிதானத்தில் சொல்கிறேன். எனக்கு அதை - ஒரே ஒரு முறைபோதும் - தந்து எடுத்துக்கொள். மதம்மாறி உன் பாதங்களில் கிடக்கிறேன்.

'நிங் நிங் நிங்' மெல்லிய கீதம் யாரையோ தேடிக் கொண்டிருப்ப தாகத் துளைத்தது. நான் மறந்தபோதும் என்னையே நினைவில் சூடி நான் வரும் வழியையே பார்க்கும் பரமாத்தமான அம்மா மூச்சுபோல உள்ளே கிடக்கிறாள். ஒவ்வொரு நொடியும் மூச்சுவிட்டுக் கொண்டிருப் பதால்தான் உயிர் இருப்பதாக நினைத்துக் கொள்ளவதே இல்லை. அவனோடு அம்மா மூச்சாக இருக்கிறாள். அவள் உடல்தான் சத்திரப் பட்டியில் சுற்றிவருகிறது.

அவஸ்தையிலிருந்து விடுபட நினைத்து, தானே பெரும்துயரத்தை வரவழைத்துக் கொண்டதாகப்பட்டது. பாலுச்சாமி ஒரே முறுக்காக முடியவே முடியாதென்றான். ஹேமலதாவின் அழுகை ஒருவாரம் நிற்க வில்லை. ஏறெடுத்துப் பார்க்கவே கூச்சப்பட்டு முடங்கிக் கிடந்தாள். ஆனால் அவளிடம் குடிகொண்ட நீங்காத சோகத்தைக் கலைத்து சிரிக்க வைத்துப் பார்க்க ஆசை ஆசையாக இருந்தது. சந்தோஷத்தில் ஹேம லதா எப்படியிருப்பாள்? அந்த ஜொலிப்பைத் தேடி முடிந்தபோது... மனதில் கிளை பிரிந்து கருத்து ஓடத்தொடங்கியது நதி.

மதினி ஜாடையாகச் சொல்லிச் சென்ற நல்லநேரம் வரும் வரை கல்யாணக்களையில் ஆஜானுபாகுவாக உருவேறிக் கிடந்தான். "பாத்துடா பொண்ணு குஞ்சு மாதிரி இருக்கு. மொரட்டுத்தனமா மேல விழுந்து நசிக்கிடாத. ஒன்னைய எப்பிடித்தான் தாங்கப் போகுதோ. மேல விழுந்த பெறகு தேடி சொரண்டிதான் எடுக்கணும்." ஒருவாரமாக நண்பர்களின் கிண்டலுக்கு அளவேயில்லை. 'யானை'யைக் கட்டி வாழும் ஒல்லியான பெண்களைப் பார்க்கும்போதெல்லாம் ஆச்சரிய மாகவே இருக்கும். ரிங்மாஸ்டரிடம் அந்தப் புலிகள் எப்படியெல்லாம் பணிகின்றன. கோடிகோடியான கனவுகளை அறைக்குள் தூக்கிச் சென்ற ஞாபகம் திரும்பத் திரும்ப வருகிறது.

ஹேமாவை ரொம்பப் பிடித்திருப்பதாகத் திருப்பூருக்குத் தொலை பேசியில் செண்பகம் மதினி சொன்னபோது மனசுக்கு இதமாக இருந் தது. இரண்டாவது முறை அவன் பார்த்துவிட்டு வந்தபின்தான் மதினி யின் ரசனையை அறிய பெண்ணைப் பார்க்கச் சொன்னான். ராம கிருஷ்ணா ஜின்னிங் பேக்டரி கேண்டீனில் டீ மாஸ்டராக இருந்த, பெண்

ணின் தூரத்து உறவினர் மூலம்தான் பெண் பார்த்தது. சத்திரப்பட்டி செல்லும் சாக்கில் நான்கைந்து முறை கெம்பனூரில் இறங்கி இருக்கிறான். "டீ மாஸ்டருக்கு ஏதாவது தகவல் சொல்லணுமா" என்பதைச் சாக்காக வைத்து "போகிற போக்கில் கேட்டுக்கிடலாமன்னு இறங்கினேன்' என்று கெத்து விடாமல் சொன்னதெல்லாம் அவளைப் பார்க்கத்தான். ஒரு முறை தனது வீட்டில் கொடுக்கச் சொல்லி மாஸ்டர் கொடுத்துவிட்ட எழுநூறு ரூபாயை ஒப்படைக்கப் போனபோதுதான் முதலில் பேசியது.

"என்னப்பா, ஆளு சோக்கா இருக்கிறதா பொண்ணு சொல்றா" மாஸ்டரின் அம்மா திண்ணையில் கால் நீட்டியபடி டாவடித்தார். அந்த முறை சும்மானாச்சுக்கும் மீசையை எடுத்திருந்தான். மீசையெடுத்தால் வித்தியாசமான பொலிவு கிடைக்கும் என்ற எண்ணம்தான்.

"எப்படியோ ஆளும்பேருமா வந்து பேசி முடிச்சுக்கப்பா. பரமாத்தமான பிள்ள ஆத்தாவும் பிள்ளையும் கூலி வேலைக்குப் போயி கருமாயப் படுதுக. பக்கத்து பள்ளிக்கொடம் இருக்கப்போயி கொஞ்சம் படிக்க வச்சா. ஏதோ நாங்கெல்லாம் இருக்கோம். முடிஞ்சளவு ஒத்தாச பண்ணுவோம்." அந்தப் பாட்டியின் ஒன்றுவிட்ட தங்கையின் மகள் வயிற்றுப் பேத்திதான் லதா. மாஸ்டருக்கு உறவு தூரம். அவரின் அம்மாவிற்கு சற்று நெருக்கம். மாஸ்டரின் பிள்ளைகளுக்கு சுற்றி வளைக்கும் உறவாகி விலகும். தண்ணீர் ஊற்றி விட்டு ஜன்னலை ஒட்டி மறைந்த லதா போகவே இல்லை. அவன் கிளம்புவதற்கு முன்பாகத்தான் ஜன்னலிலிருந்து குரல் வந்தது.

"மீசை வக்கச் சொல்லு பாட்டி. அவருக்கு அதான் நல்லா இருக்கு."

"ஏண்டியம்மா நீயே வந்து சொல்றது."

"ஒம்மேல ரொம்பப் பிரியம்ப்போ. ஒன் நெறத்த காடுகரை பூராம் தமுக்கடுச்சுத் திரியிறா."

"பாட்டி கூட்டுக்காரிக போட்டா கேட்டாங்க. பாத்திட்டுத் தந்திடுறதா சொன்னாங்க."

"நாம் பெத்த அழுத்தமே. அழுத்தக்காரி. நீ கேட்டா முத்து உதிந்திடுமா?"

நீட்டியகாலின் மேல் கைவைத்து பாட்டி கெக்கலித்துச் சிரித்தாள். உடல் குலுங்கி ஆடியது.

"வாழப் போறவ ஆசைப்பட்டுக் கேக்கிறா. வாடியம்மா வெளிய. ஆங்ங்... எலிக்குஞ்சு மாதிரி என்னத்த முணுமுணுக்கிற சத்தமா சொல்லு... அந்தக் காலமெல்லாம் மலையேறிப் போச்சுடி. வந்து சொல்லு."

வெறும் குடத்தைக் கையில் பிடித்து வெடுவெடு என்று இறங்கிப் போனாள். கிழவிக்குப் பச்சாதாபப்பட்டு இரண்டு குடமோ மூன்று குடமோ நேரத்தைப் பொறுத்து அவள் ஊற்றிப் போவதுண்டு. மாஸ்டரின் இரண்டு பையன்களும் குடத்தைத் தொடுவதை கௌரவக் குறைச்சலாக நினைத்து பள்ளிக்கூடம் போகிறார்கள். லதாவின் களை யான முகம் பூரித்திருந்தது. தன் உலகமே மலர்ந்து வாசனையைப் பரப்புவதாக இருந்தால்தான் முகத்தில் அப்படியொரு பூரிப்புத் தோன்றும். வசீகரமிக்க புன்னகை அவள் உதடுகளில் பொங்கியிருந் தது. புன்னகையின் பூரணம். நளினம் மிக்க நடை சோர, குடத்தைத் தொங்கவிட்டுப் போன தருணத்தின் அபூர்வமான சந்தோஷம் அவன் உதடுகளில் மலர்ந்தது.

சத்திரப்பட்டிகிராமத்திலேஅவனுக்குமதிப்பிருக்கத்தான்செய்தது. கொஞ்சம் வசதியான வீட்டில் பிறந்திருந்தால் சேவுகம் பிள்ளையே மாப்பிள்ளையாக வளைத்து விவசாயத்தில் அமுக்கியிருப்பார். அரசல் புரசலாக அவரின் பேத்தி இவனை நோட்டம்விட்டுத் திரிவதாக நண்பர்கள் கிளப்பிவிட்டனர். உண்மையும்கூட. ஆனால் அது பார்வை அளவே கலந்து மறைந்து போனது. காலேஜில் பாதிக்குமேல் தொடர முடியாமல் திருப்பூருக்கு வேலைதேடி ஓடவேண்டியதாகிவிட்டது. படிக்கிற காலத்தில் ஆள் ஜம்மென்று இருப்பான். உடல் சுத்தக்காரன்.

நடுத்தரமான, நூற்பாலையில் கணக்கர் வேலைக்குத்தான் எவ் வளவு மதிப்பு. வாரத்தின் சனிக்கிழமைகளில் கணக்கு நோட்டுகளை மேஜையில் பரப்பிக் காலாட்டிக்கொண்டு பார்த்தால் நீண்ட வரிசையில் தொழிலாளர்கள் அவன் அதிகாரத்திற்குக் கட்டுப்பட்டு நிற்பதாக இருக் கும். முன்பணம் பெறுவதற்கு கூழைக் கும்பிடுகள். தயக்கத்தில் வரும் கெஞ்சல்கள், தொங்கல்கள், பழுதுபடாத கௌரவ வேண்டல்கள்... எல்லாம் அவன் ஆசீர்வாதத்திற்குத் தலைவணங்கும்.

மாலை நேரங்களில் பகவதி அம்மன் வேப்பர நிழலில் குஸ்திகள் நடக்கும். சைக்கிளின் முக்கோணக் குறுக்குக் குழாயைப் பல்லால் கடித்து தூக்குவதைப் பிரபலப்படுத்தியவனே இவன்தான். பங்குனி உத்திரவிழா வரும்போதெல்லாம் சைக்கிள் ஸ்லோ ரேஸிற்கான பரிசை தனியாக இவனுக்கென்று எடுத்து வைத்துவிட வேண்டும். பூமி மேல் சைக்கிள் தடுக்காக நிற்கும். சிவராஜ் சைக்கிளை மெதுவாக விட்டு நிலைநிறுத்தக் கூடியவன்தான். ஹேண்டில்பார் படாத பாடுபடும். சதீஷ் ஒலட்டவே மாட்டான். பிரேக், ஹேண்டில்பார், கிராங்க் வீல் மூன்றோடும் அவனுடல் மோல்டு செய்யப்பட்டதுபோல் அப்படியே ஒரு நிமிடம் நிற்பான்.

பெண்கள் கூட்டத்திலிருந்து கண்கள் அவனது சாகசங்களை ரசிப் பதுண்டு. அகண்ட மார்பில் முளைத்திருக்கும் சுருள்கேசங்கள் பெண்

களை முத்தமிட அழைக்கக் கூடியதாக இருந்திருக்கிறது. கட்டி அணைக் கிறபோதெல்லாம் ஹேமலதா அவன் நெஞ்சில் முகம் புதைத்து கண் மூடி உதடுகளால் அனிச்சையாகக் கோலமிடுவதை கவனித்திருக் கிறான். தழுவிக்கிடப்பதில் தனி சுகம்தான். அதற்கும் மேல்... கசகசவென வேர்த்துக் கொட்டுகிறது. இறுக்கி அணைத்துப் பிதுங்கி வெளியேறும் பெண்மையை விழுங்கத் துடிக்கும் மனசு. ஆனாலும் அவனுக்கு வயிற்றுக்குக் கீழ் எந்தக் கிளுகிளுப்பும் முகிழ்ப்பதே இல்லை. தொடு உணர்ச்சி தவிர வேறு எந்த வேகமும் இல்லை.

சுட்டி உருட்டிப்பார்த்து நீண்டநேரம் மோகத்தின் வாசலைத் தேடி அலைந்தும் பயனில்லை. விளக்கைத் தொட ஓடும் குழந்தை போல அதனைத் தொட ஓடினான். வெடுக்கென்ற சுடு உணர்வுகூட இல்லை. சூனியத்தை தொடுவதாகத் தொட்டுத் தொட்டுத் தோற்றான். அவன் தோற்றபோதும் அவள் தன் முகத்தைக் காட்டாமல் இறுக்கி மூடிக் கொண்டது ஒரு வகையில் மனதை நிதானப்படுத்திக் கொள்ள உதவி யது. செயலற்ற தன்மையை மறைக்க “ரொம்ப டயேர்டா இருக்கில்லா” என்றான். தப்பித்தலுக்கு ஏதுவாக ‘ம்ம்’ என்ற குரல் பெரும் நிம்மதி யைத் தந்தது. ஆனால் முகம் பார்க்கும் விதமாக அவள் புரண்டு உரசிய போது நெஞ்சு திடுத்திடுக்கென அதிர்ந்தது. ஈரக்குலையே பதறியது. சரிந்து விழுந்தன கற்பனைக் கோட்டைகள். விரிசலெங்கும் ரகஸியங்கள் கிளம்பி பயமுறுத்தின. தூக்கத்தில் மூழ்கிக் கொண்டிருப்பதாக மூச்சை அவள் காது கேட்கும் விதமாக இழுத்து இழுத்துவிட்டான்.

பனைமரக்காட்டிடையே கீழிறங்கியது சூரியன். நிறைய ஆண் கள் கட்டுமரங்களில் அமர்ந்திருப்பது தெரிந்தது. சில கட்டுமரங் களை ஏழெட்டுப் பேர் கரையிலிருந்து கடலுக்குள் தள்ளிக் கொண்டு போய் ஏறினர். ஜனங்களின் கேலியைவிட வதைக்கக்கூடியதாக உள்ளே தனிமை அலைந்துகொண்டிருந்தது. வெடிக்கவே வெடிக்காத பலூன் போல சிந்தனையில் காமம் ஊதிப் பெருகிக்கொண்டிருந்தது. இது தவிர்த்த சிந்தனை ஏதுமில்லை. உபயோகமிக்க பிறவிப்பயன் வேறே தும் இருப்ப தாகத் தோன்றவே இல்லை. காமமற்ற மனிதன் மக்களி டையே உலாவ முடியும் என்பதை நம்பவே முடியவில்லை. ஆனால் ஆச்சரியமாக இருக்கிறது, தான் உயிரோடு இருப்பது. வாழ்க்கை வெறு மையாக முன்னே கிடந்தது. பசிக்கவும் செய்தது.

புன்னைமர மேட்டுக்கு வந்து திரும்பிப் பார்த்தான். யாருக் காகவோ காத்திருப்பதாக எழும்பியிருந்தது தேவாலயம். கடல் தங்கத் தகடாக மின்னியது. ‘எத்தனை உயிர்கள் என்னிடம் மண்டியிருக்கின்றன. எத்தனை ஜீவராசிகளுக்கு வாழ்விடமாக இருக்கிறேன். தேடி வருவதை ஏற்கவும், கேட்காமலே மழையைத் தரவும் இங்கே இருக்கிறேன். எத்

தனை அழுக்குகளைக்கொண்டு சேர்த்தாலும் மௌனமே என் மொழி. ஆனாலும் ஒரு போதும் குளிர்ந்த காற்றை வாரி வழங்குவதை நிறுத்து வதே இல்லை.

கடல் ஒரு துயரம். இரக்கத்தின் நாதம். எல்லாமும் கூட. கடல் அவனுக்கு ஏதோ சொல்வதாக இருந்தது. அலைகளின் பாஷை தெரிந் தால் புரிந்துவிடும்.

திருச்செந்தூர் நெருங்கும்வரை இறங்கவேண்டும் என்று தோன்ற வில்லை. அருகில் வந்ததும் கோவிலைப் பார்க்க எளிய எண்ணம் நெஞ் சைத் தட்டியது. கோவிலுக்குள் செல்ல மனம் வரவில்லை. இலக்கற்று சுற்றப்போவது பற்றி நினைப்பில்லை. எந்தத் திட்டமும் அவனுக்குள் இல்லை. எல்லாம் இழந்துவிட்ட பின் இலக்கு பற்றி என்ன தோன்றும்? முன் மண்டபத்தில் நின்றிருந்தவர் தன் குழந்தையிடம் ஆர்வமாகக் கைகாட்டிப் பேசினார்.

“அந்தா புள்ளிபுள்ளியா தெரியுதில்ல வெளிச்சம் அதுதான் ஸ்ரீலங்கா.”

“எங்கப்பா?”

“இந்தப் பக்கமா. நா நீட்டுற வெரலுக்கு நேரா... ரொம்ப தூரத்தில...”

“ஆ... ஆ... தெரியுது... தெரியுது”

கடல் மேல் சதீஷ் தேடினான். மங்கலான வெளிச்சங்கள் இருண்ட கடல்மேல் தெரிந்தன. புது ஜனங்கள் தன்னைப் பெரிதாக கண்டு கொள்ள வில்லை என்பது தெரிந்தது. அந்தக் குழந்தை இவன் பக்க மாகத் திரும்பிய போது சிநேகபாவத்துடன் சிரித்தது. ‘வாழ்கிறேன். வாழவேண்டும்.’

செட்டிநாட்டு உணவு... என்று எழுதப்பட்ட ஹோட்டலுக்குள் போகும்போது வயசுப்பெண்கள் நிறையப்பேர் அரட்டை அடித்த படி சாப்பிட்டுக் கொண்டிருந்தனர். இரவு நேரத்தில் டிபன் அயிட்டங் களோடு சாப்பாடு பரிமாறுவது வித்தியாசமாக இருந்தது.

“ஏய் அங்க பார்ரீ... ஆளு ஸ்மாட்டா இருக்கான்.” நடு வரிசையில் அமர்ந்த பெண் வம்பு பண்ணுவது காதில் விழுந்தது.

டூர் வந்த கல்லூரிப் பெண்கள். காலடியில் மொந்தை மொந்தை யான பேக்குகள் கிடந்தன. சாப்பாட்டில் மூழ்கியிருந்தான்.

“ஏய், ஆளு ரொம்ப பிகு பண்றாண்டி.”

ஓரக்கண்ணால் பார்த்தான்.

புருவத்தை சுழித்து சேட்டை காட்டினாள் சிவப்பு பனியன்காரி.

“அப்பாடா சாமிக்கு தரிசனம் தர இவ்வளவு நேரமா...”

கொஞ்சம் நிமிர்ந்து பார்த்தான். டேபிளில் இருந்த நான்கு பெண்களும் ‘லுக்’ விட்டனர். அந்தக் குறும்புச் சிரிப்புகள் ‘ரம்யமான உலகம்டா’ என்பதாக இருந்தது.

“எப்பிடி! ஆள பாக்க வச்சுட்டேனில்ல.”

சிவப்பு பனியன் தான் செய்த சாதனையைச் சொன்னதும் ‘ஹேய்’ என்று கத்தினர். தான் ஒரு நடிகனாக மாறிவிட்டது தெரிந்தது. ‘ஒரு நொடியில் செத்தேன்.’ மெலிதாக விரிந்த மனம் சுருங்கியது.

அந்த டேபிளில் சடபடவென்று பெண்கள் எழுந்து ஒருவரை ஒருவர் கட்டிப்பிடித்து மிரண்டுபோய் கூச்சலிட்டனர். சட்டை போடாத அழுக்கேறிய கிறுக்கன் பின்டேபிள் அருகே நின்றான். பேண்ட் தார்ப் பாய்போல விடைப்பேறித் தொங்கியது. எண்ணெய் காணாது சிக்கு விழுந்த முடிக்கற்றைகள் காதுகளை மறைத்தன. அதற்குள் குச்சியோடு சர்வர் விரட்டினான். அடி விழவும் பாசம் பிடித்த பற்கள் தெரியக் கத்தியபடி நடையைத் தாண்டினான். ‘ஓடு இந்த பக்கம் வந்திராத...’ குச்சியைக் கல்லாஓரம் சாத்திவைத்து விட்டு சர்வர் போனான். பெண்கள் சிலர் இன்னும் பயத்தோடு மார்பில் கைவைத்து நின்றிருந் தனர். சிவப்பு பனியன் பெருமூச்சுவிட்டு பதட்டப்படுவது தெரிந்தது. “சரி ஒக்காருடி. ஏன் நடுங்குற?” “ஏதாவது பண்ணிருவான்னு பயமா போச்சு.” பெண்கள் இவனை மறந்துவிட்டது தெரிந்தது.

கிறுக்கன் என்றதும் பெண்களுக்கு அடித்துவிடுவான் என்று தோன்றாதா? ‘கட்டிப்பிடித்து ஏதாவது செய்துவிடுவான்’ என்றுதான் தோன்றுமா? நினைப்பற்று, நழுவும் பேண்டை முடிச்சுப்போட்ட வண்ணம் குனிந்து துண்டுபீடி, சிகரெட்பேப்பர், கல் என்று உபயோக மற்றதைப் பதனமாகப் பொறுக்கி பத்திரப்படுத்துவதில்தான் கிறுக்கு களின் ஆவல் குடியிருக்குமோ!.

குழந்தைத்தனமான எண்ணமொன்று தோன்றியது. எந்தவித நினைப்பும் இல்லாமல் தன்னை மறந்து திரிபவனின் உயிர்ஸ்தலம் தனக் கும், தன்னுடையது அவனுக்கும் இடம் மாறிவிட்டால்... ஆண்மை வந்துவிடும். இருந்தும் அவனுக்கு இல்லாததுபோலதானே. இல்லாத வனுக்கு மாற்று கிடைக்கக்கூடாதா. குழந்தைகளின் கையில் கிர்ர்ர்ரிடும் பிளாஸ்டிக் துப்பாக்கி போல உள்ளே இதயமற்றுக் கிடக்கிறது. அழுகை முட்டிக்கொண்டு வந்தது.

மூன்று நான்கு இரவுகளுக்குக்கூட ரகசியத்தை ஒளித்துவைக்க முடியவில்லை. வீட்டிற்குச் செல்லவே பயங்கரமாய் இருந்தது. அணைக் கிறபோது கண்களை மூடிக் கொள்வதை ஒரே இரவில் அவளால் எப்படி விட்டுத் தொலைக்க முடிந்தது? வெக்கம்கூட இல்லை. நீண்ட நாட்களுக்குக் கண்களை மூடிக்கொள்வாள் என்ற நம்பிக்கை பொய்த்தது.

"சும்மா பொம்ம மாதிரி உருட்டிக்கிட்டே இருக்கீங்க..."

"..............."

"இல்லையா?"

"..............."

"ஆசையா இருக்குங்க."

"வெக்கமா இருக்கா?"

ஆடைகளைக் களைந்து முத்தங்கள் இட்டாள். பலகீனத்தை வெளிக் காட்டாமல் பதிலுக்கு முத்தங்களை மட்டுமே இட்டுச் சென்றபோது உமிழ்நீர் தொண்டையில் இறங்க, விருப்பத்தோடு எதிர் பார்த்து அவள் கண்கள் கிறங்குவது தெரிந்தது. சம்பந்தமற்று ஒட்டப் பட்டது போல் அது தொய்ந்து கிடப்பதை நினைக்கிறபோது பற்றி யெரிந்தது.

உடம்பைச் சுருட்டி வயிற்றில் கைவைத்து குனிந்தபோது என்னமோ ஏதோவென்று தொங்கு கொண்டை போட்டபடி, "என்ன செய்யுது என்று பதறினாள்.

"ஒண்ணில்ல. லேசா வயிறு வலிக்கிது"

"டாக்டர் கிட்ட போகலாங்க."

"தண்ணி குடிச்சா சரியாப் போகும்."

நீண்ட நேரம் தூங்காமல் வயிற்றை நீவிவிட்டாள். அவளுக்கு கண் அசத்தியபோது பொய் வயிற்றுவலி நின்றுவிட்டது.

பொட்டுத்தூக்கம் கண்களை நெருங்க மறுக்கிறது. நெருக்கடி கூடக் கூட தூக்கம் சிதறித் தெறித்து ஓடுகிறது. என்னைப் படைக்கும் போது ஆண்மையைப் படைக்க மறந்துவிட்டானா? உயிர்ச்சுனை மட்டும் இல்லாமலே மனிதனாக பிறந்தேனா. யாரும் செய்வினை செய்து வைத்துவிட்டார்களா? கிராமத்தில் சின்னச்சின்ன மனஸ்தாபங்களால் பேசாமல் ஒதுங்கியிருக்கியிருக்கிறேனே தவிர யாரோடும் சண்டை போட்டதில்லையே.

ஒருவேளை ஊழ்வினை என்கிறார்களே, அப்படியும் இருக்குமா? போன ஜென்மத்தில் என்னவாக இருந்தேன். பழிசெய்தேனா? அந்த பலனைத்தான் இந்தப் பிறவியில்... சித்திரபுத்திர நாயனாரின் லாங்சைஸ் நோட்டில்... அப்போது வந்திருக்காது என்று மண்டையில் இடிக்கிறது.

ஏடுகளால் ஆன பேரேட்டில் என்னைப் பற்றிய பழைய தகவல் கள்... அல்பபட் வரிசையிலா? வயது அடிப்படையில்... அதற்குள் கற்பனைக் குதிரை உதறிவிட்டு தவ்வாளம் இட்டு ஓடுகிறது. அய்யனார் கோவில் திடலில் எறிபந்து விளையாடுகிறோம். ரப்பர் பந்து முன் பிறவியில் இருந்ததா! சத்திரப்பட்டியில் சிவராஜோடு வில்வமரக் காய்களைத் துணியில் சுற்றி எறிபந்து விளையாடியது ஞாபகம் வருகிறது.

அரப்பு மரத்தோட்டத்தில் உழுதுகொண்டிருந்த நாச்சியப்பப் பிள்ளையைப் பிள்ளையார் வைக்க அழைக்கிறோம். தார்க்குச்சியை உழுதபக்கம் கலப்பை ஓரத்தில் பொதக்கென குத்திவைத்துவிட்டு வருகிறார். தார்ப்பாய்ச்சிக் கட்டிய வேட்டியை அவிழ்த்து உதறி விட்டார். வரப்பில் இருந்த முக்கோணக் கருங்கல்லை எடுத்து வந்து கூமாட்சியாகத் திரட்டிய மண்ணில் புதைத்து ‘பிள்ளைக்குச் சந்தோசத்தக் கொடு விநாயகா’ என்று கையெடுத்துக் கும்பிட்டு விட்டுப் போகிறார்.

குமரேசன் பிள்ளையாரைக் கதிப்பாக அடிக்க கூட்டம் சிதறி ஓடுகிறது. பந்தை எடுத்து சுற்றும் முற்றும் பார்க்கிறான். எல்லோரும் பந்து வரும் போக்கை அறிந்து கொள்ளும் தூரத்தில் இருக்கின்றனர். பறந்து வந்த பந்தை சிவராஜ் பிடித்ததும் பக்கத்திலிருந்த என்னைக் குறிபார்த்து எறிவதுபோல பாவ்லா செய்வதை நிஜமென நம்பி தப்பிக்க உழவுசாலில் படுக்கிறேன். நான் படுத்தபின் தந்திரமாக எனது முதுகு பிய்யும்படி எறிகிறான். சுளீரென்று உறைக்கத் தாவிச் செல்லும் பந்தை எட்டிப்பிடிக்க எழுகிறேன். அதற்குள் அவன் ஐயனார் கோவில் குதிரையின் காலுக்கடியில் நுழைந்து விட்டான். பயங்கரமான சுழிமனையான ஆளு அவன். வலியின் ஆத்திரத்தில் எறிகிறேன். என் கைவீச்சைப் பார்த்தானா? வரும் பந்தின் வேகத்தைப் பார்த்தானா? முன்னங்கால் தூக்கி நிற்கும் குதிரையின் பின் தொடையில் சடக்கென மறைந்துவிட்டான். குதிரையின் குறி தெறித்துவிட்டது. குதிரை கனைத்துக்கொண்டு ஐயனாரிடம் ஓடிப்போய் கனைக்கிறது. ‘சதீஷ் சதீஷ்’ காட்டிக்கொடுக்கிறது. ஐயனாரின் கண்கள் என்னைப் பார்க்கின்றன.

குரூரமாகத் திரண்ட கண்கள்...

ஐயையோ! இதென்ன விபரீதமான கற்பனை. மாரியம்மன் குளத்துக்கு வரும் ஆண் கொக்குகள் கூடும்போது பார்த்திருக்கிறேன். பெட்டையின் விலுவிலுத்த தலையைப் பிடிக்காக அலகால் கொத்திக் கலவி செய்யும் தருணத்தில் சாவு வந்து தாக்கும். சின்னப்ப ஒட்டன் சாவையும் அழைத்து வருவதை, கவட்டையால் குறிபார்த்து அடித்துத் தூக்கிச் செல்வதை சிறுவயதில் பார்த்திருக்கிறேன்.

மண்டையை மோதித் தெறித்துக்கொள்ளத் தோன்றியது. ஆஸ் பத்திரிக்குப் போனதெல்லாம் பாலுச்சாமிக்குத் தெரியாது. டாக்டர் சொன்ன எந்த யுக்திகளும் உதவவில்லை. தோற்று நசுங்குவதுதான் நடந்தது. அவர் திரும்பத் திரும்ப பயத்தை உதறச்சொன்னார். அறைக் குள் நுழைந்தால் பயம் மட்டும்தான் தங்கியிருக்கும். 'ஆபீஸில் நைட் சிப்ட்' 'பஞ்சு ஆடர் சொல்ல ராஜபாளையம் போகணும்' பொய் சொல்லி வீட்டைத் தவிர்த்தாலும் லதாவின் பாழடைந்து கிடக்கும் முகம்தான் கூடவே நினைவில் அலைந்தது.

நீச்சலில் சிவராஜுக்கு அடுத்து சதீஷிற்குக்குத்தான் ராஜாங்கம் செய்ய முடிந்திருக்கிறது. சுப்புக்கோனார் கிணற்றில் இருபத்தேழு முறை அவன் அசராமல் ரவுண்டு அடிப்பது பையன்களுக்கு அதிசய மாக இருக்கும். பல்ட்டி அடிப்பதில் சதீஷை விட சூரர்கள் இருந்தனர். கமலைக் காலிலிருந்து தவ்வி அதிசயம் காட்டத்துணிந்தபோது எல் லோரும் வேண்டாம் என்றார்கள். எழுபத்தைந்துக்குப் பின் கிணறுகள் படுபாதாளத்தை நோக்கிப் போய்விட்டன. "நான் கமலையிலிருந்து நாய்களைக் கக்கத்தில் அணைத்தபடி குதித்திருக்கிறேன். நீங்க என்னடா குஞ்ச ஆட்டிக்கிட்டுப் பத்துப்படிக்கு மேல நின்னு தவ்வுறத மெப்பனையா நினைக்கிறீங்க" கிணற்றில் குளித்துவிட்டு பகவதி யம்மன் கோவில் வந்தால் ராமு தாத்தா சொல்வார். அவர் காலத்தில் 25 அடியில் தண்ணீர் இருந்தது. இப்போது 80 அடி ஆழத்திற்குப் போய் விட்டது.

எல்லோரும் படியில் அமர்ந்து அண்ணாந்து பார்த்தனர். துணிச் சலோடு தவ்வினான். வியென்று உடல் சாயாமல் கீழிறங்க கைகளை லாவகமாக றக்கையடித்து நீர்ப்பரப்பை நோக்கி வந்தான். திடீரென்று கிணற்றின் பாதிவரை நீர் எழும்பி சரிந்தது. கிணற்றின் சுவர்களில் நீண்ட நேரம் அலையடித்தது. ஆனால் காய் வீக்கம் ஏற்பட்டு பத்துநாட்கள் அவதிப்பட்டதை நண்பர்களிடம் சொல்லவில்லை. தைரியத்தைக் குறைத்து மதிப்பிட மனது அப்போது இடம் கொடுக்கவில்லை. ஏழாம் வகுப்பில் அவனுக்குக் கிடைத்த 'அப்படியா!' பாராட்டுகளுக்கு ஊனம் விளைவிக்க எப்படி மனசு வரும்?

திரும்பப் பழனிக்கே போய்விடுவோமா என்று தோன்றியது. பாலுச்சாமிதான் 'காணவில்லை' விளம்பரம் கொடுத்திருக்க வேண்டும். நிலைகொள்ள முடியாமல் செய்தது. விளம்பரத்தைப் பார்ப்பதற்கு முன் நிமிஷம்வரை அவர்கள்மீது கொஞ்சம் கோபம் இருந்தது. யாரையும் யாரும் புரிந்துகொள்ள முடியவில்லை. ஆனால் ஒன்று, எத்தனை அடி அடித்தாலும் திரும்பத் தாயின் காலை ராவிப்பிடிக்கும் குழந்தைபோல கோபம் மாயமாகிறது. மறைந்து திரிவதில் எதிலிருந்தோ தப்பித் திருப்பதாக... 'அப்பிடியே அசலா நிதானப்பா' என்று பேப்பரிலுள்ள படத்தைச் சுட்டி யாராவது கேட்டிருந்தால் எப்படியோ சமாளித்திருக்க முடியும். விளம்பரத்தைப் பார்த்த உடனே பழனி ஒட்டலில் கிடைத் திருந்த பில்மாஸ்டர் வேலையை விட்டு ஓடத்தான் தோன்றியது. சிதைந்த கண்ணாடித் துண்டுகளாக எண்ணங்களும் கொத்துக் கொத்தாக சிதைந்து திசைகளற்று மோதின. பஸ் ஏறியதும் ஜன்னலோர இருக்கை கிடைத்தது.

விசயத்தை பாலுச்சாமியிடம் நேரடியாகச் சொல்ல முடியவில்லை. மாதச் சம்பளக்காரர்களுக்கு பணப்பட்டுவாடா செய்வதில் சிக்கலி ருக்காது. வாரச் சம்பளக்காரர்களுக்கு முடிப்பதில்தான் தொல்லை. ஒவ் வொருவருக்கும் ஒவ்வொரு கணக்கு. மில்லில் சூபர்வைசராக இருந்த பாலுச்சாமிதான் உதவுவான். நெருங்கிப் பழகியவன். அவனுடன் சேர்ந்து அறையெடுத்துத் தங்கிப் போய்வந்த கொஞ்சநாட்கள் இனிமை யானவை.பாலு நன்றாக சமைப்பான். கல்யாணத்திற்கு முன் இருவரும் 450 ரூபாய்க்கு அறையெடுத்து பகிர்ந்துகொண்டனர். தனிக்குடித்தனத் திற்கு பாத்ரூம், டாய்லெட், கிச்சன், (வராண்டாவிலே இருந்தது கிச்சன்) தட்டி வைத்துப் பிரித்த இரண்டு சின்ன அறைகள். அந்த வீட்டைப் பிடிக்க அலைந்தவன் அவன்தான்.

எவ்வளவு துல்லியமான கணிப்பு. 'பொம்ம மாதிரி.' தொடர்ந்த ஏமாற்றங்களில் அவளோடிருக்கும் இரவுகளை எதிர்கொள்ள முடிய வில்லை. விசித்திர மிக்க கிருமிகள் மனமெங்கும் ஊர்வதாகப்பட்டது. நிம்மதியை அரித்து ரணமாக்கிக் கொண்டிருந்தன. தூக்கங்களைத் தின்று பூதாகரமாக வடிவெடுத்தன இரவுகள். நீண்ட பகல்பொழுதுகளில் கணக்கு வழக்குகளில் கவனம் பதியவேயில்லை. இரவு ஏன் தினம் தினம் வந்து தொலைக்கிறது என்று தோன்ற ஆரம்பித்தது. ஒரு ஜடத்தைக் கட்டி தலையில் மண்ணள்ளிப் போட்டுக்கொண்டதாக அவள் நினைத்திருப்பாளா? வெளியே சொன்னால் வெட்கக்கேடு. முகத்தை ஏறெடுத்துப் பார்க்கவே அவமானம் பிடுங்கியது. ஒரு சினிமாப் பாடலை பிரியமாகப் பாடக்கூட முடியவில்லை. மதியச் சாப்பாட்டிற்கு சைக்கிளில் வந்து திரும்பியபோது "ஆபீஸ் வேலையை

முடிச்சே தீரணும். ராத்திரி வர முடியாது" என்றான். அவள் முகத்தில் நிராதரவு தோன்றியது. தெரியாத நகரத்தில் தனியாக இருக்கப் பயப்படுவதாகச் சொன்னாள்.

'ஒத்தையில என்னால இருக்க முடியாது. நீங்க வல்லையன்னா அழுதிடுவேன்."

"கண்டிப்பா வேலைய முடிச்சுத்தரணும். நாளான்னைக்கி பட்டுவாடா."

"அது என்னவோ தெரியாதுங்க. நீங்க ராத்திரி வல்லையன்னா பயமாருக்கு. எனக்கு யாரத் தெரியும்?"

"உனக்கு என்னால் புரியவைக்க முடியாது. வர முடியாதன்னா வரமுடியாது."

"ஏங்க! உங்கள விட்டா எனக்கு என்ன தெரியும். உங்களத்தான நம்பியிருக்கேன். இப்படி பேசுறீங்களே."

"இதென்ன வீம்பு.நான் ஒங்கொப்பன் வீட்டு மில்லில வேலை செய்யல."

"வேண்ணா,நாதனியா கூட படுத்துக்கிர்றேங்க."

சாயம் வேர்வையாக வழிந்தது.

சுவர் மூலையில் பீறிடும் அழுகையை அடக்கமாட்டாமல் அவள் விசும்புவதைப் பார்த்ததும் என்ன செய்வதென்று தெரியாமல் நிராயுத பாணியாக நின்றான். அவள் கண்களில் இதுவரை பார்த்திராத பயம் துயரத் துளிகளாக உதிர்ந்தது. அவள் தோளைத் தொட்டபோது "கை விட்டுராதிங்க சாமீ...' என்று நடுங்கும் கைகளால் தலைக்கு மேல் கும்பிட்டு உடைந்த குரலில் கதறியது தாங்க முடியாததாக இருந்தது.

"எனக்கு ஆசை அத்துப் போச்சுங்க. நமக்கு இனிமே அது வேணாம்."

"நாம நிம்மதியா இருந்தா போதும். சாகுற வரைக்கும் நாம பிரியாம இருப்போங்க."

"சத்தியமா எனக்கு என்னன்னே தெரியல லதா. என்ன மன்னிக்க மாட்டியா."

"ஐயையோ அப்படி பேசாதீங்க. அது இல்லாமலே நாம நூறு வருசம் வாழ்ந்து காட்டுவோங்க. இது சத்தியம்."

தலைமேல் வைத்த சத்தியத்தை மீறி அவன் நாக்குக் குழறியது

"ஏமாத்திப்புட்டேன். வாழ்க்கை நாசமாயிருச்சு..."

ஆறுதலாகஅரவணைத்தாள். ஆக்கிரமித்து எழும் பீதியை மறக்க சினிமாவுக்கு அழைத்துப் போக அப்போது தோணவில்லை. பதினைந்து நாள் அவதிக்குப் பின் சினிமாவுக்கு அழைத்துப் போனான். 'சேது' பேமஸாக ஓடிக்கொண்டிருந்த புதிய படம். குமரன் தியேட்டரைவிட்டு வெளி வரும்போது பீதி மட்டுப்பட்டிருந்தது. லட்சியத் தம்பதிகளாக மாறி யிருந்தனர்.

நகரிலேயே பேர்பெற்ற ஹோட்டல் புன்னாக்கவுண்டன் வீதியில் இருக்கும் சாந்திதான். ஜோடி ஜோடியாக வந்து உணவருந்துவது மதிப்பு மிக்கக் காரியமாக உருவெடுத்திருந்தது. என்ன நினைத்தாளோ இட்டிலியைப் பிட்டு ஊட்டிவிட்டாள். தோசை, பிரைட் ரைஸ் என ஆர்டர் செய்ய "இத்தனையும் யார் சாப்பிடுவா. எனக்கு வேண்டா... சாமி" என சிணுங்கினாள். ஒரு செட் வாங்கிப் பகிர்ந்து உண்டனர். ஒவ்வொரு ஐட்டத்திலும் ஒருவாய் பிட்டு ஊட்டினாள்.

இனி சந்தோஷமிக்க இரவு பகல் வரப்போவதாகத் தோன்றியது. ஏதோ தூய்மைமிக்க உலகத்தில் இதுவரை யாரும் வாழ்ந்திராத வாழ்க்கையைத் தொடங்கப்போவதாக கனவுலகம் சுழன்றது. அவள் கீழே பாய் விரித்து முடங்கியபோது சங்கடமாக இருந்தது. அருகணைத்துத் தூங்க ஆசை மூண்டது. இதிலென்ன தப்பு. இதில் ஒரு அனுசரணை இருக்கிறதல்லவா! ஒட்டி ஒட்டிப் படுக்கிறபோது தோன்றும் நட்பு மிக்சு சகஜபாவம் விலகிப்படுத்தால் தோன்றுவ தில்லையே. பாயில் ஒருக்களித்து அவள் மேலே கையைப் போட்டான்.

பேச்சுவாக்கில், "கொஞ்சநாள் கழித்து ஒரு குழந்தையைத் தத்தெடுக்கலாம்" என்றாள். "இப்பயே எடுக்கலாம்மில்ல லதா" ஆர்வமாகக் கேட்டான். "இப்ப வேணாம். ஒரு வருஷம் போகட்டும்" என்றபோது அவனுள் பளீரென மின்வெட்டியது.

அவன் உடலில் நகத்தால் கீறி விளையாடிக் கொண்டிருந்தவள் அவன் முகம் மார்பில் படும்விதமாகச் சரிந்தாள். அவளையறியா மலேயே அவள் மூழ்கிக் கொண்டிருந்தாள். கலவியற்ற கலவிமயக்கம் வேறுவேறு விதங்களில் தடம்பிடித்து நகர்ந்தபோது ஏக்கப் பெருமூச்சு கிளம்பியது. இருப்பதாக இல்லாததாக ஊசல் ஆடியது. நிஜம் கற் பனையை நொறுக்கியது. சூனியத்தில் கிடப்பதாகத் திடுக்கிட்டு எழுந்து உட்கார்ந்தான்.

தன் உடல்பலத்தின் மீது இருந்த பிரேமை சரிந்துவிட்டதை டாய்லெட் பக்கமிருந்த ஆட்டுக்கல்லை பாத்ரூமுக்கு முன் இருந்த

திண்ணைக்கு நகட்டிவைக்க முயன்ற போதுதான் தெரிந்தது. பலச்சாறு உடலிலிருந்து உறிஞ்சப்பட்டுவிட்டது. வேர்த்துக் கொட்டிவிட்டது. படாதபட்டு நிமிர்ந்தபோது கைகள் லேசாக நடுங்கின. முந்தாநாள் இதை எப்படியோ காட்டிக்கொள்ளாமல் மறைத்துவிட்டான். சத்திரப் பட்டியில் உரலை பின்வாக்கில் கோர்த்துத் தூக்கி கரகரவென சுத்திய காலம் ஒன்றிருந்தது. மனபலமும், எகத்தாள எண்ணமும், ப்பூன்னு ஊதிடுவேன் என்று பொங்கி வழிந்த தன்னம்பிக்கையும் எங்கே போயின?

பொலிவிழந்த அவள் முகத்தைப் பார்க்கும் போதெல்லாம் குற்றவுணர்வால் விரட்டப்பட்டு காயகல்பம், செக்ஸ் படங்கள் என அலைந்தும் காரியம் ஆகவில்லை. விடலைப் பருவத்தில் சத்திரப்பட்டி நண்பர்கள் குசுகுசுவெனப் பேசுவார்கள். மறைமுக ரகசியங்கள் குறித்துப் பேசுவது தப்பானதாகக் கருதப்பட்ட காலம் அது. அசிங்கம் போன்று பாவலா செய்தாலும் அவர்களிடையே பேசிக்கொண்டுதான் இருந்தனர். அதற்கொரு ரகசியம் இருந்தது. ரகசியம் வெட்ட வெளிச் சத்தில் சிகரெட் புகைபோல கிளம்பவதில் வசீகரத்தை இழக்கும். அப்போதே இது தெரிந்திருந்திருந்தால் நான் தப்பித்திருப்பேனா? அவனொரு 'மழுமட்டை, டியூப்லைட், பதினேழாம் நூற்றாண்டு' என அழைக்கப்பட்டதும் இதனால்தானா? எட்டாம் வகுப்பு முடித்து ஆறு கிலோமீட்டர் தள்ளியிருக்கும் ஹையர் செகண்டரி ஸ்கூலுக்குப் போக அம்மா 375 ரூபாயில் ஒரு பழைய சைக்கிள் வாங்கித் தந்தாள். பெரியம்மாவின் மகன் சபரி மூலமாகப் பார்த்து வாங்கியது. செண்பகம் மதினியை அப்போது அண்ணா கல்யாணம் செய்திருக்கவில்லை.

கல்லூரிக்குச் சென்ற ஒன்றேகால் வருடமும் சைக்கிள்தான். தினமும் பனிரெண்டு கிலோமீட்டர். ஆனி, ஆடி மாதங்களில் எதுக்காற றில் அழுத்திப் போனால் தொடைச் சதை கட்டுக்கட்டாக இறுகிப் போகும். +1 போகும்போது அந்த பிலிப்ஸ் சைக்கிள் அடிக்கடி ரிப்பேர் ஆகிக் கொண்டிருந்ததால் அதைக் கொடுத்துவிட்டு 200 ரூபாய் மேப்பணம் தந்து ராலே சைக்கிள் வாங்கினான். வாலிபர்களோடு விடுமுறை நாட்களில் திரிய ஆசையாக இருக்கும். சபரி அண்ணா சரியாக வேலை வைத்திருப்பார். சுற்றியுள்ள ஊர் பலசரக்குக் கடை களுக்கு வறுகடலையைப் போட்டுவிட்டு வரவேண்டும். கையில் எது வருகிறதோ அதைக் கொடுப்பார். இருபத்தைந்தாக இருக்கலாம்; ஐம்பதாகவும் இருக்கலாம். அவர் மனசைப் பொறுத்தது. நண்பர்கள் சொல்லும் இளமையின் துடிதுடிப்பை எந்த ஒப்புமையாலும் உணர்ந்து கொள்ளமுடியவில்லை. 'ஆ' 'ஊ' என்று அவர்கள் கதையளப்பது வெறும் வார்த்தைகளாகத்தான் தோன்றும். தன்னை ஏற்கெனவே

சுத்த கர்நாடகம் என கிண்டலடிப்பதைத் தெரிந்திருந்ததால் தன்னிடம் கதை விடுவதாக நினைத்தான். ஒன்றை மட்டும் திடமாக நம்பினான். பெண்களோடு சேரும்போது உடலில் ஒருவித ஜில்லிப்பு தோன்றும். பருவம் எய்திய பெண்ணை, தன்னைவிட வயது மூத்த திடகாத்திரமான பொம்பளைகளை ஆடை கலைந்த நிலையில் பார்க்க அவனுக்கும் ஆசையாக இருந்தது. அப்புறம் முலையில் வாய் வைக்கவும் விருப்ப மாக இருந்தது. மற்றவர்கள் மாதிரி வெளியில் சொல்ல வெக்கமாக இருந்தது. கல்லூரிக் கனவுகள் பாதியில் கலைந்து போயின.

ஆசையோடு லதாவின் கன்னத்தில் முத்தம் வைத்தபோது மதமதவென இருந்தது. பவுடர் அதிகம் போட்டிருந்தாளோ...! முத்தம் வைக்க ஆசை இருந்ததே தவிர முத்தத்தில் ஆசையை கொண்டுவர முடியவில்லை. சங்கடத்தை வெளிக்காட்டாமல் இருப்பது கஷ்டம் தான். சமாளித்தான். வருத்தப்படாமல் லதா சாந்தமாக வேலைகளைச் செய்வதைப் பார்த்தால் மனசுக்கு ஆறுதல்தான். இரண்டுமுறையும் டீ மாஸ்டர் லதாவை ஞாயிற்றுக்கிழமைகளில்தான் பார்த்துவிட்டுப் போனார். அந்த வெள்ளிக்கிழமை வந்தபோது தோசை சுட்டுப் போட்டாள். “அம்மாகிட்ட எதும் வாங்கிட்டு வரவா” என்று கேட்டார்.

“எனக்கென்ன கொறச்சல். அந்தக் கெழவிகிட்ட மறக்காம சொல்லு மாமா, நான் சந்தோஷமா இருக்கேன்னு. வர்றப்ப அம்மாகிட்ட சொல்லி மசால் பொடி செஞ்சு வாங்கிட்டு வாங்க. இங்க அஞ்சறப்பொடிகளை சரியா கலக்குறதில்லை. அப்பறம் மாமா, ஜிமிக்கிய ஆடிக்கு எடுத்த காட்டன் சேலை உள்மடிப்பில வச்சிருக்கேன். கொங்கனத்தனமா ஒதறிறாம.” வாசல் தாண்டி இருவரும்தான் சந்தோஷமாக வழியனுப்பி வைத்தனர். சைக்கிளைத் துடைத்து ஆக்சிலுக்கு எண்ணெய் வைத்தான். மசித் துணியைப் பின் பல்சக்கரத்தில் விட்டு முன் பின் இழுத்தான். ஒருவாரம் கூட கெம்பனூரில் அவள் அம்மாவிடம் விட்டுட்டுவரலாம். பாவம். “போய் இருந்துவிட்டு வா” என்றாலும் காது கொடுத்துக் கேட்ப தில்லை.

கைமசியைத் துடைக்க பாத்ரூம் போனதும், தகர்ந்தது பாசாங்கு வாழ்க்கை. எப்போது லதா இங்கு வந்து ஒண்டினாள்? கவிழ்ந்து விசும்பிக் கொண்டிருப்பது அவனைத் துளைத்து எடுத்தது. வந்த சுவடு தெரியாமல் பின்னடித்தான்.

இரண்டு மாத காலத்தில் மனது எதிலும் நிம்மதி கொள்ளவில்லை. நிம்மதிக்காக ஏங்கினான். மதியம் சாப்பிட்டுவிட்டு மில்லுக்கு எதிரே இருந்த பெட்டிக்கடையில் சிகரெட் பற்றவைத்து ஊதினான். தாட்டுக் கட்டு ஏற்ற வந்த கண்ணையன் டயர் வண்டியை அவிழ்த்து விட்டான்.

ஒத்தை மாட்டின் பிடிகயிற்றை எப்போதும் சட்டத்தில் கட்டுவதே இல்லை. முதுகில் எறிந்துவிட்டு வந்தால் அந்த காங்கேயமாடு கண் சொருக அசைபோட்டு நிற்கும். அங்கிட்டு இங்கிட்டு அசையாது. அகண்ட முதுகும், தூண் போன்ற கால்களும், ஊசிக் கொம்பும் பார்ப் பவர்களை ஒதுங்கிப் போகச் செய்யும். கழுத்தில் தோல்படுதா வெஞ் சாமரசாகை போலத் தொங்கும். ஒரு யானை போல நிற்கும் மாட்டிற்குக் காயே இல்லை.

புதன்கிழமையானால் வந்து விடுவான். அந்தப் பகுதியில் இருந்த ஆறு மில்களுக்குக் கண்ணையன்தான் வாடிக்கையாளன். சாக்கு மண்டிக்குப்போய் தாட்டுகள் மீண்டும் தைக்கப்பட்டு பருத்திக் கொள் முதல் ஏரியாவுக்குப் போகும். பூமார்க் பீடியை உதட்டில் வைத்து கடை யோரத்தில் குத்தினான். “ஏனுங்க கண்ணு. சாக்குகள ஒட்டுக்கா கணக்குப் பாத்து நகட்டுனா திரும்ப வரவேணாங்க. அப்படியே எல். எஸ் மில்லுக்கு மளாரன்னு போயிடுவானுங்க.” “சரி” என்பதுபோல சிகரெட் புகை அசைந்தது.

ஹோட்டல்களின் பின் விழும் எச்சில் இலைகளைத் திங்க ஊர்க்கால் மாட்டுக் கூட்டம் போய்க்கொண்டிருந்தது. குள்ளியான அந்தப் பசுக்களின் தொடை, முதுகில் சூட்டுக்காயக் கருந்தழும்புகள் கிடந்தன. கூட்டதுக்குள் இத்தினியூண்டு கொம்பு வைத்த குட்டைக் காளை செருக்கடித்துப் போனது. பசுக்கள் போய்க்கொண்டே இருந் தன. காளை மண்ணை வாரி நின்றது. முதுகு வளைய கண்களைத் திரட்டிப்பார்த்து மறுபடி நாக்கு நீட்டி செருக்கடித்தது.

யாரும் எதிர்பாராத நொடியில் குள்ளிக்காளையும் காங்கேயமும் தலைபோட்டு விட்டன. கண்ணையன் சாட்டைக்கம்போடு எழுந்து ஓடினான். அவ்வளவு பெரிய காங்கேயம் காளை பின்னடித்தது. முட்டித் தள்ள செறுமலிடையே தூசி பறந்தது. குள்ளி, சுழிமனையாக முன் செப்பையில் குத்தி திடகாத்திரமான காங்கேயமாட்டைத் தூக்கியது. முதுகில் சாட்டைக் கம்பு அடி விழுவது அதற்கு உறைக்கவில்லை. பின்னங்கால்களிடையே ரெட்டை வாழைப்பழம்போல காயாட முட்டித் தள்ளியது. பார்வையால் பயமுறுத்திய காளை வண்டியைச் சுற்றி ஓடித் தப்பித்து நின்றது பரிதாபமான காட்சி. கண்ணையன் விரட்டி விரட்டி அடித்தான். அடிக்குச் சிக்காமல் குள்ளி தன் கூட்டத்தை நோக்கி ஓட்டமெடுத்தது.

எத்தனிப்பை விட்டுத் தொலைக்க, ஒரு முடிவுக்கு வர வேண்டும் இல்லையென்றால் தொலைந்து போவதே மேல். வங்கியிலிருந்து பணத்தைக் கொண்டுவந்து சேர்த்துவிட்டு சினிமா போகலாம். வம்பாக

பாலுச்சாமியை ஒரு நாள் விடுமுறை போட வைத்து அழைத்துப் போனான். பனிரெண்டரைக்கு வங்கிக்குப் போனால் போதும் என்று தோன்ற குமரன் பார்க்குக்குப் போனார்கள். மில்லுக்கு டிமிக்கி கொடுத்து விட்டு வந்த இளஞ்ஜோடிகள் மரத்துக்கு மரம் மறைந்து குலாவிக் கொண்டிருந்தன.

சிமிண்டால் செய்த தாமரை நீர்த்தொட்டியருகில் அமர்ந்தனர். போன வாரம் பாலு சாப்பிட வருகிறேன் என்று சொல்லிவிட்டு வராமல் போனதற்குச் சால்ஜாப்பு சொன்னான். காவலாளி புல்தரையில் டியூபால் நீரடித்துக்கொண்டிருந்தான். பின்பக்கமாகக் கையூண்டி சாய்ந்தான் பாலு. நெஞ்சுக்குள் பொசுங்கல் வாடை கிளம்புவதை உணர்ந்தான் சதீஷ். நெஞ்சின் உட்புறமெங்கும் குல்லென அதிரத் தொடங்கியது.

"பாலு, நா வேலைய விட்டிடலாமென்னு இருக்கேன்."

"என்னலூசுத்தனமா உளறுதே?"

"நெசமாத்தாண்டா. மில்லு சூடு ஒத்துக்கிடல்."

"ஒனக்கு என்னடா கேடு? ஆபீஸ்குள்ள இப்பத்தான் ஏ.சி. கொண்டு வந்திட்டாங்க. நோட்டப் புரட்டிக்கிட்டு இருக்கிறதில மேலு வலிக்கு தாக்கும். என்னயச் சொல்லு பிளாக் பிளாக்கா ஓடிவந்து சூட்டில சாகிறேன்."

"இல்லடா. அடிக்கடி ஒன்னுக்கு வருது. என்னான்னு தெரியல."

கெக்கெக்கென சிரித்தான் பாலு.

"கொஞ்சம் அளவா..." மறுபடி சிரித்தான்.

சதீஷ் பேசாமல் அவனையே பார்த்தான்.

"எப்பிடி சொல்றதன்னு தெரியல" என்றவாறு தன் இயலாமை யைச் சொன்னான்.

"இதுக்கு ஏன்டா ஒர்ரி பண்ற. கிட்டினியவே மாத்திக்கிட்டிருக் கான். நீ இதுக்கு அலட்டிக்கிற. சரி நட. நாளைக்கு பேங்க் போயிக்க லாம். டாக்டர்கிட்ட என்னான்னு செக்கப் பண்ணிட்டு வருவோம்."

"அதுக்கில்லடா."

"பின்ன?"

"எனக்கு உணர்ச்சியே இல்ல."

"இந்த ரெண்டு மாசமா சொல்ல முடியாம நா படுற அவதி" உதடுகள் நடுங்கின.

“ஆஸ்பத்திரியில் கண்டிப்பா க்யூர் பண்ண முடியும். லேசர் அது இதுன்னு என்னென்னமோ வந்திடுச்சு. ஏன்டா முன்னாடியே சொல்லல. அட மடையா, கிளம்புடா. பெரிய மரமண்டயனா இருக்க.”

“இல்லடா. பதிமூணு டாக்டரப் பாத்திட்டேன் தெரியுமா? அலோபதி, சித்தா, ஹோமியோபதி எல்லாம். இதுவரைக்கும் எட்டா யிரம் ரூவா போல போட்டுத் தள்ளிட்டேன். எல்லாம் பொய் சொல்றாங்கிறது தெரிஞ்சு போச்சு. உணர்ச்சிய யாரும் புதுசா தர முடியாது.”

உண்மையில் சதீஷ் சினிமாவுக்காக அழைக்கவில்லை என்பது தெரிந்தது. என்ன பதில் சொல்வதென்று பாலுவுக்கு சட்டென தோன்ற வில்லை.

“தப்பா நெனைக்க வேணாம். கிரசண்ட் டாக்கீசில செக்ஸ் படம் போட்டிருக்கான். நீ ஏதோ குழம்பியிருக்க. மொதல்ல பயத்த விடு. படத்துக்குப் போவோம்.”

“ஹும்.. எத்தன படம் பாக்குறது.”

பாலுவின் உள்ளங்கையைப் பற்றினான். கைகள் நடுங்குவதை உணர முடிந்தது. பூமியே நழுவிவிட்டதுபோல. பற்றிக்கொள்ள இடம் தேடினான். பலம் வெளியேறி உடல் செண்டாக மிதப்பதுபோல உணர்வு.

“ஹேமலதாவ நீ கட்டிக்க. அவ ரொம்ப பாவம்டா”

“என்னடா பேசுற... கேணத்தனமா...” கையை உதறிவிட்டு வெடுவெடுவென்று போய்விட்டான். நட்பை சந்தேகிக்கிறானே என்றிருந்தது அவன் வேகநடை.

இத்தோடு இதைப் பேசக்கூடாது என்றுதான் இருந்தான். இரண்டு நாள் மூன்று நாட்களுக்குமேல் மனம் நிதானமிழந்து தறிகெட்டு ஓடத் தொடங்கி விடுகிறது. சம்பளப் பணத்தில் அவளுக்கு ரேயான் பட்டுச் சீலையை 1300 ரூபாய்க்கு வாங்கினான். லதா நிசமாகவே எதிர்பார்க்க வில்லை. அன்பைத் தொடுகிறபோதெல்லாம் அவளுக்கு குஷி வந்து விடுகிறது.

“நீ பாலுவ கட்டிக்க. நானிருந்தே முடிச்சு வைக்கிறேன்.”

“என்ன பேச்சு பேசற நீ, நா என்ன ஈனங்கெட்ட குடும்பத்தில் பிறந்தேன்னு நெனச்சயா.”

என்ன நினைத்தாலோ ஸ்டவ்வுக்கு வைத்திருந்த கிருஷ்ணாயிலை எடுத்து மேலே ஊற்றிக்கொண்டாள். பயம் பேயாய் புகுந்து ஆட்டியது.

“இனிமே அப்படி பேச மாட்டேன் லதா. யோசிக்காம சொல்லிட் டேன். மன்னிச்சுக்கோ...”

மல்லுக்கட்டி தீப்பெட்டியைப் பிடுங்குவதற்குள் போதும் போதும் என்றாகிவிட்டது.

அன்று முழுக்கத் தலைவிரி கோலமாய் பாயில் கமுந்து கிடந்தாள். மயான அமைதி நிலவியது. ஏதாவது செய்துகொள்வாளோ எனப் புகுந்த அச்சம் விட்டபாடில்லை. லீவ் போட்டுவிட்டு கிடையாக வீட்டில் கிடந்தான். பாத்ரூம் போய்வர கொஞ்சம் தாமதமானால் கூட பின் தொடர்ந்து கண்காணிக்க வேண்டியதாகிவிட்டது. ஏதாவது செய்து கொண்டால் அவளுடைய சுற்றத்திற்கு என்ன பதில் சொல்வது! பேசாமல் விடிந்ததும் ஊரில் கொண்டுபோய் விட்டுவிட வேண்டியது தான், நடு ஜாமம் வரை தூங்காமல் விழித்திருந்தான். எப்போது கண் அசந்தது என்று தெரியவில்லை. ஒரு நிமிடம்தான் இருக்கும், லதாவைக் காணவில்லை. முந்திக் கொண்டாளா? தான் முந்தியிருந்தால் எத்தனையோ அவசங்களுக்கு விடை கிடைத்திருக்கும். தட்டி வைத்த பக்கத்து அறைக்கு விழுந்தடித்து ஓடிப்போய் பார்த்தபோது இல்லை. கண் இருட்டிக்கொண்டு வந்தது. “லத்தா.. ஹூம்ம் லத்தா...” தலைவாசல் படி தட்ட, அலமந்து ஓடினான். திண்ணையில் கையைக் கட்டி சாய்ந்து அவள் உட்கார்ந்திருப்பது தெரிந்தது.

பயந்தோடிய சிங்கம் கூனிக்குறுகிக் கிடப்பதையும் பார்த்ததும் லதாவுக்குப் பாவமாக இருந்தது. தன்னால் அவனும் சாப்பிடாமல் கிடப்பது வேதனையாக இருந்தது. அருகில் அமர்ந்து அவன் தலையை மடியில் வைத்தபோது பயத்தில் சிக்கிய குழந்தையைப்போல அவன் ஒடுங்கினான்.

“ஏங்க, ரெண்டுபேரும் சேந்தே செத்துப் போலாங்க.”

“நீங்கதாங்க எனக்கு வேணும். பாக்குற பொம்பளைக அம்சமான ஆளுன்னு சொல்றப்போ எனக்கு எவ்வளவு சந்தோஷமா இருக்கும் தெரியுமா. அது போதுங்க எனக்கு. சாகுறதுக்கு பயமே இல்லீங்க.”

“ஒடம்புக்குள்ள ஒண்ணுமே இல்லடா. எல்லாத்தையும் கடவுள் கொள்ளையடிச்சிட்டுப் போயிட்டாரு. ரொம்ப வேதனையா இருக்கு கண்ணு.”

“நானிருக்கேன் ஏஞ் செல்லம்.” கன்னத்தில் முத்தமிட்டாள்.

ஒருத்தருக்கொருத்தர் முகம் கொடுத்து அதிகம் பேசிக்கொள்ளா மலே நாட்கள் உருண்டன. சீலை வாங்கிக் கொடுத்த மறு நாள் என்று தான் நினைவு. குளித்துக்கொண்டிருந்தான். பாத்ரூம் சுவரில் சாய்ந்து

கூகாளியம்மன் சக்தி பற்றி பிரமிப்போடு சொல்லிக்கொண்டிருந் தாள். “வெள்ளிக்கிழமையில் அம்மாவாசை விழுந்தால் நாகக் காட்சி நடக்கும். பால் வைத்த தட்டில் வால் ஆகாயத்தை நோக்கி நட்டமா நிக்க தலைகீழா நின்னு பாம்பு பால் குடிக்கும். சொன்னா நம்பமாட்டீங்க. கால்ல நீர்க்கட்டு வந்தவங்க அந்த அம்மாவாசை தினத்தில சாமி கும்பிட்டா நோவு போயிடும். அப்புறம் ஒன்னு...” சொல்லிக்கொண் டிருந்தவள் ஓடிவந்து இறுகத் தழுவினாள்.

வண்டி மெதுவாகச் சென்று ஓரம்கட்டியது. பள்ளத்தில் விழுந்து கிடந்த ஆம்னி பஸ்ஸை இருட்டில் பயணிகள் பார்த்தனர். கால்விரித்து இறந்து கிடக்கும் யானையைப் போல யாருமற்று மல்லாக்கக் கிடந்தது. ஏகதேசமாய் இருபுறம் விரிந்து கிடக்கும் கரிசல் பூமியில் பெரிய பெரிய அழுத்தமான இருட்டுக் குடைகளாய் வேப்பமரங்கள் அசைந்தன. வெதும்பலான நிலக்காற்று வீசியது.

திருநெல்வேலி வரும்போது நடுஜாமத்தை நெருங்கிவிட்டது. பஸ்டாண்டிலிருந்து கீர்த்தி லாட்ஜிற்கு வர தூரமாகப்பட்டது. ஒரு வேளை முதன்முதலாகத் தூரங்களைக் கடப்பவர்களுக்கு மட்டும் அப்படித் தோன்றுமா? பாதி மூடி பாதி திறந்த கேட்டின் முன் உள்ள படியில் ஒரு கிழவர் இருமிக்கொண்டிருந்தார். “ரூம் இருக்கா?” அவர் காறித் துப்பிவிட்டு எழுந்தவர் நிமிரவில்லை. கூனலோடு கேட்டைத் தள்ளி வரவேற்பு சோபாவில் படுத்திருந்த இளைஞனைத் தட்டினார். அவன் கண்பட்டைகள் வீங்கி இருந்தன.

மணி பன்ரண்டேகால் காட்டியது. வரவேற்பறையில் நின்று அட் வான்ஸ் முன்னூறு பெற்றுக்கொண்டு 69-ம் நம்பர் ரூம் சாவியைக் கொடுத்தான்.

கிழவர் பின்னாலே வந்தவர், அறையில் இருந்த ஜக்கை எடுத்துக்கொண்டு “டீ வேணுமா சார்” என்றார். “இந்த ராத்திரியில் கிடைக்குமா?” “பெருமாள்சாமி தெருக்குப் போனா கிடைக்கும் சார்.” “தண்ணி மட்டும் கொண்டுவாங்க. காலையில டீ வாங்கிக்கிடலாம்.”

சிங்கிள் காட் ப்ளைவுட் மேஜையில்ஆஸ்ட்ரே, இரண்டு டம்ளர்கள், பழைய பேப்பர் ஒன்றும் கிடந்தன. கைலியை மாற்றிக் கொண்டபோது இறுக்கம் தளர்ந்தது. கிழவன் ஜக்கை வைத்துவிட்டுப் போனதைக்கூட கவனிக்கவில்லை. பேக்கின் உள்ளே கிடந்த பேப்பரை எடுத்து மெத்தையில் வைத்தபோதுதான் கதவு பூட்டாமல் இருப்பது தெரிந்தது. நேற்று மட்டும் எத்தனை முறை வாசித்தது? அவனுடைய புகைப்படம் பெரிதாகவும் அடியில் சிறிய அளவில் லதா-பாலு

பெயர்கள் அச்சாகி இருப்பதைப் பார்க்கிறபோது தன்னை அவர்கள் தேடுவது ஆறுதலளித்தது. இந்த ஆறுதலுக்குத்தான் அவர்கள் கையில் சிக்காமல் மாரீசனாகிறேனா?

'நீ இருந்தபோது எங்களுக்கு விளக்காக இருந்தாய். ஏன் பிரிந்து சென்றாய்? உனக்காகத்தான் வாழ்கிறோம் என்பது உனக்குத் தெரியு மல்லவா. நாங்கள் எங்கெங்கு அலைகிறோம் தெரியுமா? நீ வருவதற் காகவே காத்திருக்கிறோம். நீ விரைவில் திரும்பி வர இறைவனை வேண்டுகிறோம்.

துயரத்துடன்,

ஹேமலதா பாலுச்சாமி.'

உண்மையிலே லதா கவலைப்படுவாளா? அவள் தலை விரிகோலமாகக் கிடப்பதாகத் தோன்றியது. ஆனால் அது நீண்ட நேரம் நீடிக்கவில்லை. பேப்பரைக் கிழித்துச் சுக்குநூறாக்க சில சமயம் தோன்றுகிறது. சில சமயம் தான் இருப்பதற்கான அடையாளமாகவும் இருக்கிறது. காட்டுக்கும் மேட்டுக்குமாக இழுத்துக்கொண்டு ஓடினவர் களை வழிமறித்து திருப்பிக் கொண்டு வருவது பெரிய எரிச்சலாக இருந்தது. பிற்பாடு அது ஒரு விளையாட்டுப் போலத் தொடர்ந்தது. கனிந்த பலாப் பழத்தைப் பார்த்ததும் சுவைக்கத் தோன்றுவதுபோல, ஓடையில் புதுநீர் பெருக்கெடுத்து ஓடும்போதெல்லாம் பார்க்க ஓடுவது போல. அவர்களை இணைத்து வைத்துப் பார்க்க அவனுக்குள் விருட்சமாக வளர்ந்தது ஆசை. இருவருக்கும் ஆலோசகன் மாதிரி மாறிக்கொண்டிருந்தான்.

லதா சம்மதித்தால் 'சரி' என்று பாலு ஒப்புக்கொள்ளத் தயாராய் இருந்தான். ஒரு எல்லையைத் தாண்டிவிட்ட பின்பு சங்கடங்கள் இருந்ததாகத் தெரியவில்லை. லதா முரட்டுப் பிடிவாதக்காரியாக இருப் பது உண்மையில் சதீஷுக்குப் பெருமையாக இருந்தது. சம்மதம் கொடுக்காது தன்னை மறந்து நிலைகுத்திக் கிடந்த வெறித்த பார்வை; மெதுவாக வைத்தபோதும் டங்கென ஓசை எழுப்பும் டம்ளர்; உதடுகள் காய்ந்த சோர்ந்த முகம்; பரபரப்பு மறந்த நடை... அவன் மனசை வதைத் தது. இப்போது அவன் குறும்பார்வை சிந்துவது ஆறுதலளித்தது. தலைவாரிப் பின்னிக்கொண்டதில் வீட்டிற்கே களை வந்துவிட்டது. முடியவே முடியாது என்றிருந்தவள் ஒருநாள் முழுக்க சதீஷ் சாப்பிடாமல் இருந்ததைப் பார்த்து பதில் சொல்லத் தெரியாது தவித்தாள்.

"நீங்க சொல்றபடி செய்றேங்க. ஆனா நீங்க கடைசிவரைக்கும் ஏங்கூடவே இருக்கணும். இதுக்கு நீங்க சத்தியம் செஞ்சு கொடுக்கணும்."

செய்தித் தாள்களைச் சுருட்டி பேக்கில் வைத்துவிட்டு ஜன்னல் களைத் திறந்து வைத்தான். புதுக்காத்து உள்ளே புகுந்தது. லாட்ஜின் பின்புறம் குறுகலான பாதை தென்வடலாக ஓடியது. கார், வேன் போகுமளவு அமைந்த ஒரு வழிப்பாதையின் இருபுறமும் கட்டிடங்கள் தடுப்புச்சுவர்போல இயற்கையாகவே இருந்தன. எங்கோ ரயிலின் ஊதல் லேசாகக் கேட்டது. ரொம்பவும் அசதியாக இருந்தது. தலையணையை ஜன்னலோரம் சாய்த்து முதுகுக்குத் தோதாக சரிந்து படுத்தான். தெருவில் சைக்கிள்காரன் சினிமாப் பாட்டை முணுமுணுத்துப் போகிறான். மூலைவாங்கு அறை இது. வெளியே முக்கோணமாகப் பார்க்கலாம். ஒவ்வொரு மாடியைச் சுற்றியும் வெளிப்புறமாக நடைபாதை.

ஏன் இப்படி செத்துச் செத்துப் பிழைக்கவேண்டும் என்று தோன்றி யது. எங்கு போனாலும் சத்திரப்பட்டிக்குச் செல்ல முடியாது. அம்மா மதினி அண்ணா நண்பர்கள் முகத்தில் எப்படி முழிப்பது? என்னை ஒரு மனிதனாக உயர்த்திய அம்மா! நம்பிக்கைகளை எல்லாம் நானே சிதறடித்து விட்டேன். எப்போது போனாலும் உறவுக்காரர்கள் வந்தால் அம்மா ஒளிச்சல் இல்லாமல் பரமாத்தமாகத் தோணுவதைச் சொல்லிச் சிரிக்கும். ஏழு குழந்தைகள் தரிக்காமல் தான் பூமியில் காலூன்றி நெடுநெடுவென வளர்ந்து விட்டதைப் பார்த்துப் பார்த்து மகுந்து போவது இன்னும் நிற்கவில்லை. இப்போதும் அம்மாவிடம் சின்ன குழந்தைதான். ஊருக்குப்போனால் கொஞ்சநேரம் மடியில் தலை வைத்துப் படுக்காமல் ஓடினால் பகவதி அம்மன் கோவில், சத்திரம் எனத் தேடி வந்துவிடும். அப்பா இல்லாத குறை அம்மாவுக்குப் பெரிதாக இருப்பதாகத் தெரியவில்லை.

தப்புக்கடலை எடுக்கப்போன அம்மாவைப் பார்க்க சின்னக் கவுண்டன் ஓடைவழி சிவராஜோடு சென்றது மங்கலாக ஞாபகம் இருக் கிறது. தேவிப் பாட்டி கேட்டதுக்கு நான் சொன்னதாக விழுந்து விழுந்து சிரித்தது ஞாபகம் இல்லை. அம்மா 'கண்ணூ' என்று கொஞ்சட்டை செய்து பிறத்தியாரிடம் முன்னால் நடந்த பழைய சம்பவங்களை நினைவுபடுத்துவது இப்போதும் உண்டு. "மூக்கு எதுக்குடா இருக்கு" என்று தேவிப்பாட்டி கேட்டிருக்கிறது. அதற்கு "ஊளை சிந்துறதுக்கு" என்றானாம். சொல்லிச் சொல்லி சிரிக்கும் அம்மா. மூக்கில் ஒழுகுவதை புறங்கையால் கன்னம்வரை இழுகிக்கொண்டு திரிவானாம்.

அம்மாவுக்கு அவன் சின்னச்சின்ன அசைவுகள்கூட இன்னமும் ஞாபகமிருக்கிறது. அவதி அவதியாக அம்மா சாப்பாட்டை அள்ளி வைத்துத் தின்னும்போது "அம்மா, உனக்கு வேணும்" (அம்மா, எனக்கு வேணும்) என்று என் நெஞ்சைத் தட்டி ஆகாட்டுவேனாம். இரண்டுவயது நிரம்பாத அந்த பருவத்தில் 'உனக்கும் வேணுமா கண்ணு'

என்று ஏமாற்றி இரண்டு கவளம் ஊட்டச் சொன்ன 'உனக்கு' என்பதை 'எனக்கு' என்பதாகப் புரிந்திருந்ததாக அம்மா சொல்லிச் சொல்லி சிரிக்கும். இப்போதும் ஊருக்குப் போனால் தோளை அழுத்திப் பிடித்து 'போனவாட்டிக்கு இப்போ சம்பலா இருக்கே. வேளா வேளைக்கு சாப்புடு கண்ணு. பாரு திருவாத்தான் குதிரையாட்டம் எலும்பும் தோலுமா" என்று உண்மையிலே ஒரு சுற்றுப் பெருத்திருந்தாலும் வருத்தப்படுவாள். அவன் பாலிய காலங்களே அம்மாவின் வாயில் கதைகதையாக விரியும். அம்மாவின் கனவுகளில் மண் விழுந்து விட்டது.

இரண்டு மாத கால இழுபறியை நினைத்தால் சிரிப்புத்தான் வரு கிறது. வம்பாக மதியச்சாப்பாட்டிற்கு பாலுவை அழைத்து வந்த நாட்களில் அவளின் கைப்பக்குவம் இன்னும் கொஞ்சம் சாப்பிட லாம்போல் எச்சியூறும். ஒரு குழம்பையே நாள்தோறும் செய்தாலும் என்றாவது ஒரு நாள்தான் சுவை உயிர் பெறுகிறது. அதே நபர், அதே கை, அதே பக்குவம், எப்படி இந்த வித்தை சாத்தியம்? ஆனாலும் அப்படித்தான் ஆகிறது.

காதல் குட்டு வெளிப்பட்டு அப்பா அண்ணன் முன் நெளிந்து தலைகுனிந்து திரியும் பெண்ணைப்போல லதா சதீஷ் முன்னே கோணிக்கொண்டு திரிந்தாள்.

ஹேமாவுக்கும் பாலுவுக்கும் அருகிலிருந்த கோயிலிலேயே கல்யாணத்தை நடத்தி வைத்தான். மில்லில் இருவருக்கும் நெருக்க மான சில நண்பர்கள் மட்டும் அதிர்ச்சியோடும் ஆர்வத்தோடும் வந் திருந்தனர். உறவுக்காரர்கள் எவருமில்லை. கொஞ்ச காலத்திற்கு விஷ யம் வெளியே தெரிய வாய்ப்பில்லை என்றுதான் நினைத்திருந்தான்.

நடு ஜாமத்துக்குமேல் வரும் சாரல்போல ரம்மியம் சூழ்ந்தது. ரோட்டுப் பள்ளத்தில் தேங்கிய நீரில் காகம் குளித்து இறகுகோது வதற்கு ஈடான சந்தோஷம் வேறு உண்டா! மலர்களில் நோகாமல் அமரும் வண்ணத்துப் பூச்சிகளின் லகுத்தன்மை போல இரவு. ஒருவித மான வாசம் பக்கத்தறையிலிருந்து கசிந்துகொண்டிருந்தது. சீம்பால் காய்ச்சும் மணம். சாபங்களை நெருப்பில் எறிந்த மனிதனின் நிம்மதிப் பெருமூச்சு. அவள் விமோசனம் அடைவது அவன் காதுகளில் விழுந்தது.

அவர்கள் இணைந்திருந்த இரவும் விடிகாலையும் புதுமாதிரியாக இருந்தது. பாலுவோடு அமர்ந்து சாப்பிடும்போதுகூட தட்டில் சோறு. கிண்ணங்களில் ரசம், கரண்டியை வைத்துவிட்டு மறைந்துவிட்டாள். சந்தோஷத்தை வெறுப்பவர் உண்டா?

வீட்டிற்கு வெளியே இரண்டே நாளில் உலகம் தலைகீழாக மாறி இயங்கிக்கொண்டிருப்பதை அவனால் நம்பமுடியவில்லை. அதற்குள் விஷயம் கசிந்துவிட்டதா! மக்களின் கண்கள் தன் உடல்மொழியைக் கண்டுபிடித்துப் பேசுவதைக் கேட்டபோது திகைதப்பிப் போனான். தெருவில் சைக்கிளை ஓட்டிச் செல்லும்போது 'இந்தா இவன்தான்' என்ற குரல் எழுப்பாத வீடுகளே அந்தத் தெருவில் இல்லை. சர்கஸ் காரனைப் பார்ப்பதுபோல எல்லோரும் வேடிக்கை பார்க்கத் தொடங் கினர். பேக்கரி கடையை ஒட்டியிருக்கும் சுகுணா வாத்திச்சியை பள்ளி விட்டு வரும் போது தெருவில் எத்தனையோ முறை பார்த்திருக்கிறான். நிமிர்ந்து நடந்தாலும் எதிர்வரும் ஆண்களைப் பார்த்ததே இல்லை. எப்படி வேடிக்கை பார்க்காமல், கண் அசையாமல் போக முடிகிறது? சுற்றிலும் எதுவும் இயங்காததுபோல தன் வீட்டை நோக்கியே அவள் கண்கள் இழுத்துக்கொண்டு போவதாகத்தான் தெரியும். அவள் நின்று நிதானித்து ஓரப்பார்வையால் அவன் ரகசியத்தை ஊடுருவிப் பார்த் ததைத் தாங்க முடியவில்லை. அவள் என்றில்லை. தெருவில் உள்ள பால்பூத், தெருக்குழாய், பலசரக்குக்கடை, சைக்கிள்கடை, ஸ்டேசனரி கடை எல்லா இடங்களிலிருந்தும் கண்கள் அவன்மீது திரும்பின. எல்லோருக்கும் தெரிந்த உருவமாக மாறியிருந்தான். இதற்குமுன் மனிதனாக உலவியதற்கு மதிப்பில்லை. அவன் வரும் போகும் நேரங் களைத் தெரிந்திருந்த எத்தனையோ பெண்கள் ஜன்னல்களின் வழி ஆவலோடு எதிர்பார்த்துப் பார்க்கிறபோது அவர்கள் கண்கள் அகலமாக விரிவதில் தொக்கியிருந்த ஆவல் அவனைக் கூனிக்குறுகச் செய்தது. ஒரு முறைக்குமேல் சாமி ஊர்வலம் போனால்கூட திரும்பிப்பார்க்காத ஜனங்கள் அவனை விசித்திரப் பிராணியைப் போலப் பார்த்தனர். பிணம் நாள்தோறும் நடந்து போய் வந்துகொண்டு இருப்பதுபோன்று அதிசயத்தோடு பார்த்தனர். அதைவிட தன் உடலில் ஆண்மையற்ற இடத்தைத் தேடித் துழாவுவதுபோலப் பார்வைகளை உணர்ந்தான்.

அலுவலகத்தில் ஊழியர்கள் சிரித்த சிரிப்பு குலைபதறச் செய்தது. 'ம்ம் அப்புறம். இதுதானா சங்கதி' என்பதுபோல அவர்களின் உதடுகளில் நகைக் குரூரம் தவழ்ந்தது. ஒருவரேனும் 'நீ செஞ்சது சரியான முடிவுப்பா' என்று மனதாரச் சொல்லியிருக்கக்கூடாதா? ஒரு நக்கல். ஒரு கிண்டல். பாலுவின் கல்யாணத்துக்கு முன் வீடு பயமுறுத்தியது. இப்போது மூலைமுடுக்கிலிருந்தெல்லாம் ஏளனம் புறப்பட்டு வந்து தாக்கியது.

அலுவலகம் விட்டால் மம்ம மசங்க வீடு திரும்ப வேண்டியதுதான். ஜனாதிபதி ஒத்தையாளாகத் தெருவில் நடந்துபோனால் தினம் தினம் வேடிக்கை பார்ப்பார்களா என்பது சந்தேகம். இப்படிப் பார்வைகளால்

130 கூந்தப்பனை

விழுங்கப்படும் இம்சை.

ஒரு வாரத்திலேயே தன்னை விட்டுவிட்டு அவர்கள் மேட்டினி ஷோவுக்குப் போனபோது ஏற்பட்ட வருத்தத்தை சொல்ல முடியாது. தன் வேதனைகளை அவள் நெஞ்சில் கொட்ட வேண்டும் என்ற நினைப்பு கலைந்தது. குளிக்கும்போது எத்தனையோ முறை வேண்டாம் வேண்டாம் என்றாலும் முதுகு தேய்த்து விட்டவள்... இப்போது பாத்ரூமில் வாளியை வைத்து குடத்து நீரைக் கவிழ்த்துவிட்டுப் போவதோடு சரி. பாலுமீது அவள் பிரியமாக இருப்பது சதீஷுக்கு வருத்தமாகத் தோன்றவில்லை. பாத்ரூமுக்குள் நுழைந்தால் பாலுவுக்கு முதுகு தேய்க்கிறபோது அவன் பண்ணுகிற சில்மிஷங்களுக்கு அவளிடமிருந்து கிளம்பும் கொஞ்சட்டை சதீஷுக்கு ஆவலைக் கிளர்த்தியது.

புதிதல்ல; ஏற்கனவே நிகழ்ந்ததுதான். எனக்கு முதுகு தேய்த்து விட அழைத்தது உண்மைதான். அதைவிடஅவளைக் குளிக்க வைத்து உடலை அழுத்தித் தேய்த்துவிட நினைத்துதான் பாத்ரூமுக்கு அழைத்தேன். கிச்சுகிச்சுமூட்டி அவளைக் குளியலறையில் சிரிக்க வைத்துப் பார்க்க ஆசையாக இருந்தது. ஹேமலதா முறைத்துப் பார்த்ததுகூட பெரிதாகத் தோன்றவில்லை. மூக்கு விடைக்க என் உடலையே மேலும் கீழும் அளந்து சொல்லாமலே முகத்தில் காட்டினாளே! அந்தப் பார்வையின் அர்த்தங்கள் இறைவா, நான் ஒரு புழு. மலம்.

மூவருமாக அமர்ந்து சாப்பிடுவது பிடிக்கவில்லையோ. பாலு ஒருமுறை தனியாகச் சாப்பிட நேர்ந்தபோது ஜாடையாகக் கவனித்தேன். பாலு ஊட்டிவிட முயன்றபோது வெக்கப்பட்டு தலையைச் சாய்த்தாள். எட்டி ஊட்டியபோது உதடுகளில் பட்டு சிதறியது. ஆனால் ஒட்டிய பருக்கைகளை நாவால் சுழட்டித் தின்றது தெரிந்தது. அவன் தனக்கு ஊட்டு ஊட்டு என்று கலாட்டா பண்ணியபோது நீண்ட நேரம் வெக்கப்பட்டு மறுத்தவள் தலையைக் குனிந்தவாக்கில் ஊட்டிவிட்டாள். இரட்டைக் குழந்தைக்கு உணவூட்டும் தாய் வாய்பிளந்து 'ஆ கேட்கும் இன்னொரு குழந்தை இருப்பதையே மறந்து ஒதுக்கி ஒன்றுக்கு மட்டுமே ஊட்டும் கோரம்.

அந்த மாலையில் ஒரு அதிசயமும் நடந்து விட்டிருந்தது. தெருக் குழாயில் நீர்பிடிக்கப் போனபோது 'ஆளுக்கு துப்பரவா இல்லையா?" என்று பலசரக்குக்கடைக்கார அம்மணி ஆராய்ச்சிக்கதைக்கு லதாவை இழுத்தபோது வாங்குவாங்குன்னு வாங்கிவிட்டிருந்தது வீட்டுக்குப் போனபோது தெரியவந்தது. "அவரைப்பத்தி எவளாச்சும் கசுபுசுன்னு பேசினீங்க. நா கெம்பனூர்காரிங்கிறத காட்டிப்புடுவேன்." திங்குதிங் கென்று குதித்திருக்கிறாள்.

ஒரு வாரத்தில் லதாவுக்குக் 'கெம்பனூர்காரி' என்ற பெயர் பெண்களிடையே பிரபலமாகிக்கொண்டிருந்தது. அவள் பாலுவின் சட்டையைப் போட்டுக்கொண்டு துவைப்பது அழகாக இருந்தது. சதீஷ் தன்னுடைய சட்டையை என்றாவது போட்டுக்கொள்வாளா என்று கவனிக்க ஆரம்பித்தான்; வீட்டைவிட்டு ஓடும் வரை நடக்கவேயில்லை.

தட்டிவைத்துப் பிரித்த இரண்டு அறைகளில் கன்னிமூலையைப் பயன்படுத்தினர். தட்டிக்குமேல் இரண்டடி தொறவியாக இருந்தது. குண்டூசி விழுந்தாலும் சத்தம் கேட்கும். கண்களை இறுக்கி இறுக்கி மூடினாலும் அவர்கள் சேர்ந்திருக்கும் நேரங்கள் தூக்கத்தைத் துரத்திவிடும். சில நாட்களிலேயே அவர்கள் எப்போது கூடுவார்கள் என்பதைக் கேட்க மனது விழிக்க ஆரம்பித்தது.

விபரீதமான ஆசை உட்புகுந்தது. அவர்களோடு படுத்துக்கொள்ள வேண்டும் எனபதுதான். தன்னை ஒதுக்கி வைப்பதாக உணர்ந்தான். தன்னிடமிருந்து விலகி முழுதாக பாலுவோடு ஒட்டிக்கொண்டாள் என்பது தெரிந்தது. கலவியில் முகம் எப்படி சந்தோஷம் கொள்கிறது. என்று காண ஆவல் பிறந்தது. திருமணத்திற்கு முன் கெம்பனூரில் குடமெடுத்துப் போனபோது பார்த்த முகம் மாதிரி ஜொலிக்குமா? கிடாவின் உதடுகளில் தெறிக்கும் காமமொழி போன்றா பாலுவுக்குக் கிளம்பும். அந்த மின்னலை பாலு அவளுக்குள் எப்படிக் கொண்டு வருகிறான்? பரவசம் அவள் மேனியில் வழிந்தோடும் தருணத்தில் நெற்றியில் தன் ஆசை முத்தங்களைப் பதிக்கப் படபடப்புத் தோன்றியது. லதாவை நடுவில் கிடத்தி இருவரையும் தன் இரு கரத்தால் குழந்தைகளைத் தழுவிக்கொள்வதுபோல தழுவி நிம்மதியாகத் தூங்கும் அமைதியை மனதில் தேடினான். அறைக்குள் எழும் முனகல்கள் தூக்கத்தைத் தின்று இல்லாதாக்கின. தலைக்குள்ளே பாறாங்கல் புகுந்து வளர்ந்து கபால எலும்புகளை விரிசலிட வைத்தன.

சம்பளப் பட்டுவாடா நாட்களில் வரும் தொழிலாளர்கள் ரொம்ப நிமிர்ந்து நின்றனர். சதீஷ் ஒடுங்கிப்போய் குரல் இழந்து புதிய குரலில் பேசினான். செல்லமுத்துவிடம் இப்படித் தணிவாக அவன் பேசியதே இல்லை. ஒவ்வொரு வாரமும் சம்பளப் பட்டுவாடா போடும் போதும், அவன் வாங்கிய அட்வான்சைக் கழிக்கவே விடுவதில்லை. அட்வான்சை கொஞ்சம் கொஞ்சமாகக் குறைத்தால்தான் தீபாவளி போனசை முறையாகத் தரமுடியும் என்பதைக் காலங்காலமாகக் கடைப்பிடித்து வந்தது மில் நிர்வாகம். அவன் என்ன செய்ய முடியும்? ஆறு மாசம் அட்வான்ஸ் தருவதில் தாராளமும் ஆறுமாதம் கைப்பிடிப்பு செய்வதும் சகஜம்தான். செல்லமுத்து சம்பளத்திற்கு மேல் 500 ரூபாய் அட்வான்ஸ் கேட்டான். அவனிடம் முன்பிருந்த கூழைக்கும்பிடு இல்லை. பட்டுவாடு முடிந்து

மிச்சமிருந்தால் தருவதாகச் சொன்னது அவன் காதில் விழவில்லை.

“பொண்டாட்டிய ஊரானுக்குக் கூட்டிக் கொடுக்கிற நாயே நீயெல்லாம் பஞ்சாயத்து பண்றயோடா?”

சதீஷ் அட்டையைத் தட்டிவிட்டு எழுந்தான். முகத்தில் ஓங்கி குத்துவிட முன்னியபோது செல்லமுத்து நெஞ்சில் விட்ட குத்து அலமலந்து விழ வைத்தது. எழுந்து நிற்கவே முடியவில்லை. உடல் கிடுகிடுவென ஆடியது.

“டேய் ஒன்ன என்ன பண்றேன் பாரு.”

நா குழறியது. திரும்பத் தாக்க ஏன் மனம் உந்தவில்லை? தன் பலத்தின் மீது தனக்கே நம்பிக்கை பறிபோன அவலம். கண்கள் இருட்டின.

“என்றா பொண்டுகா, என்றா பணுவ! நா அட்வான்ஸ மட்டும் தான் கேட்டனாக்கும்...”

சுற்றியிருந்த கூட்டத்திலே சிரிப்பொலிகளும் “மருவாதையா அட்வான்ச கொடு” கத்தல்களும் கிளம்பின. கிளார்க் சேகர் வந்து திட்டிய போது பேசாமல் நின்றனர்.அலுவலகத்திற்குள் சதீஷை அழைத்துப் போகும்போது “அவனுக்குக் கெட்டிவைக்கலன்னு கடுப்போ என்னவோ, வாங்க பேசிக்கிட்டா போச்சு” என்றான். ஆறுதலுக்காக சேகர் சொன்னாலும் அதன் ஆழம் படுபாதாளமாகச் சென்றது. அதை விட நிர்வாகம் பட்டுவாடாவிற்கு பாபுவைப் போட்டுவிட்டு அவனை எடைப்பிரிவை கவனிக்க மாற்றிவிட்டது.

ஜனங்களை மேய்க்கக்கூட அவனது ‘ஆண்மையின்மை ரகசியம்’ விடாது என்பது தெரியாமல் போச்சே. வாஷ்பேசினில் முகம் கழுவி விட்டு வந்தபோது அலுவலக அறைக்குள் சிரிப்பு அலைமோதியது. ஆறுதல் சொல்வது என்பது நேரில் இருக்கும்போது மட்டுமே. அவர்கள் சிரிப்பதற்கும் குசுகுசுப்பதற்கும் நான் ஒரு கோமாளி. டாய்லட்டுக்குள் ஒடுங்கி ஒளிந்தபோது திசைகளே தெரியவில்லை.

எல்லாம் சரிஞ்சு போச்சு அம்மா. தப்பிக்க முடியாது போலிருக்கே அம்மா. நான் என்ன பாவம் செய்தேன். உன் மகனைக் கைநீட்டி அடித்துவிட்டானம்மா. திருப்பித் தாக்குகிற வல்லமையை யாரோ திருடிக்கொண்டார்கள். அம்மா கிடுகிடுன்னு நடுங்குற உன் மகனின் உடலைப் பார்த்திருக்கிறாயா? பஸ் சக்கரத்தில் சிக்கிய பல்லியம்மா நான். ஓடும் திசையெல்லாம் நசிகிறேன். வாழ வழி தெரியலை யேம்மா. ஏழோடு எட்டாக அன்றே செத்துத் தொலைந்திருக்கக் கூடாதா? அப்பா வின் மடியில் அவசர அவசரமாக உக்கார வைத்து விட்டு ‘குஞ்சு

சூதானம்' என்று காண்ட்ராக்ட் வேலைக்கு ஓடும் உன்னைப் பார்த்து, "அம்மா குஞ்சு சூதானம்" என்பேன் என்றாயே. திரும்ப நீ ஓடி வந்து முத்தமிட்ட மகன்... சொல்லவே வெக்கமா இருக்கும்மா... தெருவுக்குள் நுழையமுடியவில்லை. நானிருந்தால் தெருவில் குடும்பப்பெண்கள் கெட்டு விடுவார்களாம். வேறு வீட்டைப் பார்த்துப் போ என்று தினம் தினம் தொந்தரவு. யாதுமறியாத சிறுவர்களை விட்டுக் கல்லெறிய வைத்துவிடுவார்களோ என்று பயமாக இருக்கிறது. ஒரு வாரமாக கருக்கலில் கிளம்பி மசங்கியபின் அச்சத்தோடு வீடு வருகிறேன் அம்மா. காலிடுக்கில் வால் நுழைத்து ஊர் தப்பிய நாயைப்போல அலைகிறேன். எந்தப் பக்கத்திலிருந்து எப்போது கடிவிழும் என்று தெரியவில்லை. தீண்டத்தகாதவனாகிவிட்டேன். நீ என்னைத் தொட்டிலிட்டுத் தூரி பாடிய பாடல்கள் எத்தனை. ஆசைப்பட்டுக் கேக்கும் போதெல்லாம் பாடுவாயே.

'கல்லயும் தொளச்சு கானலெங்கும் வேரோடி வர்ர இடிய மாரோடு நசுக்கிற வருச நாட்டு வம்சமடா' வரும்போதெல்லாம் பிரியத்தோடு நீ பாடிய தாலாட்டுக்கு ஜீவன் இல்லையே. புகபுசுவென பொசுங்கி கருகல் வாடை கிளம்புதம்மா.

உலகமே ஒதுக்கித் துரத்துகிறபோதும் உன் மார்பில் அணைத்து மெலிஞ்சு போயிட்டேயேடா என்று கேட்கும் தெய்வமே! உன் செல்லமகனின் கதியை நீ கேட்டால்... தாங்க முடியலம்மா... சொல்லட்டுமாம்மா... உன் நெஞ்சு வெடிச்சுடுமே... காது தீஞ்சுடுமே... ஊரே டமாரமடிக்குதம்மா... 'எசக்கில்லா மலடன்.' குலை நடுங்கச் செய்யும் பட்டப் பெயர்... கேட்கும்போதெல்லாம் உசிரைக் குத்திக் கிழிக்கிறது. எலும்புகள் கனிந்து உருகுகின்றன. கொலைவெறி கொண்ட வார்த்தைகள் பின்தொடர்கின்றன. அந்த வார்த்தைகளைக் கேட்கக் கூடாதென ஏங்குகிறேன். ஆனாலும் காச்சுமூச்சென கூச்சலிடையே அது பிரிந்து வந்து என் காதை எட்டுகிறதம்மா. விடைத்த பாம்புக் காதுகளாகிவிட்டன. உண்மையில் எனக்குக் காது செவிடாகிவிட்டால் போதும். காதுகளில் இறங்கும் விஷவார்த்தை கள் பலத்தைத் தின்னுகின்றன. இப்படியொரு அவஸ்தை வேண்டாம் தெய்வமே! உயிர்க் கொல்லி வார்த்தைகள். நிர்வாணமாகி, பார்த்துக் கொள்ளுங்கள் என முச்சந்தியில் நின்று கத்தத் தோணுகிறதம்மா. ஆனால்... நீ சொல்வாயே குழந்தைதான்டா தெய்வமன்னு... என்னை நானே இழிவு படுத்திக்கொள்ள முயல்கிறபோதெல்லாம் ஒரு குழந்தையேனும் கண்ணுக்குத் தட்டுப்பட்டு விடுகிறது. என்னை ஏனம்மா பெற்றாய். செத்துத் தொலைக்க முடியவில்லையே. மணியார்டருக்காக மாதா மாதம் போஸ்ட்மேன் வருகை பார்த்து பகவதி அம்மன் கோவில் பின்

திண்ணையில் நீ காத்திருப்பது மீண்டும் மீண்டும் வந்து மோதுகிறதம்மா.

அழுகையை அடக்கித்தான் பார்த்தான். வாயை இறுக்கியும் மனசை இறுக்க முடியவில்லை. மார்புள் கேட்ட ஊளை உடைந்து விட்டது. யாரோ கதவைத் தட்டியபோதுதான் தெரிந்தது வெளியே கேட்டு விட்டதென்று. டாய்லெட் கதவைத் திறந்தபோது பாலுச்சாமி நின்றிருந் தான்.

நகரமே அலுக்குப்பலுக்கில்லை. தூங்கிவிட்டது. கண்ணீர் குபு குபுவெனப் பெருகியது. மனம்போன போக்கில் பெரிதான குரலில் அழுதான். கட்டிலை விட்டு இறங்கித் தரையில் அமர்ந்து "நான் செஞ்சதைக் கேட்டா தாங்குவயாம்மா..." ஓலம் அறையிலிருந்து பீறிட்டது.

நீண்ட நேரம் குழந்தையைப்போல கேவல் எழுந்தது. இது போன்று அவன் அழுததே இல்லை. மயிர்க்கால்களெங்கும் வடிந்த வேதனை அடங்கியது. அழுது தீர்ப்பதற்குக் கூட தனிமை தேவைப் படுகிறது. மனதார அழுவதற்கு முன்பின் தெரியாத இடம் அவனுக்கு அனுசரணையாக இருந்தது. மொட்டை எடுத்தால் தலை லேசாகுமே அதுமாதிரி பாரம் கரைந்து மனசு லேசானது. அவனுக்குக் கேவலோடு அடிக்கடி கொட்டாவி வந்தது.

எத்தனையோ நாட்களுக்குப் பின் தன்னை மறந்து தூங்கினான். படுத்ததுதான் தெரிந்தது. அடித்துப் போட்டது போன்ற தூக்கம். எத்தனையோ நல்ல தூக்கம் வாய்த்திருக்கிறது. மூச்சே அழிந்த தூக்கம் இன்றுதான் வாய்த்தது. எழுந்தபோது ஒரு பறவையின் கரைதல்கூட இல்லை. மணி ஒன்பது ஆகியிருந்தது. வாகனங்களின் இரைச்சல் எல்லாப் பகுதிகளிலிருந்தும் கேட்டது. கண்ணாடியில் பார்த்தபோது கண்பட்டைகளில் தெரிந்த வீக்கம் முகத்தை அதப்பாகக் காட்டியது. ஒரு மணிக்குத் தூங்கியிருக்கலாம். அசதி வேறு. எட்டுமணி நேரம் உலகம் இயங்காமலா இருந்திருக்கும்? கிராதியைப் பிடித்து ஒடுக்க லான பின்பாதையைப் பார்த்தான். ஒரு நாய் நசுங்கிச் செத்துக் கிடந் தது. தப்பிக்க வழியற்று வண்டியினடியில் சிக்கி மாட்டியிருக்க வேண் டும். அதன் மரண ஓலம் கூடக் கேட்காதபடியா தூக்கம் அமுக்கியிருந் தது. தனக்கு உலகமே இயங்காது கிடந்த காலம். மனம் துணுக்குற்றது. நான் இறந்து கிடந்த எட்டு மணி நேரம்! தனக்குள் உலக இயக்கம் அழிவதுதான் இறப்பா? ஒரு சலனம் இல்லை. மூச்சுப் பேச்சு இல்லை. நானில்லை. என் உடல் இல்லை. நினைப்பு இல்லை. துயரமில்லை. சந்தோஷமில்லை. உலகமில்லை. கடவுள் இல்லை. ஆக்கம் இல்லை. அழிவு இல்லை. என்னைத் துரத்திய பயமில்லை. சூது இல்லை.

நண்பர்கள் இல்லை. பகைவர்கள் இல்லை. காமமுமில்லை. பேரமைதி, பாறை போன்ற பேரமைதி.

இறந்து கிடந்த உலகம் நான் விழித்தால் இயங்குகிறது. சாவு என்பது பேரமைதி. இறந்தகால இயக்கத்திற்கும் எதிர்கால இயக்கத் திற்கும் இடையில் கிடக்கும் ஓய்வே சாவு. விழிக்காதிருந் தால் நினைவுகளின் சாவு. நான் இறந்தபின்னும் உலகம் இயங்கும் என்ற எண்ணம் மின்னலாய்ப் பளிச்சிட்டது. இந்த வித்தையை வைத்திருக் கும் ரகசியம்தான் இறைவனா? அதுவும் நான் உயிரோடு இருப்பதால்.

டீ சொல்ல எட்டிப்பார்த்தான். ஆப்கானிஸ்தானில் உள்ள மாபெரும் புத்தர் சிலையைத் தலிபான் ராணுவம் தகர்த்துவிட்டது என்ற செய்தியை வரவேற்பறையில் இருந்த பணியாளர்கள் பேசிக் கொண் டிருந்தனர்.

குளித்துவிட்டு வந்தபோது டீ ஆறிப்போய்விட்டது. வெளியே வெயில் ஏறியிருந்தது. எப்படி வேலை தேடுவது என்ற தெளிவான எண்ணம் இல்லை. ஜங்சனுக்கு எதிரே இருந்த ஆரியபவான் ஹோட் டலுக்குப் போனான். இருக்கையில் அமர்ந்ததும் கல்லாவிலிருந்த நடுத்தர வயதுக்காரரைப் பார்த்தான். ஏதாவது வேலை கேட்போமா வேண்டாமா என்ற தயக்கம் ஊடாடியது. சாப்பிட்டு விட்டுக் கேட் பதா? கேட்டுவிட்டு வந்து சாப்பிடலாமா என்று யோசித்தான். வேலை யில்லை என்றால் அப்புறம் உட்கார்ந்து சாப்பிடவே முடியாது. சாப் பிட்டுவிட்டு கேட்கலாம் என்று தீர்மானித்தான்.

பணம் கொடுத்துவிட்டு தயக்கத்தோடு எந்த வேலை கிடைத் தாலும் செய்வதாகக் கேட்டான். ஏறிட்டுப் பார்த்துக்கூட பதில் சொல்ல வில்லை. பாக்கி சில்லறையை முன் தள்ளிவிட்டுக் கொண்டே ‘இல்லை’ என்றார். ஏன்டா கேட்டோம் என்றாகி விட்டது.

இங்கிலீஷ் மருந்துக்கடைகள், மயூரா காம்ப்ளக்ஸ், மெட்ரிக்கு லேசன் ஸ்கூல்கள், சுந்தரம் பிள்ளை அன் சன்ஸ் ஜவுளிக்கடை... என வேலை தேடிய படலத்தின் தோல்விகள் சோர்வைத் தந்தன. கட்டடங்களின் வெக்கை நகரமெங்கும் அலைவுற்றது. தார்ரோடு களில் வெயில்குதிரைகள் நாக்குகள் நீட்டி ஆடின. நிழற்குடைகளில் வேர்த்து நின்ற மனிதர்கள் மேல்பட்டனைத் திறந்துவிட்டு குமுதம், விகடன்களை விசிறியாகப் பயன்படுத்திக்கொண்டிருந்தனர். தள்ளு வண்டியில் கிடந்த இளநீர்க் குலைகளைப் பார்த்து எஸ்.டி.டி.பூத் அருகில் நின்றிருந்த பெண்குழந்தை தாயிடம் கேட்டு அடம் பிடித்தது. பழநியை விட்டு ஏன் வந்தோம் என்ற சங்கடம் தொற்றியது. திரும்ப அங்கேயே போகலாமா? இருக்கச் சொல்லி கடை முதலாளி

எவ்வளவோ வற்புறுத்தியும் முறுக்கிக்கொண்டு வந்து விட்ட பிறகு திரும்பப் போய் எப்படி முன்னே நிற்பது? ஆலங்குளம் சிமெண்ட் தொழிற்சாலைக்குப் போனால் வேலை கிடைக்கக்கூடும் என்ற ஏதோ ஒரு நம்பிக்கை முன்தள்ள மதிய வெயிலில் கிளம்பினான்.

சேகர் மனைவியின் வளைகாப்புக்குப் போகத் தயக்கமாகத் தான் இருந்தது. பாலுதான் வம்புபண்ணி இழுத்துக்கொண்டு போனான். கூட்டத்தில் நிற்க சங்கடமாக இருந்தது. விசாரிப்புகளைத் தவிர்க்க ஒதுங்கி இருக்க விரும்பினான். சேகர் கொஞ்சம் அனுசரணையானவன். 'கண்டிப்பா வரணும், எதிர்பார்ப்பேன்' என்று கூறியிருந்தான். வளை காப்பு நிகழ்ச்சியைவிட தான் போனது பெண்களிடையே பர பரப்பாகிக்கொண்டிருந்தது. "ஏம்பா பொம்பளைக ஒரு மாதிரி சொல்லு றாங்க. நல்ல காரியம் நடக்கிறப்போ கொஞ்சம் யோசிக்க வேணாமா" என்ற தன் அக்காவிற்கு சேகர் மழுப்பலாக பதில் சொல்ல முற்பட்ட தும் கேட்டது. பூஜையறையிலிருந்து "எத்தனை கோடி இன்பங்கள் வைத்தாய் இறைவா..." பாடல் மெலிதாக ஒலித்துக்கொண்டிருந்தது. சேகருக்கு ஒரு இக்கட்டு ஏற்படுத்தி விட்டதாக நோவு தட்ட சொல்லாமல் கொள்ளாமல் நழுவினான்.

வறண்ட நொய்யல் ஓடையில் படுத்துக் கிடந்து மூன்றுமணி சுமாருக்கு வந்தபோது திறந்திருந்து வீடு. நா வறட்சியால் உதடுகள் உலர்ந்துவிட்டன. தண்ணீர் குடிக்க வேண்டும்போல் இருந்தது. "தலை யணை வேணுமா" பாலு அவளிடம் கேட்கும் குரல்தான். அறைக்குள் கால்கள் இழுத்தன. கடாபுடாவென்று எழுந்த லதா போர்வையால் உடலைப் பொத்தினாள். "தெறந்த வீட்டில் நாய் நொழஞ்சமாதிரி வர்றயே! வெவஸ்தயில்லையா?" சம்மட்டியடி இதயத்தில் விழுந்தது. எத்தனை முறை பார்த்த உடம்பு? எத்தனை முறை நெஞ்சில் சாய்ந்த முகம்? எப்படி மாறினாள்? கள்ள உள்ளத்தானா நான்? பாலு ஏன் தாஜா செய்யவில்லை?

எப்படி இனி இவர்களை எதிர்கொள்வது? முகத்தில் முழிக் காதவள் போல் பேசலாமா? என்னை சிதைத்துக்கொண்டதே உனக் காகத்தானே லதா... எந்தப் பெண்ணும் இப்படித்தானா? எப்படி மாறினாள்? எல்லாவற்றையும் விட பலம் கொண்டது காமமா? ஆமாம். காமம்தான் வாழ்க்கைமீது ஆட்சி செலுத்துகிறது. எல்லாவற்றையும் விட அதுவே வலுமிக்கது. முடிசூடா ராஜாதான். ஓடுவது தவிர வேறு வழியில்லை.

கொடுமை கொடுமை என்று ஆலங்குளம் போனால் அங்கொரு கொடுமை அவுத்துப்போட்டு ஆடிய கதைதான். ஏற்கெனவே நிர்வாகம்

போனமாதம் ஆள்குறைப்பு செய்திருக்கிறது. ருஷ்ய மிஷின்கள் டிசம்பர் மாதம் வந்துவிட்டால் மேலும் ஆள்குறைப்பு செய்ய பேச்சுவார்த்தை நடந்து கொண்டிருக்கிறது. வாலன்டரி ரிடையர்மண்டுக்கு ஆட்கள் தயாராகவே இருப்பதும் தெரிந்தது. லாட்ஜில் பையை வைக்காமல் வந்திருந்தால் இப்படியே கிளம்பி விட்டிருக்கலாம்.

மக்கள் பேச்சுகளிலிருந்தும், சிரிப்புகளிலிருந்தும், அழுகைகளி லிருந்தும், மௌனங்களிலிருந்தும் இறந்துகிடந்தவர்கள் உயிர் பெறு வது தெரிந்தது. பயம் உயிர் பெற்றது. கடவுள் உயிர் பெற்றார். பற்றுக் கோட்டுக்காக மனக்கொடி உயிர் பெற்றது. நம்பிக்கை வறட்சி உயிர் பெற்றது. எல்லாமும் உயிர் பெற்றன.

அறைக்கு வந்ததும் பி.பி.கோல்டு வாங்கிவரச் சொன்னான். எப்போதாவது தண்ணி அடிப்பது உண்டு. கிழவன் டேபிளில் பாட் டிலை வைத்துவிட்டு பாக்கி சில்லறையை நீட்டினான். வைத்துக் கொள்ளச் சொன்னதும் கிளாசுகளை ஆர்வமாகக் கழுவி வைத்து அடுத்த கட்டளைக்குக் காத்து நின்றான். அப்போதுதான் கவனித்தான் அவனது கைகளிலும் கால்களிலும் ஆறாவது விரல்கள் இருந்தன. குவாட்டரில் முக்கால்பங்கை எப்போதும் தாண்டியதில்லை. ஆஃப் பாட்டிலையும் முழுங்கி மயங்கி விடத் தோன்றியது.

அவனால் குவாட்டரைத் தாண்ட முடியவில்லை. குப்பென்று வேர்த்தது. ஒரே மண்டாக மண்டியதால் நெஞ்சுக்குள் கரித்தது. கிழவன் உணவு வாங்கி வந்தபோது கைகால்கள் ஸ்டெடியை இழந்தன. இன்னும் கொஞ்சம் ஊற்றிக்கொண்டு கையில் வைத்தபடி இருந்தான்.

"நீ சாப்புடுறயா?"

கிழவன், வராண்டாவுக்கு சென்று நின்று பார்த்துவிட்டு "சரி' என்றான். கிழவன் தண்ணீரைக் கலந்து அடித்தான். மூக்கை மூடிக் கொண்டும் கண்ணை இறுக்கிக்கொண்டும் கடகடவென்று அவன் ஊற்றியது புன்னகையை வரவழைத்தது. அவர்களுக்குள் சகஜம் உருவாகிக் கொண்டிருந்தது.

"என்ன விஷயமா வந்தீக தம்பி?"

"வேலை தேடி வந்தேன்."

"இந்த ஊர்ல என்ன தேடுறீக?"

"கிடைக்கிற வேலை. மனசு விட்டுப் போச்சு. பகலெல்லாம் அலஞ்சதுதான் மிச்சம்."

"கால அமுக்கிவிடட்டா?"

"அதெல்லாம் வேணாம்."

"நல்ல பார்ட்டிக வந்தாக்க அழைச்சிட்டு வரட்டுமா?"

"சொல்லுங்க தம்பி. தெரிஞ்ச பிள்ளைக திரிவாளுக."

"அதெல்லாம் வேணாம்."

"சொல்லுதேன்னு தப்பா நெனைக்காதேயும். காசு அதிகமா கேக்காதுக."

"இல்ல..."

சதீஷுக்கு அழவேண்டும் போல் இருந்தது. கிழவன் கிளாசை டேபிளில் வைத்துவிட்டு தரையில் அமர்ந்தான். சதீஷ் அழுவதைப் பார்த்து "அழாதீக தம்பி. என்னாச்சு? வீட்டில ஏதாச்சும்..." கிழவனின் நாக்கும் குழறியபடிதான் கேட்டது.

அழுகையூடே நடந்த கதை அறைக்குள் விரிந்தது. கிழவன் சாப்பிட வற்புறுத்தினான்.

"ரெண்டு பேரும் சேந்து சாப்புடுவோம்."

"தம்பி ஒரு பார்சல்தான் இருக்கு. நீங்க சாப்பிடுங்க."

"இல்ல ரெண்டுபேரும் சேந்து சாப்பிடுவோம்."

"வேண்ணா இன்னொரு பார்சல் வாங்கியாறேன்."

"என்னோட சேந்து சாப்பிடு. வேண்ணா வாங்கிக்கிடலாம்."

"நாஞ் சொல்லுதேன். நீங்க வருத்தப்படாதீங்க. கடவுள் சாட்சியா சொல்லுதேன். நீங்க செஞ்சது நூத்துக்கு நூறு சரி."

"திருப்பூர் முழுக்க யாருமே சரின்னு சொல்லலயே! தாங்க முடியாத கேவலமய்யா. சாகாம இருக்கேனே! நாஞ் செஞ்சது தப்பா சரியான்னு தெரியல. சாக முடியலையே! வயசானஅம்மா என்ன எதிர்பாத்துக் கிட்டு கெடக்கு. இல்லன்னா செத்துப் போயிருப்பேன். எம் பொண் டாட்டி கூட கடைசியா மதிக்கல."

"அப்படி சொல்லாதீக. நாஞ் சொல்லுதேன். நீ உத்தமந்தான். ஆனா கல்யாணம் பண்ணி வச்சிட்டு நீ கூட இருந்ததுதான் தப்பு. நாஞ் சொல்றது தப்பன்னா அடிங்க. நீங்க எம் மகன் மாதிரி, பெத்துக் கிடுதேன்."

"இருபத்தேழு இருபத்தெட்டு வருசத்துக்கு முன்னாடி நடந்தது. படுபாவி அந்த பள்ளிக்கூடத்து வாத்தியான் நூத்தம்பது ரூவாய்க்கு

சு. வேணுகோபால்

ஆசைகாட்டி வாலான்னு அம்மாசமுத்திரத்துக்குக் கூட்டிப் போனான். வேரை வெட்டிக்கிட்டு பணத்தயும் வாங்கிட்டு வந்தேன். அப்புறம் எம் பொண்டாட்டி மரப்பேட்டகாரங்கூட சிரிச்சுப் பேசுறான்னு சுத்தி யுள்ளவக சொன்னாக. நான் நம்பலன்னேன். இப்ப சொல்லுதேன். பேட்டக்காரனோட தொடுப்பு கொஞ்சநாள் இருந்துச்சு. ஆனா ச்சீ அசிங்கமன்னு அவளா அறுத்துக்கிட்டு வந்திட்டா. அது சாப்பாட்டுக்குப் போடுற உப்பு மாதிரி. கூடுனாலும் திங்க முடியாது. கொறஞ்சாலும் திங்க முடியாது."

"உப்பே இல்லையன்னா?"

"உப்பே இல்லன்னா"

"சொல்லு கெழவா"

"சொல்லுதேன்னு கோவிக்காதேயும். பத்தியம் இருக்கிற தில்லையா. உப்பு வேணும்தான். உப்புதான் சாப்பாடன்னு நினைக்கப் படாதில்லையா? உங்க மனசு முழுக்க அது இருக்கு. வாழ்க்கையில அது முக்கியந்தான். ஒத்துக்கிடுதேன். ஆனா அதுவே முக்கியமில்ல."

"இல்லாதவனுக்கு அதப்பத்தியே தானய்யா நினைப்பு."

"வாஸ்தவந்தான். ஒத்துக்கிடுதேன். உன்னால முடிஞ்சிருந்தா இவ்வளவு முக்கியமா படாது. மனசார சாப்புடறதுகூட முக்கியந்தான். குத்தாலத்தில் தலையக் கொடுத்து குளிக்கிறதும் முக்கியந்தான். நான் ஆண்டு அனுபவிச்சவன். ப்பூ... இவ்வளவுதானான்னு தெரிஞ்சதால தான் வேரை வெட்டினேன். எம் பொண்டாட்டி பேட்டக்காரன் தொடுப்ப 'போலா'ன்னு ஏன் அறுத்தா? அவளுக்கும் ப்பூ... இவ்வளவு தானான்னு தோணியிருக்கு. எங்கிட்ட இருந்த மாதிரிதான் அவங் கிட்டயும் இருந்திருக்கு. சந்தோஷமன்னா அது மட்டுந்தானா. வெளிக் கிருந்திட்டு எழுந்திருக்கிறதில் எவ்வளவு சந்தோஷம் இருக்கு. கொழுந்த பேசுறதுல எவ்வளவு சந்தோஷமிருக்கு சும்மா பெறந்த மேனிக்கி தொட்டுப் பேசிக்கிடுறதில... பாத்துக்கிட்டிருக்கிறதில சந்தோஷமிருக்கு. எல்லாமே மனசுதான். ஏன் தண்ணிய அடிக்கிதோம்? சந்தோஷமா இருக்க, ஆனா ராவும் பகலும் மொடாக் குடிகாரனா இருக் கறவன என்ன சொல்லுதாக? ஏன் அப்படிக் குடிக்கணும்! போதைக்குத் தானே அடிமையாகுதான். சந்தோசத்துக்கு இல்லையே. ஓம் மனசு முழுக்க அதுக்கு அடிமையா கெடக்கு. வகுத்துக்குள்ள கீரிப்புழு முணு முணுக்கிற மாதிரிதான் அது. இந்த பாலித்தீன் உறைக்குள்ள உரசியும் ஒரசாமயும் மொதமொத கைவிடுறப்போ ரோமங்கள் ஜும்மன்னு சிலுக்கிறது மாதிரி நரம்பு வழியா முணுமுணுக்கிறப்போ ஒரு

ஆர்வம். ஒரு ஜிலுஜிலுப்பு. மகை அதில மட்டுதான் ஒருமிச்சுப் போகும். அதுதான் அதிலிருக்கிற வித்தியாசம். நாடி நரம்பெல்லாம் கொஞ்ச நேர சிலிர்ப்பு. வேகம் இருந்துக்கிட்டேவா இருக்கு. கூடுனா மூணு நிமிஷம். ஊளைய சிந்திறது மாதிரி சிந்திட்டு முதுக காட் டிட்டுத்தான் படுப்பானுங்க. நாஞ் சொல்லுதேன். பொம்பளையும் சேத்துதான் சொல்லுதேன். கொடுக்கா புளிய கடிச்சா ஜில்லின்னு எச்சியூருற மாதிரிதான். அதையே சாப் பாடா தின்னா பல்லு கூசுறதில்ல! சாப்பாட்டில் உப்புமாதிரிதான். அதுக்கு மேல ஒண்ணுமில்ல. ராத்திரி யெல்லாம் கட்டிப்புடுச்சிட்டே படுக்கச் சொல்லு? வேர்வ நாத்தம் தாங்காம தள்ளி விட்டுருவா. அப்படியாராவது சூராதிசூரனிருந்தா கூட்டியா பாப்பம்."

கிழவனின் பேச்சு பிடித்திருந்தது. ஆனாலும் அவனுக்கு அது நிறை வற்றதாகவே இருந்தது. கிழவன் போகும்போது "நீ எம் மனசறிஞ்சு, நான் கேக்காமலே ஒரு கிளாசு குடிக்கச் சொன்னயே அதிலதானய்யா அழகிருக்கு" என்றான்.

உதடுகளின் ஓரத்தில் குழம்பு காய்ந்திருந்தது. கைகளைக் கழுவி னாலும் பிசுபிசுப்பு போகவில்லை. அழகு என்பது புறத்தில் இல் லையா? நேசத்தின் கருதான் அழகா? எப்படி உணர்வது? மெத்தை யில் சாய்ந்தான். கட்டிலை விட்டு மேலே அந்தரத்தில் படுத்திருப் பதுபோல இருந்தது. தலைக்குள் பஸ்ஸில் போய்க் கொண்டிருப்பது போலொரு அசைவு.

கடலூற்றுகள் கிளம்ப சமுத்திர மட்டம் மேலேறி வருகிறது. அலைப்படகு தங்கமீன்களை மணலில் இறக்கிவிட்டுச் சென்றது. இளம் வெயில் காயப் புரண்டு படுக்கின்றன மீன்கள். திரும்ப அலைகள் அவற்றை வாரித் தன் வயிற்றுக்குள் கொண்டு செல்கின்றன. புற்றில் நுழையும் பாம்பைப்போல பொன்மயமான மணல்திட்டு கடலுக்குள் செல்கிறது. திரும்பக் கரையேறுகிறது. ராட்சச திமிங்கலத்தின் முதுகு முழுவதும் வெளியே எழும்புவது போலவும் இருக்கிறது. வார்ப்பிலே ஒற்றைக்காலையுடைய கடற்கன்னி கடற்கரை ஓரமாக வருகிறாள். எட்டு வைக்கவில்லை. அவளுடைய பாதங்கள் சக்கரம் போல வளையமாக இருக்கிறது. விளிம்போரங்களில் பத்துப்பத்து விரல்கள் மின்னுகின்றன. முகமெங்கும் ஈசல்கள் ஊருகின்றன. இமைகளை மூடித்திறக்கிற போது மின்னிட்டாம் பூச்சிபோல பளிச்பளிச்சென வெண்மை தெறிக்கிறது. அவளுடைய தலைமயிர் கருமணிகளால் கோர்க்கப்பட்டுத் தொங்கு கின்றது. மணல்திட்டு மீதேறி 'துயரங்களிலிருந்து உலகம் நீங்குக' என்று சொல்வது கேட்கிறது. என்னருகே வரும்போது ஓட எத்தனிக்கிறேன். ஆனால் மணல்திட்டைக் கடல் சூழ்ந்து விடுகிறது. இருகரங்கள்

நீண்டு வருகின்றன. நான் பிடிபடுகிறபோது அவள் உள்ளங்கைகளில் கடலின் குளிர்மையை உணர்கிறேன். நகங்களுக்கு பதில் செதில்கள் பளபளக்கின்றன. உச்சந்தலையிலிருந்து ஒரு கருகமணிப் பாசியை உருவி நீட்டுகிறாள். பாசி மலைநரவுபோல வாயில் இனிக்கிறது. திட்டு கடலுக்குள் அமிழ்கிறது. எனக்கு மூச்சு முட்டுகிறது. என் நெஞ்சில் மயிலிறகு தடவுவதுபோல முத்தமிட மணல்திட்டு மேலே வருகிறது. கடல்கன்னியைக் காணவில்லை. நெஞ்சுக் கூட்டிலிருந்து ஏழெட்டு வெண்பறவைகள் பறக்கின்றன. அவை நடுக்கடலை நோக்கிப் போகின்றன. புள்ளியாக மறைகிறபோது நான் சின்னக்கவுண்டன் ஓடையில் நிற்கிறேன். பிறந்த மேனியாக நின்றிருந்த சின்னப் பசங் கள் யார் தூரமாக ஒண்ணுக்கு அடிக்கிறதென்ற போட்டியில் திறமை காட்டுகின்றனர். என் குஞ்சு ரயில் கத்தாழையின் கூம்பிய பச்சை மொட்டுப்பூ போல இருக்கிறது. என்னைச் சுற்றி தேனீக்களின் இரைச் சல் கேட்கிறது. கண்ணால் பார்க்க முடியவில்லை. காக்காய் முள்ளில் அமர்ந்த மஞ்சள் நிறத் தட்டானைப் பிடிக்க பம்மி பம்மிச் செல்கிறேன். சுட்டுவிரலையும் பெருவிரலையும் கூப்பிக்கொண்டு அருகில் செல் கிறேன். “அடேய்... இந்தா இருங்க வர்றேன்” காவல்காரன் குரல் கேட்டு ஓடைவழியாக பிச்சாவிடி என்று ஓடுகிறோம். நல்லவேளை யாரும் சிக்கவில்லை. எங்களோடு கட்டுக்காப்பைத் தாண்டி கருத்த ஆடு மடியாட ஓடிவருகிறது. நண்பர்கள் கூட்டத்தில் எங்கிருக்கிறேன் என்று தெரியவில்லை. ஆடு காது விடைக்க பேபே என்று கத்திக்கொண்டு ஓடுகிறது. தாய் வருகையைக் கண்ட குட்டிகள் வாலாட்டி ஓடி வரு கின்றன. கால்களை அகட்டி நிற்க குட்டிகள் மண்டியிட்டு மடியில் முட்டிக் காம்பு தேடுகின்றன. போர்குட்டியும் சாம்பல் நிறக்குட்டியும் வாயில் நுரைதள்ள சப்புகின்றன. மடி அதிர்கிறது. கண்சொருக ஆடு அசை போடுகிறது. வயிறு புடைக்க புழுக்கைகள் வருகின்றன. ஜெப பாசிகள்போல உருள உருள வாலாட்டுகிறது. அசைபோட்டு நின்றிருந்த ஆடு புல்லை வயிற்றிலிருந்து மூச்சோடு கடைவாய்க்குக் கொண்டுவந்து வாயில் அதக்கியவண்ணம் இரு புறமும் குட்டிகளை மோந்து பார்த்து கண நேர யோசனைக்குப் பின் மளாரெனத் தவ்வுகிறது. குட்டிகள் சிணுங்குகின்றன. அந்த சிணுங்கல் பாலுவின் குரலைப் போலவும் என் குரலைப் போலவும் இருக்கிறது.

விழித்தெழுந்தபோது பெண்குரலில் ஆபாசமான வார்த்தைகள் வந்து கொண்டிருந்தன. இன்னும் விடியவில்லை. மணி நான்கே முக் காலாகியது. எழுந்து பின் பாதையை நடைவழி கிராதியில் இருந்தபடி எட்டிப்பார்த்தான். பெண்ணிற்கு எதிராக பத்து கஜதூரத்தில் ஒருவன் இருட்டாக நின்றிருந்தான்.

"ஏண்டா பொறுக்கிப் பயலே. கோழைய துப்புறதுமாதிரி துப்பு னயேடா படுபாவி. வேசிகிட்ட காச பிடிங்கிப் போறயேடா நீ வெளங்கு வயா. நேத்து மதியம் சாப்பிட்டதுடா. தேவிடியாப் பயலே..."

அவன் கணங்குச்சியைத் தூக்கி அடிக்க ஓடிவந்தான். அந்த பெண் திடுதிடுவென்று டீக்கடை முக்குக்கு ஓடினான். அவன் சந்து இருட்டில் நடந்து போவது தெரிந்தது. பெண்மறுபடி பின்தொடர்ந்து வந்து திட்டினாள். "ஏலாங்..." திரும்ப அவன் ஓடிவந்தான். அவள் முக்குக்கு ஓடினாள். அறைக்கு வந்து படுத்தான். நீண்ட நேரம் சண்டை அவன் காதில் விழுந்துகொண்டே இருந்தது.

சதீஷின் கையில் இருந்த கொஞ்சநஞ்சம் பணம் கரைந்து கொண் டிருந்தது. திருநெல்வேலியை விட்டு எங்கெங்கோ அலைந்து பார்த் தான். வாய்ப்பாக ஏதும் அமையவில்லை. வேடசந்தூரில் ஒரு வாய்ப்பு வந்தது. 'எக்ஸ்பிரஸ் கொரியரில்' டெலிவரி வேலை. ஆனால் சொந்த சைக்கிள் வைத்திருக்க வேண்டும் என்றனர். அத்தோடு அவர்கள் உள்ளூர் காரர்களையே விரும்பினர். ஆயிரம் ரூபாய் சம்பளம் பெற்று, அறை வாடகை எடுத்து, உண்டு உடுத்தி வாழ்பவர்களுக்கு அந்தச் சம்பளம் தோதுப்படாது. இதை அறிந்துதான் சொல்லாமல் உள்ளூர்க்காரர்கள் தேவை என்கின்றனரா?

அவனுக்கு பிச்சை எடுக்கலாம் என்ற எண்ணம் விளையாட்டுப் போல் தோன்றியது. முகத்தை ஜாலம் போட்டு கை நீட்டுவது என்னவோ செய்தது. உழைத்து உயிர் வாழவே மனம் விரும்பியது. மூலச்சத்திரத் திலிருந்து குறுக்காக நடந்து போனால் வெள்ளகோயில் வந்துவிடுமென பயணியொருவர் சொன்னதைக் கேட்டு இறங்கிவிட்டான்.

எங்கும் கல்லாங்காடு. தகுல் தகுலாக வேலிக்காத்தான் முள் சூழ்ந்த வறண்ட மேய்ச்சல் காடு. ஒவ்வொரு மேய்ச்சல் காட்டிலும் முப்பது நாற்பது வேலமரங்கள் நிற்கின்றன. வெயிலுக்குத் தாங்காமல் மரநிழலில் தலைகளைக் கவிழ்த்துக்கொண்டு மயிலம்பாடி செம்மறியாடுகள் இளைக்கின்றன. இளங்குட்டிகள் கவட்டைக்குள் தலை நுழைத்து தலை கமுந்து கிடக்கின்றன. மழையில்லாமல் காய்ந்து தரையோடு ஒட்டிக்கிடக்கும் போதைப் புல் தூர்களை நக்கி நக்கி உயிர் வாழ் கின்றன போலும். சில இடங்களில் திண்டு திண்டான பாறைகள் பூமியை முட்டிக் கொண்டு தென்படுகின்றன. மொட்டையடித்தது போன்ற வழுக்குப் பாறைகள் மொட்டைத் தலைகளாக முண்டிக்கொண்டிருக்கின்றன.

பைப்பாஸ் ரோட்டை குறுக்காகக் கடந்து மேலே போனான். அது மதுரைக்கும் ஈரோட்டுக்கும் போகும் தேசிய நெடுஞ்சாலை. மேய்ச்சல் காடுகளை ஒட்டி சிறிய அளவில் தோட்டங்களும்

இருக்கின்றன. ராசா வாய்க்காலில் நாலைந்து முருங்கை மரங்கள் இலைகள் அடர்த்தியில்லாமல் கிழண்டு கிடக்கின்றன. அதனடியில் கண் சொருக எருமை மாடுகள் படுத்துக் கிடக்கின்றன. வறண்டு விட்ட கிணற்றடிகளை ஒட்டி சின்னச் சின்ன ஓட்டு வீடுகள். மானாம்பாரியில் அறுவடை செய்து அடைத்து வைத்த தட்டைத்தாள்களின் படப்புகள் ஆங்காங்கே தென்பட்டன. உருப்படியான விவசாயம் தென்பட வில்லை. அனல்காற்று வீசுகிறது. இந்த நிலங்களை நம்பிக் கால்நடை களும் கால்நடைகளை நம்பி சம்சாரிகளும் எப்படி வாழ்கின்றனர்? ஏகத்திற்கும் தரிசுநிலங்கள். பாதை மாறிவிட்டேனா? பேசாமல் காத் திருந்து பஸ்ஸிலேயே போயிருக்கலாம். மேட்டில் ஏறியதும் முப்பது நாற்பது வீடுகள் தெரிந்தன.

அது குக்கிராமம். ஓட்டுவீடுகளிலோ தெருக்களிலோ ஆள் நட மாட்டம் அதிகம் இல்லை. மரங்கள் இலையுதிர்த்து வெறுமையாக இருந்தன. மேனியில் சுள்ளென வெப்பம் தகித்தது. மந்தாரை மர நிழ லில் அமர்ந்து வேலிக்கத்தாழை முட்களை சீவி கிடங்கில் ஒருவர் எறிந்து கொண்டிருந்தார். அதன் கூழ்பகுதிகளை விரித்த சாக்கில் வைத்துக் கொண்டிருந்தவரிடம் வெள்ளகோயிலுக்குப் பாதை கேட்டான். சாக்கின் இருமுனையில் கொங்குவிட்டு மடக்கினார். கொங்குகளை கைப் பிடியாகப் பிடித்து தோளில் தூக்கிய வண்ணம் சொன்னார். "ஏனுங்க ஏசலா மேக்கால வந்திட்டீங்க போலிருக்கு. பைபாஸ் தள்ளி வந்ததும் கேணி வருதில்ல. அதிலிருந்து சோத்தாங்கை மூலை பக்கமா போற சாலையில எறங்கியிருக்கணும். இந்த சாலை நேரா இந்த ஊருக்குத்தான் வரும்."

"இங்கிருந்து எவ்வளவு தூரமிருக்கும்?"

"பதிமூணு மைலுங்க. உதடுகள் பிளந்து சுழிக்க சுற்றிப் பார்த்தான். வளைந்து நிமிர்ந்திருந்த மந்தாரை மரம் ஆனி மாத வெயிலில் குப்பெனத் தளிர்ந்து மொக்குகளும் பூக்களும் போர்த்தியிருப்பது அதிசயம்தான். உலகமே வெயிலில் காய்ந்து கொணங்குகிற வெளியில் மந்தாரை மலர் சொரிவது வித்தியாசம்தான். ஒவ்வொன்றிற்கும் ஒவ் வொரு சீசன். மரத்தினடியில் வெளித்தெரிந்த வேர்கள் மண்ணில் நுழைந்து போயின. பேக்கை மடியில் வைத்து கால்நீட்டி அடிவேரில் அமர்ந்தான். சிறுவர்கள், வயதானவர்கள் தவிர வாலிபர்களோ நடுக் கட்டு வயதினரோ தென்படவில்லை. பதிமூணு மைலை வெயிலில்... நினைத்தாலே சோர்வாயிருந்தது. கிராமத்தின் உயிர் அழிந்து கொண் டிருப்பது தெரிந்தது. மந்தாரை மரம் இல்லாதிருந்தால் தொடுக்கும் உயிர் போயிருக்கும். பருத்தி இலைகளைப்போல வெயில் ஊடுருவா வண்ணம் அடர்ந்திருந்தது. குங்கும நிறத்தில் பூக்கள் குப்பென

பூத்துக்கிடந்தன. காய்கள் தம்பட்டைத் தோல் போல பச்சை பச்சை யாய்த் தொங்கின. மரமடியெங்கும் உதிர்ந்த பூக்களை கை விரித்து அள்ளலாம். சுற்றிலும் ரம்மியமான வாசம் கமழ்ந்து கொண்டிருந்தது.

வேலிக்கற்றாழையை சீவிக்கொண்டு போனவர் திரும்பிவந்தார்.

"தம்பி, இன்னும் போவுலையாப்பா?"

"வெயிலா இருக்குதுங்க."

"சாய்ந்திரம் வரையும் வெயில் முதுகு காந்தும். தப்பா நெனைக்கக் கூடாது. என்ன ஜோலி?"

"சும்மாதான்."

"எந்த ஊரு?"

"தேனிப் பக்கம்."

"அங்கிருந்து இங்கிட்டு... சும்மாவா?"

'வேலை தேடி...."

"வெள்ள கோயில்ல ஏதுப்பா வேலை!"

"ஏதாவது."

"கரூர், காங்கேயம் போப்பா."

"............."

"எங்க... இந்தக் காலத்து எளசுங்க வெயில்ல குனிஞ்சு பாடுபடவே பயப்படுறான்க. எளசுக ஓட்டுக்கா கோயம்முத்தூர், திருப்பூர், கரூர்ன்னு போயிர்றானுசு. ஊரே வெறிச்சோடிக் கிடக்கு. டவுணிலிருந்து வந்தா கூட ஒரு நாளைக்குத் தாங்காதுங்க. படிச்ச புள்ளயாட்டம் இருக்கீங்க. காட்டுவேலை செஞ்சு பழக்கமிருக்கா?"

"எதென்னாலும் செய்வேன்."

"இங்கேதுப்பா வேலை, வேலையில்லயேப்பா. நாலு சரகு. அஞ்சு சரகு பாஞ்சுக்கிட்டிருந்த நெலத்த சும்மா போட்டிட்டு பெரிய பெரிய விவசாயிக டவுணுக்குப் போயிட்டாக. இருக்கிற ஆளுக்கே வேலை யில்லை."

அவர் சொந்த ஜோலியைப் பார்க்கப் போனார். வெயிலுக்கு நிழல் சுகமாக இருந்தது. பாதம் முழுக்க தூசி அப்பியிருந்தது. பூக்களைக் கைநீட்டிப் பொறுக்கினான். இரு கைகளிலும் அள்ளி முகர்ந்தான். இதுவரை முகராத ஜம்மென்ற வாசம். முதுகுப்பக்கம் பேக்கை

வைத்து சாய்ந்தான். ஊரின் கிழக்குப்பக்கம் வெடி வெடிக்கும் சத்தம் அவ்வப்போது கேட்டது.

மரம் அழகைச் சொரிகிறது. பூக்களையும் இலைகளையும் உதிர்க்கிற இலையுதிர்காலம் மரத்திற்கு அழகற்றதா? ஜீவன்களின் பரிதவிப்பில் அழகு துடிப்பதாகத் தோன்றுகிறதே! சொன்னால் நம்பு வார்களா? மதர்த்துத் திரிந்த நேற்றைய அழகியை இன்று வாய் கூசாமல் தொங்கிப்போச்சு என்றோ, கிழண்டு போச்சு என்றோ, பெரிசு என்றோ, பென்ஷன்கேஸ் என்றோ சொல்கிறார்களே. அழகு கிழண்டு போகுமா? அழகிலிருந்து அழகு விடைபெறுமானால் அழகின் உயிர் எப்படிப்பட்டது? தங்கியிருந்த இடத்தின் பொருள் என்ன? உயிர்ப்பு எது? அழகு புறம் என்றால் அதன் கரு? நிர்வாணம் அழகு. துயரம் அழகாகத் தெரிகிறதே! துயரத்துக்குள் துடிக்கும் ஜீவனை உணராதவன் அழகினைக் கண்டுவிட முடியுமா? உருவமற்று அலைவுறும் அதனைக் காட்டமாட்டாயா இறைவா? அழகின் அர்த்தமென்ன? வயது முதிர முதிர அழகு மெருகேறும். அழகு உச்ச கொள்வதுதான் பெண்மையா? அதை ஈர்ப்பதுதான் ஆண்மையா? அப்படிச் சொன்னால் சிரிக்க மாட்டார்களா? ஆண்மையற்றவன் என்று கண்டதும் அழகு இறங்கி ஓடி விட்டதாகப் பார்த்தார்களே... எங்கு நிலைத்திருக்கும் அழகு? அதனுடைய உயிரைக் கண்டு பிடித்துவிட ஆசையாக இருந்தது.

யாரோ தோளைத் தட்டுவதை உணர்ந்து விழித்துப் பார்த்தான். வெளிச்சமிருந்தது. சூரியனில்லை. முன் விசாரித்த அதே நபர்தான். மூன்று பேர் உடனிருந்தனர்.

"நெசமாத்தான் வேலை தேடி வந்தயா?"

"ஆமாங்கய்யா."

"வேலை கொஞ்சம் செரமந்தான். பராயில்லையா. வடக்குக்காடு நாச்சிமுத்துக் கவுண்டன்கிட்ட கேட்கலாம். ஏதாவது பண்ணித் தருவாரு."

சாப்பாடு போட்டார்கள். இந்த சௌரிபாளையத்திலிருந்து பை பாஸ் மோட்டலுக்கு காலையில் ஒரு கேன் பால், மாலையில் ஒரு கேன் பாலைச் சைக்கிளில் கொண்டுபோக ஏற்பாடாகியது. மோட்ட லில் இரண்டு வேளை சாப்பாடு இனாம். மதியத்தில் போனாலும் சாப் பிட்டுக் கொள்ளலாம். இரவில் பால் சொசைட்டி அறையில் படுத்துக் கொள்ள ஒதுக்கித் தந்தனர். கேன், மற்றப் பொருட்கள் வைக்க இடம் போக விசாலமாகவே இருந்தது அறை.

வண்டித்தடத்தில் போய் சௌரிபாளைய விலக்கு வரவும்

தார்ரோடு. அதிலிருந்து கிழக்கே மூன்று கிலோமீட்டர் போனால் மதுரை -ஈரோடு பைபாஸ். மோட்டல் வண்டித்தடத்தை விட்டு ரோட்டில் ஏறியதும் வடக்காகப் பாறைப் பள்ளம். அதற்கு சற்றுத் தள்ளி ஜாகா போட்டு தொழிலாளர்கள் கல் வெட்டி எடுத்துக் கொண்டிருந்தனர். கொஞ்ச நாட்களில் அங்கும் ஒரு பாறைப்பள்ளம் தோன்றும். இரண் டடிதான் மண். கீழே விளைச்சல் மிகுந்த நீலக் கல்படுகைகள் அங்கங்கே புதைந்திருந்தன. வெடி வைத்துத் தோண்டித் தோண்டி ஊரணிபோல பாறைப்பள்ளம் உருவாகி வருகிறது. மழை விழுந்தால் நீர் தேங்கும். பத்து இருபது நாட்களுக்கு நீர் இருக்கும். எருமைகள் நீரருந்தி நீந்திவிட்டுப் போகும்.

பால்கேனை சைக்கிளில் வைத்துப் பாறைப்பள்ளம் தாண்டியதும் தாங்கவொண்ணாத துயரத்தை தென்னைகள் அவனுக்குத் தந்தன. பெரிய தென்னந்தோப்பு அழிந்து கொண்டிருந்தது. திருப்பூர் போகும் போதும் வரும் போதெல்லாம் குண்டடத்திற்கும் பச்சா பிரிவுக்கும் இடையில் இருந்த ஒரு தென்னந்தோப்பு அணுஅணுவாக செத்துக் கொண்டிருப்பதைப் பார்த்திருக்கிறான். அப்பாவின் இழப்புகூட மனசை அப்படி வதக்கியதில்லை. இப்போது 'மழை'பெய்தால் கூட உசிர் பிடிச்சுக்கிடும்' என மனதார நினைப்பான். தாவரங்களுக்கு அழிவு அருகில் நெருங்கும் போதெல்லாம் மனசை விட்டான். அவனால் கண்கொண்டு பார்க்க முடிவதில்லை. ஊழிக்காற்றில் படாத பாடு பட்டதுபோல நீரில்லாமல் மட்டைகள் மஞ்சளடைந்து தொங்கும் காட்சி ரணமாக இருக்கும். நீரில்லாமல் வெயிலில் வேகும் தாவரங் களின் அழுகையைப் பார்த்திருக்கிறான். அதைவிட அந்த மரத்தடியில் கட்டப்பட்டிருக்கும் எருமையும் எருமைக்காரக் கிழவியும் எதை நம்பி உயிர் வாழ்கின்றனர் என்ற கேள்வி குடையும். குதித்தடித்து ஓடிய காட்டுவெளி ஓடைகள் எங்கும் வெப்ப மூச்சுகள் மிதக்கின்றன.

சைக்கிளில் பால்கேனை வைத்தவாக்கில் ரோட்டில் காலூன்றி நின்று பார்த்தான். நிறைய மரங்கள் தலையை இழந்து மொட்டையாக நின்றன. சில ஆண்டுகளாக நிலம் உழாமல் இறுகிப் போயிருந்தது. எப்போதோ போட்ட கிண்ணிகள் தரையோடு சமமாகிக்கொண்டிருந் தன. நீரில்லாமல் தலை சிதைந்து இடையிடையே மரங்கள் நின்றன. குருத்து முறிந்து தொங்கும் மரங்கள் தலை கொணங்கித் தொங்கும் குழந்தைகளைப் போல இம்சைப்படுத்தின. இற்று விழுந்த மரமுண்டங் களில் கரையான்மண் அப்பியிருந்தது. இருக்கும் மரங்களின் அடி மட்டைகள் செத்துத் தொங்குவதை காட்டிலும் உச்சியில் நாளை சாவு நோக்கியிருக்கும் குருத்து மட்டைகள் மஞ்சளேறி, வாடி வதங்கும் கீற்றுகளின் கையறுநிலை தாங்கமுடியாதது. இள மரங்கள் பற்றுக்

கோட்டுக்காக எதையோ எதிர்பார்த்து எதிர்பார்த்து ஏமாந்த கோலம் தோப்பு முழுக்க வெம்மையேறிக் கவிந்திருந்தது. கேட்பாரற்று அழிவு தன் அகண்ட வாயால் முழுங்கிக்கொண்டிருந்தது. வேம்பு போல, மந்தாரை போல வாடாத மரங்களாக இருக்கக்கூடாதா என்று பட்டது.

பாலை மோட்டலில் கொடுத்துவிட்டுத் திரும்ப வெறும் கேனோடு வரும்போது வெயில் கொளுத்தியது. வேதனையைச் சொல்லத் தெரியாத மரங்களைத் தகிக்கும் வெயில் வாட்டியெடுத்தது. சைக்கிளை ரோட்டோரத்தில் நிறுத்திவிட்டு தோப்புக்குள் சென்றான்.

கேணியில் குழாய்கள் மட்டும் துருவேறிக் கிடந்தன. வயர் இல்லை. மோட்டார் இல்லை. விரிசலோடிய தொட்டியின் அடியில் பாசிப்படலம் அப்பளமாகக் காய்ந்து சுருண்டிருந்தது. கிணற்றில் தண்ணீர் இல்லை. போர்குழிக்குள் குழாய் நீட்டிக்கொண்டிருந்தது. மட்டைகள் சித்திரக்குள்ளன் போல் சுருங்கியதால் நிலத்தில் நிழல் ஒரு குடையளவு கூட விழவில்லை. காய் தரிக்காத மரங்கள். சில மரங்களில் இருக்கும் காய்கள்கூட ஆரஞ்சுப் பழமளவு முற்றி சொறியேறிக் கிடந்தன.

சைக்கிளை எடுத்து மெதுவாக ஓட்டினான். பாறைப்பள்ளம் வந்ததும் நின்று பார்த்தான். அழுக்கடைந்த நீர் தேங்கியிருந்தது. கேனைத் தூக்கிப் போனான். நீர் லேசாக சூடேறி இருந்தது. கேனை வைத்துவிட்டுப் பார்த்தான். தூரத்தில் பாறை தகர்ப்பவர்களின் ஜாகா தவிர பாறைப்பள்ளத்தில் யாருமில்லை. யாருமற்ற மதிய வெயிலில் இறங்கி நீந்தினான்.

ஆடையை மாட்டிக்கொண்டு கேன் நிறைய தண்ணீரைப் பிடித்து தூக்கிப்போய் சைக்கிளில் வைத்ததும் ரொம்ப வேகமாக தோப்பு 'வா' வென அவனை அழைத்தது. ஈசான மூலையில் இருக்கும் மரத்திற்கு ஒரு கேனை முழுக்க ஊற்றியதும் மற்ற மரங்கள் 'எனக்கு' என்று கேட்பதுபோல உணர்ந்தான். திரும்ப பாறைப்பள்ளம் வந்தபோது எருமை மாடுகள் ஓட்டிவந்த சிறுவர்கள் ஆச்சரியமாக சுற்றி நின்று பார்த்துக்கொண்டிருந்தனர். மழை பெய்யாமல் நீர் பளிங்குபோல பள்ளம் முழுக்க நிரம்பி ஜொலித்துக்கொண்டிருந்தது. நீர் சூடேறாமல் விறுத்துப் போயிருந்தது. பனியின் குளிர்ச்சியை உணர்ந்த சிறுவர்கள் எருமைகளோடு நீந்தினர். இரண்டாவது கேன் நிறைய பிடித்துத் தோப்புக்கு சைக்கிளை மிதித்தான்.

சிறுவர்கள் ஊரில் போய் சொன்னபோது யாரும் நம்பவே இல்லை. சௌரிபாளைய மக்கள் அதிசயம் எப்படி ஏற்பட்டது என்று தெரியாமல் நீர்க்கண்ணாடியில் விழும் தங்கள் நிழல் முகங்களைப்

பார்த்து மகிழ்ந்தனர். பெரியவர்களுக்குப் பளிங்கு நீர் நெகிழ்விப்பதாக இருந்தது. கைப்பள்ளத்தில் நீர் அள்ளி அருந்தியபோது சுவை மிக்கதாக இருந்தது. நீரைப் போன்றதொரு தாகம் தீர்க்கும் கருவி வேறு உண்டா? நீரைப் போன்ற எளிமையை வேறெதுவும் பெற்றிருக்கவில்லை. நீரைப் போன்று அழுக்குப் போக்கும் திரவம் இதுவரை இல்லை. நீரைப் போன்றதொரு மௌனம் இதுவரை அறியப்படவில்லை. சிறுவர்களும் பெரியவர்களும் பெண்களும் அள்ளி அள்ளிக் குடித்தனர். கால்நடைகள் பாய்ந்து வந்து பருகின. சுவை சுவை சுவை. இதுவரை ருசித்திராத நீரமுதம். கருணையின் ஜீவித அழகு. குளிர்மை கொண்டிருந்தது நீர்.

சதீஷ் திரும்ப ஒருமுறை கேனில் தண்ணீரை நிரப்பிக்கொண்டு போனபோது மக்கள் எது ஏதோ பேசிக்கொண்டிருந்தனர். அழைக்கும் மரங்களின் மௌனக்குரல்தான் அவன் காதில் ஒலித்துக் கொண்டிருந்தது. அவனைப் பார்த்தபோது மரங்கள் சந்தோஷம் கொண்டன. அவனுக்குப் பிரியமான இளையராஜாவின் பாடல்களைப் பாடி ரொம்ப நாளாகி இருந்தது. வாய் முணுமுணுத்தது.

தன்னன்னா... ... தன்னனாஆ... ...
தன்னன்னனாஆ... தன்னன்ன தன்னன்னனா ... ...
தனனா தன்னன்ன தானனன்னா...

உயிரிலே கலந்தது உறவிலே மலர்ந்தது
எங்கெங்கும் உன்னழகு
அடடா என்றென்றும் உன்னழகு.

சைக்கிள் மெதுவாகச் சென்றது. காற்றுமண்டலத்தில் கீதம் கரைந்தது. பிறகு பாறைப்பள்ளத்தில் நீர் வற்றவே இல்லை. வெடிகளின் அதிர்வால் பாறையினடியில் ஊற்றுக்கண்கள் திறந்துகொண்டதாக மக்கள் பேசிக்கொண்டனர்.

•

கண்ணிகள் - 2001 • வேதாளம் ஒளிந்திருக்கும் - 1996
அபாயச்சங்கு - 1994 • கூந்தப்பனை - 2001

1997ல் அபாயச்சங்கை வெளியிட்ட 'புதிய பார்வை' க்கு நன்றி.